மாமலை போற்றுதும்

பயணமும் பயண நிமித்தமும்

ரஜினி பிரதாப் சிங்

INDIA · SINGAPORE · MALAYSIA

வாழ்த்துரை

"ஏங்க, எனக்கே மீன் சாப்பிடணும்போல இருக்குங்க!" என்றார் என் மனைவி. அவர் பிறந்ததில் இருந்தே ஒரு சுத்..த்...தமான சைவ பார்ட்டி என்பதுதான் இங்கே அதிர்ச்சிகரமான விஷயம். அவர் அப்படிச் சொன்னதற்கு ஒரு 3 காரணங்களைச் சொல்லலாம்.

காரணம் 1:

"அடுத்த நாள் வெண் அப்பங்களுடன் விடிந்தது. கூட மீன் குழம்புக் கிண்ணங்கள் எத்தனை காலியாகின என்று இன்று வரை எங்களிடம் கணக்கு இல்லை. வாழை இலையில் வாவல் மீனைப் பொலிச்சுத் தரச் சொல்லி நாங்கள் அடம்பிடித்தது - எங்களுக்கு வசதியாகிப் போனது. சூடான வாழை இலையே அந்த மீன் பதத்தில் லயித்து ஒரு மாதிரியாகிக் கனிந்து கசிந்திருக்க, எங்கள் நாக்கின் நிலைமையை நினைத்துப் பாருங்கள்!"

காரணம் 2:

"வெண்ணப்பங்களும் புட்டும், கடலைக்கறியுடன் இயல்பாகப் பொருந்திப் போகின்றன. முட்டைக் கறி, மீன்கறி, மாம்பழச் சாறு, தர்ப்பூசணிப் பழத் துண்டுகள், பிரெட் சாண்ட்விச் இடையீட்டுத் துண்டங்கள், கப்கேக்குகள், உருளைக்கிழங்கு குல்ச்சா, பூரிக் கிழங்கு, கட்டங்காஃபி.. ஆஹா! நாங்கள் வயிறாறியதில் நீங்கள் வயிறெரிந்தால் கம்பெனி பொறுப்பல்ல!"

காரணம் 3:

"வாழை இலையில் கட்டிப் பொலிச்சுத் தந்த அயிலை மீன் வறுவலின் வாசனை விரல்களில் ஒட்டிக்கொண்டு டைப் செய்யும்போது இந்த ஸ்கிரீனில் கூட மணக்கும் அளவு இன்னும் கமகமக்கிறது. மட்டை அரிசிச் சோற்றுடன் ஐக்கோரை மீன் குழம்பைப் பிசைந்து தொண்டை வரை இறங்கும்போதே வயிறோடு சேர்ந்து மனசும் நிறைந்து விடுகிறது."

இப்படிச் சில வரிகளைப் படிக்கும்போது - அசைவப் பிரியர்கள் என்றால் சப்புக் கொட்டுவார்கள். ஆனால், சைவப் பிரியர்கள் என்றால், அசைவ வெறியர்களாகவே மாறி விடுவார்கள் என்பது மிகைப்படுத்தப்பட்ட விஷயமாக எனக்குத் தெரியவில்லை. காரணம் - இது நான் நேராகவே அனுபவித்த சம்பவமாகிப் போனது. பொதுவாக, சமையல் பற்றிய புகைப்படங்களைப் பார்த்தால்தான் 'பார்த்தவுடனே சாப்பிடணும்போல இருக்கே' என்று நமக்குத் தோன்றுவது சகஜம். ஆனால், எழுத்துகள் மூலமும் அந்த ஆசையைத் தூண்டுவது, ரஜினிக்குக் கிடைத்த வரம். அதைப் படிப்பது நமக்கு அமைந்த வரம்! மேற்சொன்னவையெல்லாம், அவர் தனது பயணக் கட்டுரையில் எழுதிய வரிகள்.

சும்மாவே தமிழ் அமுதுபோல் அழகான மொழி! இதில் ரஜினி பிரதாப் சிங்கின் கட்டுரை வரிகள் - அமுதோடு சேர்ந்து இன்னும் பேரழகாகிப் போவது இயல்பாக அமைந்து விடுகிறது. அவரின் எத்தனையோ பயணக் கட்டுரைகள், மோட்டார் விகடன் இதழ்களில், 'ஆனந்த விகடன்' தீபாவளி மலர் இதழ்களில் பிரசுரமாகி இருக்கின்றன. எங்கள் அலுவலகத்துக்கு அவர் கட்டுரையைப் பாராட்டி வந்த கடிதங்களே - அவரின் கட்டுரை நடையையும், அவரின் அர்ப்பணிப்பையும் சொல்கின்றன. நேராகப் போகத் தேவையில்லை; விர்ச்சுவலாக ஊர் போனது

மாதிரி இருந்தது ரஜினி பிரதாப்சிங்கின் கட்டுரை' என்று ஒரு வாசகர் சொல்லியிருந்தார்.

அதிலும் அருவிப் பகுதிகளுக்கு அவர் சென்று எழுதினால், பிரசுரிக்கும்போது புத்தகமே நனைந்துவிடும் அளவுக்குச் சாரலும், படிப்பவர்களின் மனசில் தூறலும் தெறிப்பது என்னவோ நிஜமான உண்மையாக இருக்கிறது. ஆம், ரஜினிக்குத் தமிழ் அருவியாய் வருவதற்குக் காரணம் - அவரின் ஆர்வம் மட்டுமில்லை; தமிழ் மேல் அவர் கொண்டுள்ள காதலும்தான்!

நான் அவருடன் பல முறை மோட்டார் விகடன் இதழுக்காக, தனிப்பட்ட முறையில் எனப் பல மாநிலங்களுக்கு, பல இடங்களுக்குப் பயணம் சென்றுள்ளேன். பயணம் என்றால், வெறும் குதூகலமும் கொண்டாட்டமும் மட்டும் இருக்காது. சிக்கல்களும் வரும்; திட்டக் கோளாறுகளும் ஏற்படும்! ஒரு குடும்பம் பயணம் போகும்போது, குடும்பத் தலைவனே அந்தப் பயண ஏற்பாட்டை முழுவதுமாகப் பொறுப்பேற்றுக் கொண்டு, கொண்டாட்டங்களுக்கும் அதிபதியாய், சிக்கல்களைக் களையும் மேதாவியாய்ச் செயல்படுவார்தானே! அப்படி ஒரு பயணத் தலைவனாகத்தான் ரஜினியை நான் பார்க்கிறேன். ரஜினியுடன் பயணம் செல்பவர்களை நான் கொடுத்து வைத்தவர்கள் என்பேன். அவர்கள் வெறும் குதூகலத்தையும் கொண்டாட்டத்தையும் மட்டும் அனுபவித்தால் போதும்; மற்ற சிக்கல்களையும் பயணத் திட்டங்களையும் அவரே தோளிலேற்றிக் கொள்வார்.

"தலைவரே, 'தலசேரி இட்லி ட்ரை பண்ணுங்க; நிச்சயம் உங்களுக்கு ரொம்பப் பிடிக்கும்!"

"சார், இந்த மலைப் பயணத்தில் வாந்தி வர்ற மாதிரி இருந்தா, அந்த ஆயா கடையில ஒரு எலுமிச்சைச் சாயா குடிப்போம்!"

என்று பயணங்களில் மட்டுமல்ல; பொது வாழ்க்கையிலும் அவர் நண்பர்களிடம் காட்டும் அக்கறையும், பயணத்தின் மேல் அவர் கொண்டுள்ள ஈடுபாடும் வியக்க வைக்கிறது.

பள்ளிக்கூடத்தில் சில ஃபர்ஸ்ட் பெஞ்ச் மாணவர்கள், பாடம் கவனிக்காதது போல் இருக்கும்; படிக்கமாட்டார்கள்; விளையாட்டுத்தனம் அதிகமாக இருக்கும். ஆனால் பரீட்சையில் டாப் க்ளாஸாக இருப்பார்கள்தானே! அதேபோன்றதொரு, கடைசி பெஞ்சில் அமர்ந்திருக்கும் ஃபர்ஸ்ட் பெஞ்ச் மாணவன்தான்

ரஜினி பிரதாப்சிங். நம்முடன்தான் காரில் களித்திருப்பார்; அமர்ந்திருப்பார்;கொண்டாடுவார். ஆனால், அவர் கட்டுரையைப் படித்தால், அந்த இடத்தைப் பற்றிய வரலாற்றுப் பதிவும், துல்லியமான டேட்டாவும் - 'இதெல்லாம் எப்போடா இந்த மனுஷன் நோட் பண்ணாரு' என்று வியக்க வைக்கும். நாம் பயண வழியில் கடந்து செல்லும் சிற்றூர், பேரூர், சிற்றருவிகள், நீரோடைகள், வாய்க்கால்கள் - அட சின்னச் சந்துக்களைக்கூட தனது மெடுல்லா ஆப்லேங்கேட்டாவில் ஸ்டோர் செய்து வைத்து, நம்மை வியக்க வைக்கும் ஆற்றல் ரஜினிக்கே உரித்தானது.

காடுகளில் இவருடன் பயணம் போகும்போது - இயற்கை இவருடன் மட்டும் ஏதோ நெருங்கிப் பேசுகிறதோ எனும் சந்தேகம் எனக்கு ஏற்பட்டது உண்டு. கடற்கரைகளில் இவருடன் நடக்கும்போது, கடலலைகள் இவருக்கு ஏதோ டிப்ஸ் வழங்குவதோ என்று தோன்றுகிறது. கேரளாவில் உள்ள கட்டிக்காயம் எனும் அருவியில் ரஜினியுடன் கால் நனைத்துவிட்டு, அவர் எழுதிய கட்டுரையைப் படித்தபோது, 'அருவிக்கரையோரம் ஒரு வாழ்க்கை வாய்க்காதா' என்று தோன்றியது.

'பாஷோ' என்கிற ஜப்பானியக் கவிஞர் பற்றி எழுத்தாளர் எஸ்.ராமகிருஷ்ணன் இப்படிக் கூறுகிறார். "இயற்கை அவரது கண்களில் வெகுதுல்லியமாக, தனித்துவமானதாக, புதிரானதாக, வியப்பூட்டுவதாகத் தெரிகிறது. பயண வழியெங்கும் இயற்கை குறித்த கவிதைகளை மனதில் புனைந்தபடியே வருவார்போல! இப்படித்தான் சங்க காலத்திலும் கவிஞர்கள் வாழ்ந்திருப்பார்கள் எனத் தோன்றுகிறது!" ரஜினியும் அப்படித்தான்; இயற்கைக்கு நெருக்கமானவராக எனக்குத் தெரிகிறார்.

காடுகள், மலைகள், அருவிகள், கடல்கள், சமவெளிகள் என்று இந்தப் பயணத் தலைவனுடன் பயணம் போகக் கிடைக்கும் அடுத்தடுத்த தருணங்களுக்காகக் காத்திருக்கிறேன்!

நன்றி!

சென்னை	தமிழ்த்தென்றல்,
15.01.2025	பொறுப்பாசிரியர், மோட்டார் விகடன்.

அணிந்துரை

மரபணுவில் பதிந்திருக்கும் பயணக் குறிப்புகள்

ஆதி மனிதன் தன் குகையை விட்டு முதல் காலடி எடுத்து வைத்த போது துவங்கியது மனித குலத்தின் பயணம். உணவைத் தேடிக் காடெங்கும் அலைந்து முடிந்த யுகம் கடந்து வந்த காலத்தில் தனது இருப்பையும் பாதுகாப்பையும் நிலைநிறுத்த மனிதன் புதிய நிலங்களைத் தேடத் தொடங்கினான். பின்னர் வரலாற்றுக் காலத்தில் படையெடுப்பின் மூலம் புதிய நிலங்களும் பரப்புகளும் கட்டுக்குள் வந்து புதிய நாடுகள் உருவாகின. தொழிற்புரட்சிக்கு முந்தைய காலகட்டத்தில் செய்த கடற்பயணங்கள் சூரியன் மறையாத பேரரசுகளை உருவாக்கியது. நவீன மனிதன் ஒரு படி மேலே சென்று நிலவில் தன் காலடித் தடத்தைப் பதித்து தன் பயண எல்லைகளை மேலும் விரித்துக் கொண்டான்.

இன்றுள்ள மனித குலம் அனைத்திற்கும் மூதாதை ஆப்பிரிக்காவில் உள்ள போட்ஸ்வானா. அங்கிருந்து தான் உலகின் பல்வேறு பகுதிகளுக்கும் மனிதர்கள் பிரிந்து சென்றனர் என மானிடவியல் ஆராய்ச்சிகள் தெரிவிக்கின்றன. அதற்கு முழுமுதற் காரணம் வாழ்தலுக்கான போராட்டத்தில் ஏற்பட்ட பயணம் தான்.

பயணங்கள் இல்லாத ஒரு மனிதனைக் காண்பது அரிது. விலங்குகள் கூடத் தன் இரை தேடவும் இணை சேரவும் பல கிலோ மீட்டர்கள் காட்டுக்குள் பயணிப்பதை அறிந்திருப்போம். மனிதனுக்கு எல்லாமும் கையருகே கிடைப்பதால் தன் தேவைகளுக்கு அன்றி வேறு எதற்கும் பயணிப்பவன் இல்லை. பலர் தன் ஊர் எல்லையைத் தாண்டுவதில்லை. சிலர்

நாடுநாடாகப் பயணிக்கின்றனர். சிலரோ ஆறு மாதத்திற்கு ஒரு முறை என்று உலகின் எல்லையைத் தாண்டி விண்வெளிப் பயணமே மேற்கொள்கின்றனர். இருவருக்கும் பொதுவானது பயணம். நதியின் பயணமே பல நாகரிகங்களை உலகத்தின் நிலப்பரப்புகளில் உருவாக்கியது.

கருமுட்டையை நோக்கி விந்தணு பயணிப்பதில் இருந்தே பயணத்திற்கான ஆர்வமும் திறனும் மனிதனின் மரபணுவிலேயே குறிப்புகளாகப் பதிந்துள்ளதை அறியலாம். தாயின் கருப்பைக்குள் துவங்கிய பயணம் விண்வெளியைத் தாண்டியும் தொடர்ந்து கொண்டே தான் இருக்கிறது. பயணம் பல புதிய மனிதர்களைக் காணவும், நிலங்களை ரசிக்கவும், புதிய மனத் திறப்புகளை அடையவும் வைக்கிறது. தான், தனது, தன் ஊர், தன் மக்கள் என்றில்லாமல் யாதும் ஊரே யாவரும் கேளிர் என்ற மனநிலையை அடைய வைப்பதில் பயணத்திற்கு நிகர் வேறொன்றும் இல்லை. அப்படியொரு பயணத்தால் விரிவடைந்த மனமே ஈராயிரம் ஆண்டுகளுக்கு முன்பு 'யாதும் ஊரே யாவரும் கேளிர்' என்று சங்கப் புலவர் கணியன் பூங்குன்றனைப் பாட வைத்திருக்கும்.

தமிழில் பயண இலக்கியங்கள் குறிப்பிடத்தக்க அளவில் வெளிவந்துள்ளன. முதல் பயண நூலாக கருதப்படுவது கோவையைச் சேர்ந்த சே.ப.நரசிம்மலு நாயுடு எழுதிய 'ஆரியர் திவ்விய தேச யாத்திரையின் சரித்திரம்' எனும் நூல். இது 1889ல் வெளியானது. பின்னர் பயண இலக்கியத்தில் புகழ் பெற்றவரும் 'உலகம் சுற்றும் தமிழன்' என்று போற்றப்பட்டவருமான ஏ.கே. செட்டியார் எழுதிய நூல்கள் பயணங்களின் மீதான ஆர்வத்தை வளர்த்தெடுத்தன. இரண்டாம் உலகப் போர்க் காலத்திலேயே உலகின் பல்வேறு நாடுகளுக்குச் சென்று வந்து அதைப் பற்றிய அனுபவங்களை எழுதியுள்ளார். அதன் பின்னர், வெ.சாமிநாதசர்மா (எனது

பர்மா வழி நடைப்பயணம்), சோமலே (அமெரிக்காவைப் பார்), அகிலன் (நான் கண்ட ரஷ்யா), தி.ஜானகிராமன் (நடந்தாய் வாழி காவேரி), சுப்ரபாரதிமணியன் (மண் புதிது), ஜெயமோகன் (அருகர்களின் பாதை, முகங்களின் தேசம்), எஸ். ராமகிருஷ்ணன் (தேசாந்திரி), சாரு நிவேதிதா (நிலவு தேயாத தேசம்) என்று பயண இலக்கிய நூற்பட்டியல் நீள்கிறது.

எனினும் பயண நூலின் வரவு தற்போது அரிதாக இருப்பதற்குக் காட்சி ஊடகத்தின் வளர்ச்சி முக்கியக் காரணம். ஒரிடத்தைப் பற்றி எழுத வேண்டும் என்றால் அந்தப் பகுதியில் இரண்டு ஆண்டுகள் தங்கி இருந்து மக்களைப் பற்றி அறிந்த பின்னரே எழுதுவது சிறந்தது என்கிறார் ஏ.கே.செட்டியார். ஆனால் இன்றைக்குச் சொல் ஒன்றே போதுமானது. அதனை வைத்து ஆதியோடு அந்தமாக இணையத்தில் வர்ச்சுவல் ரியாலிட்டியாக அந்த இடத்தில் காணொலிப் பயணம் மேற்கொள்ளலாம. பாரீசில் உள்ள லூவர் அருங்காட்சியகத்தைப் பாப்பம்பட்டியில் உள்ள ஒரு டீக்கடையில் அமர்ந்தவாறு பார்த்து ரசிக்கலாம். எனில், இன்றைய பயணம் தரும் ஒரே நன்மை தான் என்ன? விடுதலை தான். இன்றைய அதிவேக AI காலத்தில் மனிதன் உச்சகட்ட மன அழுத்தம், அவசரம் என்று ஓட வேண்டியவன் ஆகிவிட்டான். அந்த அழுத்தங்களிலிருந்து விட்டு விடுதலையாகிச் செல்ல இரண்டு பயணங்கள் உள்ளன. ஒன்று அகப்பயணம். மற்றொன்று புறப்பயணம். சிலர் உள்முகமாய்ப் பயணித்துச் சென்று சேர முடியாத இடங்களை, எல்லைகளை உணர்வால் அடைகிறார்கள். சிலரோ வெளியுலகில் பயணம் செய்வதன் மூலம் அதை அடைய விரும்புகிறார்கள். இருவருக்கும் நோக்கம் ஒன்றுதான். விடுதலை. பயணத்தின் மூலம் விடுதலை அடைதல். அதனால்தான் மனிதன் மன அழுத்தம் தாங்காமலும் லௌகீகப் பிரச்சனைகளைத் தாங்க முடியாமலும் பெரும்பாலும் மேற்கொள்வது பயணம் தான். பலர் வீடு திரும்புகிறார்கள். சிலர் திரும்புவதில்லை.

உலகின் மிகச் சிறந்த பயணிகள் பறவைகள் தான். சைபீரியாவில் கிளம்பும் ஒரு பறவை இடையில் நிற்காமல் பயணித்து வேடந்தாங்கல் வந்து சேர்கிறது எனில் பயணம் எத்தகைய தேடலையும் அதன் மூலம் விடுதலை உணர்வையும் தருகிறது என்பதை உணரலாம். அத்தகைய விடுதலை உணர்வை நோக்கிய ஒரு பயணத்தை ஏற்படுத்தும் விதமாக "மாமலை போற்றுதும்- பயணமும் பயண நிமித்தமும்" என்ற தனது பயண நூலைப் படைத்துள்ளார் ரஜினி பிரதாப் சிங். அடிப்படையில் தமிழ் மாணவர். யாப்பிலக்கணத்தில் தேர்ந்தவர்.

'ஊரொடு தோற்றமும் உரித்தென மொழிப...' என்று ஊர் சுற்றுவதை உலா என்ற வகைமைக்குள் அடக்கிச் சிறப்புச் சேர்க்கிறது தொல்காப்பியம். யானை, குதிரை, தேர் போன்றவற்றில் ஏறி, இசைக் கருவிகளை இசைப்போர் முன்னே வர, மக்கள் புடைசூழ நகர வீதிகளில் வருவது உலா எனப்படுகிறது. காரில் ஏறி இசை கேட்டபடியே கேரளத்தின் மலைகள், ஆறுகள், அருவிகள், காடுகள் எனச் சென்று கேரளத்தின் அழகை தன் கவித்துவ எழுத்து நடையில் வரைந்துள்ள இந்நூல் ரஜினியின் சேர நாட்டு உலா என்றே கூறலாம்.

நூலை வாசிக்கத் தொடங்கிய ஒருவர் இதை முற்றிலும் படித்து முடிக்காமல் கீழே வைக்க இயலாது என்பதோடு உடனே ஒரு பயணத்தைத் தொடங்குவார் என்று உறுதியாகக் கூறலாம். கேரளத்தின் ஒவ்வொரு மலையும் மழையும் ஆறும் மரமும் அதன் அழகும் பற்றி வாசித்துக் கொண்டிருக்கும் போதே தன் எழுத்து நடையால் நம்மை அந்த மலைகளுக்குள் முகிலுக்குள் மழைக் காடுகளுக்குள் இழுத்துச் செல்கிறார் ஆசிரியர். இந்நூலை வாசிக்க நேர்ந்த தென்மேற்குப் பருவ மழை பெய்த ஒரு நள்ளிரவில் செடிகளின் இலைகளில் விழும்

மழைத்துளி ஒசையும் அதன் குளிரும் நறுமணமும் என் மனதில் ஒர் இசைக்கோவையை உருவாக்கிச் சேரநாட்டின் காடொன்றில் நெடிதுயர்ந்த மரத்தினடியே மழைச் சாரலில் நனைவது போல் உணர்ந்தேன்.

கோவையில் இருந்து கிளம்பி கேரளத்தின் வயநாடு, மூணார், வட்டவட, தேக்கடி, உரும்பிக்கர, வாகமன், நீலம்பூர், குமரகம், பேகல்கோட்டை, ராணிபுரம், அஞ்சுதெங்குக் கோட்டை, தங்கசேரிக் கோட்டை, அஸ்தமுடி ஹவுஸ் போட் லேக், மன்ரோத் தீவுகள், நெடுங்கோலம் சதுப்பு நிலக்காடுகள் என எந்தவொரு சுற்றுலா மையத்திற்கும் செல்ல எவ்வழியில் செல்லலாம்? அதில் நாம் அறியாத பல இடங்களையும் ஊர்களையும் கூறி, எங்கு திரும்ப வேண்டும், எந்தச் சாலையில் செல்ல வேண்டும், அதற்கு வேறு ஏதேனும் அணுகு சாலைகள் உள்ளனவா? எங்கே தங்கலாம்? என்ன பார்க்கலாம்? அங்கே என்ன உண்ணக் கிடைக்கும்? ஜீப் சஃபாரி, ஃபாரஸ்ட் விசிட், அருவிக் குளியல், மீன் வறுவல் என்று கடவுளின் தேசத்தில் கொட்டிக் கிடக்கும் அழகை நவீன வாசகனுக்கேற்ப விவரிப்பது அற்புதம். இது வரை நீங்கள் கேரளம் சென்றிராவிட்டாலும் கூட, ஆசிரியர் உலா சென்று வந்த இடத்தைத் தேர்வு செய்து இந்நூலைக் கையில் கொண்டு சென்றால் போதும். ஒரு வழிகாட்டி உடன் வந்து கொண்டே இருப்பதை உணரலாம்.

எல்லோரும் செல்லும் இடங்கள் மட்டுமல்லாமல் சில இடங்களில் சாகசப் பயணமும் மேற்கொண்டுள்ளார் ரஜினி. தோணி அருவி அப்படி ஒரிடம். அந்த அருவியில் கால் நனைக்க அடர் காட்டிற்குள் இரண்டு மணி நேரம் நடக்க வேண்டும் என்பதை வாசிக்கும் போதே த்ரில்லாக உள்ளது. இலைவீழாப்பூஞ்சிற என்ற இடத்தின் பெயரே ஒரு கவிதை தான். கேரளத்தின் காப்புக் காடுகளுக்குள் மிகக்

கடுமையான சோதனை மற்றும் கட்டுப்பாடுகளுக்கு பின்பே அனுமதிக்கிறார்கள் என்பது கூடுதல் செய்தி.

ஆசிரியரையும் பிற நண்பர்களையும் ஒரு மலையின் காட்சி முனையைப் பார்ப்பதற்காக தன் தோள்களில் தாங்கி ஒரு பாறை மீது ஏற்றிவிட்டு பின்னர் இறக்கி விடுகிறார் மனோஜ் என்ற ஓட்டுநர். படிக்கும்போதே சிலிர்க்கிறது. இப்படி எல்லாம் மனிதர்கள் இருக்கிறார்கள் என்பதை நம் வீடே கதி என்று இருந்தால் அறிய முடியாது. வீடு தாண்டி, ஊர் தாண்டிச் சென்று பார்த்தால் தான் தெரியும் மனிதர்களின், பயணங்களின் மகத்துவம்.

ஓர் இடத்தைத் தேர்வு செய்து அந்த இடத்திற்குச் செல்லும் போது ஏற்பட்ட அனுபவங்களைக் கவித்துவமாகப் படைத்துள்ளார். பேரழகு, முழுத் தூய்மை, பனிப்புகை, அடர் பசுமை, நீர்ப்பெருக்கு, ஆழ் அமைதி, இளஞ்சாரல், நெடும்மலை, தொடர்தூறல், மென்குளிர் என்று அவர் பயன்படுத்தும் சொற்களே அதற்குச் சான்று. ஆங்காங்கே சங்க இலக்கியப் பாடல்களின் காட்சிகளைச் சேரநாட்டின் நேரடிக் காட்சிகளுடன் விவரிப்பது காலத்தைத் தாண்டிய பயண அனுபவத்தை அளிக்கிறது. அதே நேரத்தில் செவிக்கு உணவு இல்லாதபோது சிறிது வயிற்றுக்கும் ஈயப்படும் என்பதைப் போல கேரளத்தின் பாரம்பரியம் மிக்க மலபார் வெண் பிரியாணி, சட்டிச்சோறு, மீன்சாறு, பொரித்த மீன், வறுத்த நண்டு, மட்டை அரிசிச் சோறு, மோர்க்குழம்பு, கப்பக் கிழங்கு, கட்டங்காபி என உணவுகளைச் சொல்லிச் செல்லும்போது ஒரு பழம்புரியைப் புசித்துக் கட்டஞ்சாயாவைக் குடித்தால் நன்றாக இருக்கும் என்று நாக்கு கேட்பதைத் தவிர்க்க இயலவில்லை.

கேரளத்தின் கடற்கரைகள், மலைகள், சரிவுகள், புல்வெளிகள், அருவிகள், ஆறுகள், அணைகள், காடுகள், பூங்காக்கள், தோட்டங்கள், ஆளற்ற அடர்காடுகள், பள்ளத்தாக்குகள்,

தீவுகள், தேக்குப் பண்ணைகள், சாகச விளையாட்டிடங்கள் (மலைப்பூட்டும் பட்டியல் பின்னிணைப்பில் உண்டு) என்று கடவுளின் தேசத்தை ஆழ்ந்து சென்று விரிந்த திரையில் காட்சிப் படிமமாகக் காட்டுகிறார் ரஜினி. அதனால்தான் இந்நூலில் புகைப்படங்கள் எதுவும் சேர்க்கவில்லை போலும்.

ஆசிரியரின் எழுத்துகளில் மூழ்கிச் சென்று நம் கற்பனையில் அந்த இடங்களைத் தரிசித்து விட்டுப் பின்பு நேரில் சென்று பார்ப்பதன் மூலம் நமக்கான அகத் திறப்பை அடைந்தால் அதுவே இந்நூலின் வெற்றியாக இருக்கும். கவிமலையோ நெல்லியம்பதியோ அல்லது எந்த இடமானாலும் செல்லும்போது இணையத்தில் தேடாமல் நேரில் சென்று பார்ப்பது வரை அந்த சுற்றுலாத் தலத்தின் அழகை நம் உள்ளத்திலே கற்பனைக் கூடுகட்டி வைத்திருப்பது நல்லது. அதை நேரில் பார்க்கும்போது நம் மனதில் இருந்த கடலும் மலையும் அருவியும் ஆறும் காடும் காற்றும் குளிரும் மழையும் பனியும் ஈரப் பசும் ஒளியும் இளவெயிலும் நிலமும் வளமும் அதன் அழகும் பிரம்மாண்டமாக நம்மை ஆரத் தழுவும். அதில் நம் உடல் இலகுவாகும். உள்ளம் விரிவடையும். மகத்தான விடுதலை உணர்வு ஆட்கொள்ளும்.

சென்று சேரும் இலக்கல்ல, செல்லும் பயணமே முக்கியம். அவ்வகையில் பயணத்தின் நோக்கமே விடுதலை தான். பயணம் தான் வாழ்க்கை, வாழ்க்கை ஒரு பயணமே. பயணம் தான் ஒரு மனிதனை விசாலமாக்குகிறது. வரலாறு நெடுகவும் மனிதன் பயணித்துக் கொண்டே தான் இருக்கிறான். எப்போதும் அவன் ஓயாமல் பயணித்துக் கொண்டேதான் இருக்கவும் போகிறான். ஏனெனில் பயணங்கள் முடிவதில்லை. முடிவில்லாப் புறப் பயணங்களை மேற்கொண்டு நம் அகத்தை எல்லையற்று ஒளி வீசச் செய்யும் முயற்சியே இந்நூல்.

கோயம்புத்தூர்

15.01.2025

க. ரகுநாதன்,

மொழிபெயர்ப்பாளர்.

அணிந்துரை

ஒரிடத்தில் ஒடுங்கியிருத்தலென்பது உடலையும் உள்ளத்தையும் ஊனப்படுத்துவது. நீண்ட ஆயுளுடனும் மகிழ்ச்சியுடனும் வாழ்வதற்கான இரகசியங்களுள் ஒன்று ஓய்விற்கு ஓய்வளிப்பது. கற்றலென்பது பெரும்பாலும் நான்கு சுவர்களுக்கு வெளியே நிகழ்வது. ஒவ்வொரு பயணமும் ஓராயிரம் அனுபவங்களைத் தந்து அவையே பயிற்றுநரேதுமில்லாத பாடங்களைக் கற்பிக்கின்றன. இந்நூலாசிரியர் எப்போதும் கற்றுக் கொண்டேயிருக்கும் ஆசிரிய மாணவர். புத்தகங்கள் மற்றும் பயணங்கள் வாயிலாக தன்னறிவைப் பட்டை தீட்டிக் கொண்டேயிருக்கும் புலனாய்வாளர். சுற்றுலாப் பயணிகள் ஒரு புதுவிடத்தை அடைந்தவுடன் அங்கே பல காலமாக வாழும் உள்ளூர்வாசியைத் தங்கள் வழிகாட்டியாகத் தேர்ந்தெடுப்பர். ஆனால் ஆசிரியர் அவ்வாறில்லாமல் எந்தவிடத்திற்குச் சென்றாலும் அவ்வூர்வாசிகளுக்கே வகுப்பெடுக்கும் ஆற்றல் பெற்றவர். இவ்வல்லமை இவருக்கு வரப்பெற்றது யாரோ சொல்லக்கேட்டோ அல்லது எழுதி வைத்ததைப் படித்தோ மட்டும் வந்ததில்லை. மாறாக, தானே அனுபவப்பூர்வமாகத் தேடிப் பெற்ற அறிவுத்தேடல் மூலம் விளைந்தது.

இந்நூலில் ஆசிரியர் சென்று கண்டு களித்த மலைப் பிரதேசங்கள், அடர்வனப் பகுதிகள் மற்றும் கடற்கரை நகரங்கள் ஒவ்வொன்றும் ஒவ்வொரு முறையும் புது உற்சாகத்தை அளிப்பவை. சென்று சேரும் இடங்கள் அல்ல, செல்லும் பயணங்களே உன்னதமானவை என்பதே இவர் ஒரே இடத்திற்கும் பலமுறை பயணப்படக் காரணம்.

தன் வாழ்வில் மனிதன் எவ்வளவு முன்னேறினாலும் தான் கடந்து வந்த பாதைகளைப் பின்னோக்கிப் பார்த்து, தான் பட்ட துன்பங்களை இரசித்துத் தன்னுடைய கடந்த காலமே சிறந்தது என சிலாகிப்பதை மலைப் பயணங்களும் ஒத்திருக்கின்றன. கொண்டையூசி வளைவுகளைக் கடந்து மேலேறிச் சென்று முகட்டில் நின்று, வந்த பாதையையும் பள்ளத்தாக்குகளையும் இரசிப்பது ஒவ்வொருவரின் வாழ்வியலையும் விவரிப்பது.

காடுகளுக்குள் தாவரங்கள், பறவைகள், பூச்சிகள் மற்றும் விலங்குகளுடன் சஞ்சரிப்பது, இவ்வுலகில் மனிதன் மற்றுமொரு ஜீவராசி மட்டுமே என்ற மகாவுண்மையை விளங்குவது.

ஆறுகள் மற்றும் அருவிகள் "நீர்வழிப் படூஉம் புணைபோல் ஆருயிர் முறை வழிப் படூஉம்" என்ற கணியன் பூங்குன்றனாரின் பாடல் கருத்தான ஆற்று நீரின் மீது மிதந்து செல்லும் படகு போல அரிய உயிரும் முறை வழியே செல்லும் என்பதை மேற்கோள் காட்டுபவை. கடலில் படகில் மிதந்து செல்வதும் கடற்கரையில் காலாற நடந்து செல்வதும் மனதை இலகுவாக்கி மகிழ்வை ஏற்படுத்துவது மட்டுமல்லாது என்றென்றும் நம் நினைவில் நின்று களிப்புறச் செய்பவை.

இடப்பெயர்ச்சி மற்றும் புதுவிடங்கள் மட்டுமே ஒரு பயணத்தை பரவசமாக்குவதில்லை.. மாறாக, புது மனிதர்கள் மற்றும் அவர்களால் பெறப்படும் பல்வேறு வகைப்பட்ட சேவைகள் மற்றும் அவர்களால் நிகழ்த்தப்படும் சுவாரசியமான சம்பவங்கள் பயண நினைவுக் குறிப்புகளின் பக்கங்களைப் பெருக்குபவை.

பயணத்தின்போது ஆசிரியர் தேர்ந்தெடுக்கும் உணவு விடுதிகளும் உணவு வகைகளும் Be a Roman in Rome என்பதற்கேற்ப உள்ளூர்ச் சுவையறிந்து தேர்ந்தெடுக்கப்படுபவை. ஒவ்வொரு

பயணத்தின்போதும் நிகழ்ந்தனவற்றை ஆசிரியர் விவரித்துக் கூறியிருப்பது 'பொன்னியின் செல்வன்' புதினத்தை இரண்டு பாகத் திரைப்படமாக சுருக்கித் தந்ததற்கு ஒப்பாகும். இந்தப் பயணக் கட்டுரைகளில் ஆசிரியர் காட்சிப்படுத்தியிருக்கும் ஒரு சில நிகழ்வுகளில் நானும் நேரடியாகப் பங்கு பெற்றிருக்கிறேன். ஒரு நிகழ்வுவை அச்சுப் பிசகாமல் பிரதியெடுத்தது போல் எந்தக் குறிப்புகளும் இல்லாமல் விவரிப்பது இந்நூலாசிரியரின் தனிப்பெருங்கலை. வழியில் கடந்து செல்லும் ஊர்ப் பெயர்கள் மட்டுமல்ல சிற்றூர்கள், சாலைகள், சந்துகளைக் கூட நினைவில் இருத்தும் பேராற்றல் பெற்றவர். ஆசிரியரின் பயணக் குறிப்புகளில் கூறப்பட்டுள்ளவை சிறப்பென்றால் இன்னும் உள்ளன கூறப்படாத ஆயிரம் நிகழ்வுகளும் பயணங்களின்போது பரிமாறிக்கொள்ளப்பட்ட பல்லாயிரம் வார்த்தைகளும். அவை பயணங்களை எப்பொழும் மறக்கவியலாமல் செய்யும் மகிழ்வுக் கருவூலங்கள். 'Heard melodies are sweet, but those unheard are sweeter'.

இந்நூலை வாசிக்கும் ஒவ்வொருவரும் ஒரு புதிய பயணத்திற்கு புறப்படத் தயாராவது உறுதி. வாசிக்க வாசிக்கச் சோர்வை ஏதும் ஏற்படுத்தாத ஆசிரியரின் மொழி நடை, ஒரே மூச்சில் இப்புத்தகம் முழுவதையும் படித்து முடிக்க வைத்து விடும். ஆனால் பயண வழிகாட்டுதல் குறிப்புகள் பல முறை திரும்ப வாசிக்கவும் வைக்கும். நிச்சயமாக இந்நூல் ஒரு சிறந்த வாசிப்பு அனுபவத்தை ஏற்படுத்தும். பல தகவல்களைத் திரட்டியளித்த இந்நூல் ஆசிரியர் திரு. ரஜினி பிரதாப் சிங் அவர்களுக்கு நன்றிகள் பல.

திருப்பூர்
15.01.2025

அ.முகம்மது ரஃபி,
கவிஞர்.

என்னுரை

நமது வீட்டு வாசற்படியில் தொடங்கும் சாலை முடிவே இல்லாமல் நீள்கிறது எனத் திரு. சுந்தரராமசாமி அவர்கள் குறிப்பிடுவார். நீண்டு கிடக்கும் சாலைகள் அவற்றில் மேற்கொள்ளப்படும் பயணங்களுக்காக எப்பொழுதும் காத்துக் கிடக்கின்றன. பூட்டியிருக்கும் நமது மனங்களின் ரகசிய அறைகள் பயணங்களின்போது தாமாகவே திறந்து கொள்கின்றன. திறந்து கொண்ட அறையின் சுவர்களில் ஒரு மாயவிரல் பயணநினைவுகளை ஓயாமல் வரைந்துகொண்டே இருக்க, அவற்றின் எழுத்துப்பெயர்ப்புதான் இந்தத் தொகுப்பு நூலாகியிருக்கிறது.

பாண்டிய, சோழ நாடுகளின் குறுக்கிலும் நெடுக்கிலும் சுற்றித்திரிந்துவிட்டு அதேபோலச் சேர நாட்டையும் கண்டுணர வேண்டும் என்ற ஆவலில் கால் போன போக்கில் கேரளத்தின் பல்வேறு பகுதிகளில் புகுந்து புறப்பட்டபோதுதான் கேரளத்தை "GOD'S OWN COUNTRY" என்று ஏன் சொல்கிறார்கள் என்பது புரிந்தது.

கேரளப் பயணங்களின் போது இயற்கையின் பெருவீச்சும், பேரழகும் ஏற்படுத்தும் புத்துணர்வும், பதிற்றுப்பத்தைப் படித்த பிறகு இலக்கியக் கண்கொண்டு வரலாற்று நோக்கில் பார்க்கும்போது ஏற்படும் பெருமிதமும் எழுத்தாக வெளிப்பட்டு இத் தொகுப்பு உருவானது.

கடந்து சென்ற பயணங்களை அந்தந்த நேரங்களில் எழுதியதால் ஒரு டைரியைப் படிப்பது போலவே உணர்வீர்கள் என்று எண்ணுகிறேன்.

வசீகரிக்கும் இடங்கள் ரீல்ஸ் மற்றும் ஷார்ட்ஸ் போன்ற விர்ச்சுவல் மீடியா வழியே நமது விழிகளில் அழகான விஷுவல் ட்ரீட்டாக விரியும் குறுங்காணொளிகளின் காலமிது. அவை போன்ற இடங்களை எழுத்துவடிவில் படித்துணர இத்தொகுப்பு உதவக்கூடும்.

கோயம்புத்தூர்   அன்புடன்,
15.01.2025   ரஜினி பிரதாப் சிங்.

கப்பக்கிழங்கும் கட்டஞ்சாயாவும் பின்ன ஒரு டேரும்

(தமிழ்நாட்டின் கோயம்புத்தூர், திருப்பூர், தேனி, திண்டுக்கல் மாவட்டங்களுடன் எல்லைகளைப் பகிர்ந்து கொண்டு முழுக்க முழுக்க மேற்குத் தொடர்ச்சி மலைகளில் அடுக்கடுக்கான சுவாரஸ்யங்களைக் கொண்டு அமைந்துள்ள இடுக்கி மாவட்டத்தின் ஒரு குறுக்குவெட்டுத் தோற்றம் இது!)

மூணார்

இதமான மிதமான மழைச்சாரல்...

இதைவிட வேறென்ன வேண்டும் இடுக்கி-பத்தனம்திட்ட ஏரியாக்களின் நீண்ட நெடிய மேற்குத் தொடர்ச்சி மலைகளுக்குள் ரோட்-ட்ரிப்அடித்து வர.....?

நீளமான லிஸ்ட், உயரமான கார், அகலமான டிராவல் பேக், அளவளாவ ஐந்து பேர்....அவ்வளவுதான்! உடுமலைப்பேட்டையில் இருந்து 30 ஆவது நிமிடத்தில் சின்னார் வனச்சோதனைச் சாவடியில் நுழைகையில் பொழுது மெல்லப் புலர்ந்து கொண்டிருந்தது.

வனத்துறை, காவல்துறை, ஆர்டிஓ, வணிகவரி என வரிசையாக ஒவ்வொரு செக் போஸ்டிலும் விவரங்களைப் பதிந்து, கட்டணம் செலுத்தி, நுழைவுச்சீட்டு வாங்கி மாநில

எல்லை கடந்து மீண்டும் அங்கும் இதே ∴பார்மாலிட்டிஸ் முடிக்கையில் புதியதோர் உலகுக்குள் புகுந்திருப்போம்.

வனச்சாலைகளில் யானை, புலி மற்றும் காட்டெருமைக் கூட்டங்களின் சேட்டைகளை ரீல்ஸ் மற்றும் ஷார்ட்ஸ்களில் பார்த்திருப்போமே, அவற்றில் கணிசமான எண்ணிக்கை இந்த லொகேஷனில் எடுக்கப்பட்டிருக்கும். காடும் மலையும் ஒன்றையொன்று தழுவி ஒன்றில் ஒன்று கலந்து பிணைந்து கம்பீரமாகக் காட்சியளிக்கும் சின்னார் வனவிலங்குச் சரணாலயம் வழியே பயணிப்பது ஆகப்பெரும் த்ரில்லான விஷயங்களுள் ஒன்று.

குறிப்பாக இரவுகளில் மேலிருந்து வரும் வாகன ஓட்டிகளிடம், வழியில் வனவிலங்குகளின் நடமாட்டங்கள் ஏதேனும் இருக்கிறதா எனச் சோதனைச் சாவடியில் விசாரித்துக் கொள்கிறார்கள். சமயங்களில் யானை, காட்டு எருமை போன்ற விலங்குகளின் நடமாட்டத்தால் மணிக்கணக்கில் சோதனைச் சாவடியிலேயே காத்துக் கிடக்க வேண்டி இருக்கும்.

தொலைவில் அமராவதி ஆற்றங்கரையில் உலவிக் கொண்டிருக்கும் யானைக் கூட்டங்களை மேலிருந்து பல சமயங்களில் எளிதாகப் பார்க்க முடியும். சின்னாரில் கேரள வானத்துறையினர் சில ட்ரெக்கிங் பேக்கேஜ்களை வைத்துள்ளனர். வன ஆர்வலர்களுக்கு செமத் தீனி போடும் 'ரா'வான காடான சின்னார் பெருமழைக்கும் வெள்ளத்துக்கும் பெயர் பெற்ற கேரளாவில் மிகக் குறைவாக மழை பெறும் பகுதி என்கிறார்கள்.

இங்கிருந்து மறையூர் வரை அடுத்த நாற்பது கிலோமீட்டர் தொலைவில் இடையில் எங்கும் நிறுத்துவது என்பது அறிவுப்பூர்வமான செயலாக இருக்காது என்பது சில நிமிடங்களிலேயே தெரிந்துவிடும். நாங்கள் கிளம்பிய

அடுத்தடுத்த 10 நிமிடங்களில் மூன்று இடங்களில் வெவ்வேறு யானைக் கூட்டங்களைச் சாலையோரமாகப் பார்த்து அந்தப் பிரமிப்பைப் பேசிச் சிலாகித்துக் கொண்டிருப்பதற்குள் வலப்பக்க மலைச் சரிவிலிருந்து சடாரென ஒரு காட்டெருமை அதி வேகத்தில் க்ராஸ் செய்து இடப்பக்கச் சரிவில் பாய்ந்து சென்றது.

நெஞ்சுக்குள் 'திக்' என்று இருந்தது. ஜஸ்ட் மிஸ் கேட்டகிரி அது.

ஆசுவாசப்படுத்திக் கொண்டு மெல்ல மெல்ல மேலே ஏறிக்கொண்டிருக்கக் குளிரும் கூடிக் கொண்டிருந்தது; திரில்லும் கூடவே வந்து கொண்டிருந்தது.

மறையூர் வரை வளைவுகள் ஒவ்வொன்றும் சஸ்பென்ஸுடனேயே நம்மை வரவேற்கின்றன. ஆள் நடமாட்டம் இல்லாத அற்புதமான காட்டுப் பாதையில் ஆலம்பெட்டி எக்கோ டூரிசம் என்று ஒரு சிறிய கட்டிடம் யாருமே இல்லாமல் தன்னந்தனியே நின்று கொண்டிருக்கிறது. இடப்பக்கமாகத் தெரியும் கிடுகிடுப் பள்ளத்தாக்கில் ஓயாத இரைச்சலுடன் சலிக்காமல் கொட்டித் தீர்த்துக் கொண்டிருக்கும் தூவானம் அருவிக்கு இங்கிருந்து ட்ரெக்கிங் கூட்டிப் போகிறார்கள். இரண்டு மூன்று மணி நேரம் நடக்கத் தெம்புள்ளவர்களும், அப்பழுக்கற்ற தனிமையை அனுபவிக்கத் துணிவுள்ளவர்களும், அழகின் பிரும்மாண்டத்தை நுகரும் ஆர்வம் உள்ளவர்களும் முதலிலேயே ஆன்லைன் மூலமாக புக் செய்து சென்று வரலாம்.

அங்கிருந்து 20 கிலோமீட்டர் தொலைவில் மறையூர் செக்போஸ்டில் என்ட்ரி போட்டுத் திரும்பினால் கரிமுட்டி அருவி எதிர்படுகிறது. நீண்ட நேரம் கழித்து மனித நடமாட்டத்தை பார்க்க முடிந்த இந்தப் பகுதியின்

சாலையோரத்தில் சமர்த்தாக விழுந்து கொண்டிருக்கும் அருவியில் 25 ரூபாய் கட்டணம் செலுத்திக் குளிக்கலாம்... ∴பன் கியாரண்டி.....!

மறையூர் முழுக்க காட்டேஜுகளும் ரிசார்ட்டுகளும் கொட்டிக் கிடக்கின்றன. இங்கிருந்து சந்தனக் காடுகளும், தேயிலைத் தோட்டங்களும் தொடங்குகின்றன. கிழக்குப் புறமாகக் காந்தளூர் செல்லும் சாலையில் சிறிது தூரத்தில் முனியறைக் குகைகளைப் பார்க்க முடியும்.

சொன்னால் வியப்பாக இருக்கும், இவை பெருங்கற்காலக் குகைகள்.....! இன்றிலிருந்து ஏறத்தாழ 5, 000-16, 000 ஆண்டுகளுக்கு இடைப்பட்ட காலத்தில் வாழ்ந்த மனிதர்களை அடக்கம் செய்த இடம் தான் இந்தக் குகைகள். ஆங்கிலத்தில் Dolmens எனப்படும் இவை முனிவர்கள் இருந்த அறை என்ற பொருளில் முனியறை எனப் பெயர் பெற்றிருக்கின்றன.

அகலமான கற்பலகைகளால் ஆன இவை, வரலாற்று ஆர்வலர்களையும் அகழாய்வாளர்களையும் உலகெங்கிலும் இருந்து ஈர்த்துக் கொண்டு அடக்க ஒடுக்கமாக நிற்கின்றன. இவை போன்ற டால்மென்கள் இந்தியாவில் மிகச் சில இடங்களில் மட்டுமே இருக்கின்றன. மிஸ் செய்யவே செய்யக்கூடாத அபூர்வமான ஸ்பாட்டுகளுள் ஒன்று இது. கொஞ்சம் கவனிப்பாரற்றுத்தான் கிடக்கிறது.... தொல்லியல் துறை இன்னும் கொஞ்சம் மெனக்கட வேண்டும்.

முனியறையிலிருந்து மறையூர் வழியாக அடுத்து எரவிகுளம் தான் நமது டார்கெட்.

புட்டு-கடலைக்கறி-கட்டஞ்சாயா.....இருக்கும் அத்தனை பொருத்தங்களும் கனகச்சிதமாகப் பொருந்திப் போகும் இந்தக் காலை உணவுக் காம்பினேஷனை மறையூரில் வஞ்சகம் இல்லாமல் வயிற்றுக்கு வார்த்து விட்டு காரைக் கிளப்பினோம்.

ஒரு பக்கம் தேயிலைத் தோட்டங்களும் மறுபக்கம் சந்தனக்காடுகளுமாக சாலை நம்மை எரவிகுளத்தை நோக்கி இதமாக அழைத்துப் போகிறது. ஆனாலும் இந்த அருவிகளுக்கு வேறு வேலையே இல்லை போலிருக்கிறது.... சும்மா சும்மா குறுக்கிட்டு நமக்குள் இருக்கும் செல்:பி மோடை செலக்ட் செய்து விடுகின்றன....!

தொடுவானத்தை முத்தமிடும் பசுமையும், சந்தனம்-தேயிலையுடன் கலந்த நறுமணமும், நெடிய நீரோடைகளின் சலசலப்பும், முழுமையாக நம்மை மூடிக்கொள்ளும் இளங்குளிரும் நமது ஐம்புலன்களையும் ஆக்டிவேட் செய்து ஒவர் டைம் பார்க்க வைக்கின்றன.

ஒரு மணி நேரம் சென்றிருக்கும்....சரேல் என்ற திருப்பம் ஒன்றில் எரவிகுளம் தேசியப் பூங்கா என்ற ஆர்ச் நம்மை வரவேற்கிறது. சிறுகடைகளும், வாகனங்களும், மக்கள் நெரிசலுமாக அந்த ஏரியாவே திமிலோகப் பட்டுக் கொண்டிருக்கிறது.

தென்னிந்தியாவின் மிக உயரமான இடமான ஆனமுடியைப் பார்க்க இங்கிருந்து தான் செல்ல வேண்டும். பார்க்கிங் கிடைத்தால் அதிர்ஷ்டம்... இல்லாவிடில் வெளியே சாலையோரம் நிறுத்திவிட்டு டிக்கெட் கவுண்டரில் க்யூவில் நிற்க வேண்டும். இணையத்தில் முன்பதிவு செய்து கொண்டால் எளிதாக இருக்கும். முன்பதிவு செய்யாமல் இரண்டு மூன்று முறை பார்க்கிங்கும் கிடைக்காமல், கிடைத்தாலும் டிக்கெட் கிடைக்காமல் திரும்பிய அனுபவங்களும் உண்டு.

பத்துச் சிற்றுந்துகள் நான்-ஸ்டாப்பாக ஷட்டில் சர்வீஸ் அடித்துக் கொண்டிருக்கின்றன. வனத்துறைப் பணியாளர்கள் அத்தனை கூட்டத்தையும் திறம்பட வரிசையாக மினி பஸ்களில் ஏற்றி அனுப்பிக் கொண்டிருக்கிறார்கள்.

அங்கிருந்து 20 நிமிடப் பயணம்..... அந்தப் பாதையும் பயணமும் ஆயுளுக்கும் நமது ஆழ்மனதில் உறைந்து விடுகின்றன. இப்படியே முடிவில்லாமல் போய்க்கொண்டே இருந்தால் எப்படி இருக்கும் என நாம் சொக்கிக் கொண்டிருக்கும்போதே ஒரிடத்தில் இறக்கி விடுகிறார்கள்.

அங்கிருந்து 30 நிமிட நடை......!

பேரழகு, முழுத் தூய்மை, பனிப்புகை, அடர் பசுமை, நீர்ப்பெருக்கு, ஆழ் அமைதி, இளஞ்சாரல், நெடும்மலை, தொடர்தூறல், மென்குளிர்..... இப்படியே சொல்லிக் கொண்டு போகலாம்....பட்டியல் இன்னும் நீளும்! ஒரே வரியில் சொல்வதானால், பேரானந்தப் பரவச நிலை அது!

அங்கிருந்து திரும்பி வரும்போது எதையோ அங்கேயே தொலைத்து விட்டு வருவது போலவும் தோன்றும்; அங்கிருந்து நாம் எதனாலேயோ நிறைந்து இருப்பது போலவும் தோன்றும்; மேஜிக் மொமென்ட்ஸ் அவை....!

அரிய உயிரினமான வரையாடுகள், வரையாட்டின் வரலாறு, நீலக்குறிஞ்சிப் பூந்தோட்டம் இவற்றையெல்லாம் இந்தச் சிறுநடையில் காண்போம். கூடவே, யானையைப் போலவே தோற்றமளிப்பதால் ஆன முடி என்று பெயர் பெற்ற 2800 மீட்டர் உயரமுடைய தென்னிந்தியாவின் மிக உயரமான முகட்டையும்.....!

நடந்து வந்து மினி பஸ்ஸுக்கு க்யூவில் நிற்கும் இடத்தில் உள்ள ஸ்டோரி ஆஃப் த பார்க் என்ற மினி மியூஸியத்தையும், அங்குள்ள கஃபேயில் கிடைக்கும் பழம் பூரிகளையும் மிஸ் செய்து விடப் போகிறீர்கள்.... கவனம்....!

மற்றொன்றும் கவனிக்க வேண்டும், குறிஞ்சி மலர்கள் சீஸனில் தான் பூக்கும். அதேபோல மார்ச்-ஏப்ரல் மாதங்கள்

வரையாடுகளின் இனப்பெருக்கக் காலமாதலால் அப்பொழுது இரவிகுளம் தேசியப் பூங்காவில் பார்வையாளர்களுக்கு அனுமதி கிடையாது.

அங்கிருந்து அரை மணி நேரத்தில் ஹனிமூனர்ஸ் பேரடைஸ் என்று ரொமான்டிக்காக அழைக்கப்படும் மூணார் அதன் முழு அழகுடனும் நம்மை வரவேற்கிறது.

முதிரப்புழ, நல்லதண்ணியாறு, குந்தல என்ற மூன்று ஆறுகளின் கூடுகையான மூணாறு, டிசம்பர்-ஜனவரி மாதங்களில் பொசுக் பொசுக்கென்று மைனஸ் டிகிரி குளிருக்குச் சென்று விடுகிறது. ஒரு மலைவாழிடத்துக்குத் தேவையான அத்தனையையும் அளவின்றிக் கொண்டிருக்கும் மூணார் அனைத்துத் தரப்பினரையும் திருப்திப்படுத்தும்.

இம்முறை நாம் மூணாறில் இருந்து 30 கிலோமீட்டர் உள்ளடங்கிக் கிடக்கும் டெட்-என்ட் ஆன ஆனக்குளத்தைத் தேர்ந்தெடுத்து வைத்திருந்தோம்.

ரிசார்ட் புக் செய்யும் போதே இருட்டுவதற்குள் வந்து விட வேண்டும் என்று எச்சரித்திருந்தார்கள்.. அந்த லொகேஷனை ஃபைனல் செய்வதற்கு இது ஒன்றே போதுமானதாக இருந்தது....!

மூணாறில் இருந்து கிளம்பிய ஐந்தாவது கிலோமீட்டரிலேயே ரிசார்ட் ஊழியர் சொன்னதன் பொருள் புரிந்து விட்டது. ஆற்றின் மறு கரையில் ஒற்றை யானை சாவகாசமாக மூங்கில் கழிகளைத் தின்று தள்ளிக் கொண்டிருந்தது. ஆற்றின் மறுகரையில் பாதுகாப்பான இடத்திலிருந்து நாங்கள் செல்ஃபி எடுத்துக் கொண்டிருந்தாலும் அது சாப்பிடுகிற சுவாரசியத்தைப் பார்த்தால் எங்களை அது சட்டை செய்ததாகவே தெரியவில்லை.

டி-எஸ்டேட்டுகளினூடே வளைவுச் சாலைகளில் போய்க்கொண்டிருக்க, ஒரிடத்தில் கும்பலாக ஏழெட்டுப் பேர் நின்று கொண்டு எதையோ சீரியஸாக வெறித்துப் பார்த்துக் கொண்டிருந்தனர். அவர்கள் நிற்கும் நிலையைப் பார்த்தால் நீண்ட நேரமாக நின்று கொண்டிருக்கிறார்கள் எனப் புரிந்தது. என்னவென்று கேட்டபோது, தூரத்தில் தெரிந்த ஏரியைக் காட்டி இந்த நேரத்துக்கு ரெகுலராக யானைக் கூட்டம் நீர் அருந்தவரும்.... காத்துக்கொண்டிருக்கிறோம் என்றார்கள். இருட்டுவதற்குள் ஆனக்குளத்தை அடைய வேண்டும் என்பதால் நிற்காமல் அடித்துப் பிடித்துக் கிளம்பி போய்ச் சேருவதற்கும் இருட்டுவதற்கும் சரியாக இருந்தது.

ரிசார்டை ஆற்றங்கரையோரமாக மிகப் பாதுகாப்பாக அமைத்திருந்தார்கள். குளிர் சில்லிட ஆரம்பித்திருந்த நேரத்தில் கேம்ப் ்பயரும், தீயில் வாட்டப்பட்ட கோழிக்கறித் துண்டங்களும், நெய்யொழுகும் சப்பாத்திகளும் குளிரின் மதிப்பைக் கூட்டிக் கொண்டிருந்தன.

கூம்பு வடிவ ஈரடுக்கு ரிசார்டின் பால்கனியில் அமர்ந்து கொண்டு, துணைக்குக் குளிரையும் வைத்துக்கொண்டு, காரிருளைக் கிழித்துக்கொண்டு சீறிப்பாய்ந்து கொண்டிருந்த வெள்ளை வெள்ளத்தின் இரைச்சலையும் பெருக்கையும் ரசிக்கும் போதே ஆனக்குளம் எங்களைக் கட்டிப்போட்டு விட்டது.

அடுத்த நாள் ஜீப் ச்்பாரி, ்பாரஸ்ட் விசிட், அருவிக்குளியல், மீன் வறுவல் எனக் களை கட்டியது. மாங்குளம், கல்லார் வட்டியார் எனத் திகட்ட திகட்ட மலைச்சாலைகளில் பயணித்து மூணார் வரும் வழியில் ஆற்றுக்காட் அருவியைப் பார்த்தே ஆக வேண்டும் என நம்முடன் வந்த நண்பர் கணேசன் அடம்பிடிக்கக் காரை அப்படியே அதல பாதாளத்தை நோக்கிக் குண்டக்க மண்டக்க என இறங்கும் கற்சாலையில்

செலுத்தி ஆற்றுக்காடு அருவியை அடைய, எங்களுக்காகவே காத்திருந்தது போலக் கைகுலுக்கி வரவேற்றது மழை.

இது குளிப்பதற்கான அருவி அல்ல. மாடத்தில் நின்று பார்த்து ரசிப்பதற்கான அருவி. கொட்டும் மழையில் குளித்துக் கொண்டிருந்த அருவியின் அழகைப் பாதி அறுத்த எலுமிச்சம் பழமும், கிள்ளிப் போட்ட இரண்டே இரண்டு புதினா இலைகளும் மிதக்க, ஆவி பறக்கும் தேநீர்க் கோப்பைகளைக் கைகளில் ஏந்தி உறிஞ்சியவாறே கண்டு உய்வது என்பதெல்லாம் கடவுள் காட்டிய கருணையென்பேன்.

ஆனக்குளத்திலிருந்து பார்க்க வேண்டிய இடங்கள் :

நம்பர் 33 வாட்டர்ஃபால்ஸ் (பெயரே அதுதான்...!),

மாங்குளம் அருவி,

பெரும்பான்குத்து அருவி,

மாங்குளம் தொங்கு பாலம்,

கழுத்து வலிக்க அண்ணாந்து உயரே பார்க்க வைக்கும் சீயப்பாற மற்றும்

வளர அருவிகள்,

வனவாழ்வைத் திகட்டத் திகட்ட அனுபவிக்க மாமலக்கண்டம் காடுகள்,

பூதத்தான்கெட்டு, பூயம் குட்டி, மூடல்மல, குட்டம்புழ, போன்ற ட்ரெக்கிங் டிராக்குகள்,

தட்டேக்காட் பறவைகள் சரணாலயம் ஆகியவை பெர்ஃபெக்ட்டான பிக்னிக் ஸ்பாட்டுகள்.

வட்ட வட

மூணாரில் இருந்து வட கிழக்காக 45 கிலோமீட்டரில் தன் இருப்பை அவ்வளவாகக் காட்டிக்கொள்ளாமல் அடக்க ஒடுக்கமாக ஆனால் அழகுப் புதையலாக வசீகரித்துக் கொண்டிருக்கும் வட்டவட நம்முடைய நெக்ஸ்ட் ஸ்பாட். ஆங்கில எழுத்து க்யூ வடிவத்தில், 20 கிலோமீட்டர் சுற்றளவு உள்ள, ஒரே ஒரு நுழைவாயில் கொண்ட மிகப்பெரிய தொட்டி போன்ற ஒரு பள்ளத்தாக்கு தான் வட்டவட.

தேயிலைப் போக்குவரத்துக்காக மூணாரில் ஒரு காலத்தில் ரெயில் பாதை இருந்திருக்கிறது. ∴போட்டோ பாயிண்ட், பொட்டானிக்கல் கார்டன், எலி∴பன்ட் பார்க், எக்கோ பாயிண்ட், மாட்டுப்பெட்டி போட் ஹவுஸ், டி ∴பேக்டரி, குந்தல ஏரி என வரிசை கட்டி நிற்கும் அட்ராக்ஷன்களை எல்லாம் கடந்தால் கடைசியாக வருவது தான் டாப்-ஸ்டேஷன் வியூ-பாயிண்ட். ரயில் நிலையம் இருந்ததால்தான் இப்பெயர்.

டாப் ஸ்டேஷன் பகுதி தமிழ்நாடு எல்லைக்குள் இருக்கிறது என்பது பலருக்கும் புதுமையாக இருக்கும். டாப்-ஸ்டேஷனுக்குள் நுழையாமல் சற்று இடப்புறமாகத் திரும்பினால் பாம்பாடும் சோலை நுழைவு வாயில் வரும்.

இங்குள்ள சோதனைச் சாவடியில் என்ட்ரி போட வேண்டும். ரிசார்ட் புக் செய்யப்பட்டுள்ளதா என விசாரிக்கிறார்கள்; இடையில் எங்கும் நிற்கக்கூடாது எனக் கடுமையாக எச்சரித்து வட்ட வட செல்ல அனுமதிக்கிறார்கள்.

சோதனைச் சாவடிக்கு வலப்புறமாக ஒரு சாலை செல்கிறது. பேரிஜம் வழியாகக் கொடைக்கானல் செல்லும் இச்சாலை ஒரு காலத்தில் எஸ்கேப் ரோடு என்று அழைக்கப்பட்டிருந்திருக்கிறது. இரண்டாம் உலகப்போர்க் காலத்தில் ஜப்பான் சென்னையைத் தாக்கலாம் என்ற அச்சத்தில்

ஆங்கிலேயர்கள் சென்னையிலிருந்து கொடைக்கானல் வழியே மூணார் வந்து கொச்சின் சென்று கடற்கரை வழியாக பிரிட்டனுக்குத் தப்பித்து விடப் பயன்படுத்தியதால் இந்தப் பெயர் வந்தது என்பது வரலாறு. இப்பொழுது இந்தச் சாலை பயன்பாட்டில் இல்லை. பாம்பாடும் சோலையிலிருந்து சிறிது தொலைவு மட்டுமே செல்ல முடியும் அதற்குப் பிறகு சாலை முழுவதுமாக பழுதடைந்து கிடக்கிறது.

நாம் பாம்பாடும்சோலை வனப் பகுதிக்குள் வட்ட வடையை நோக்கி உற்சாகமாகச் செல்ல ஏதோ ஒரு கனவுலகத்திற்குள் நுழைவது போலவே இருந்தது. எனக்கு மட்டும்தான் அப்படித் தெரிகிறதோ என நினைத்தால், என்னுடன் வந்த எல்லோருக்குமே அப்படித்தான் தெரிந்திருக்கிறது. ஸ்விஸ் நாட்டு ஸ்பாட்டுகளின் ஸ்க்ரீன்சேவர் இமேஜஸ் நிறையப் பார்த்திருப்போமே... அப்படி ஒரு பிக்சர் பெர்ஃபெக்டான லொகேஷன்.

நிறுத்திப் பார்த்தே ஆக வேண்டும் என்று கண்களும், செல்ஃபி எடுத்தே ஆக வேண்டும் என்று கைகளும் கொடுத்த கட்டளைகளை மூளை கால்களுக்குக் கடத்த, பிரேக்கை மிதிக்காமல் கால்களைக் கட்டுப்படுத்துவது பெரும்பாடாக இருந்தது.

வட்டவடயின் நுழைவு வாயிலில் உயரமான கிராண்டிஸ் மரங்கள் அடர்ந்த காடுகளினிடையே டென்ட் அடித்துத் தங்குவதே நமது திட்டம். டென்ட் ரெடியான சில நிமிடங்களிலேயே இருளும் குளிரும் போட்டி போட்டுக் கொண்டு அந்தச் சூழ்நிலையை அட்வென்ச்சர் மோடின் அடுத்த கட்டத்துக்கு நகர்த்திக் கொண்டிருந்தன.

கடுங்குளிர் உடலைத் தொளைக்க, கால்கள் கேம்ப் ஃபயரை நோக்கி அனிச்சையாக நகர்ந்தன. வெம்மை தான் அன்று

எங்கள் முதன்மையான உணவு. போனால் போகிறது என்று மிளகுப் பிரட்டலுடனான கோழிக்கறி வறுவலையும், வெண்ணெய் தடவிய தந்தூரி ரோடிகளையும், மஞ்சள் கரு உடையாமல் பாதியில் திருப்பி எடுக்கப்பட்ட ஆஃப் ஃப்ரைட் முட்டைகள் சிலவற்றையும் விழுங்கி விட்டுக் கூடாரத்துக்குப் போனோம்.

பகலில் சூரிய ஒளி கூட ஊடுருவப் போராடும் அளவு நெருக்கமான ஓங்கி உயர்ந்த மரங்களாலான காடு. அங்கு அமைக்கப்பட்ட டென்ட் ஒவ்வொன்றும் இரண்டு பேர் படுத்துக் கொள்வதற்குப் போதுமானதாக இருந்தது. கூடாரத்தின் அனைத்து ஜிப்பர்களையும் இறுக்க மூடி, ஜிப்பர் பிளாங்க்கெட்டுகளுக்குள் நுழைந்து நமது உடலை முழுவதுமாக கவர் செய்த பின் தான் சற்றுக் கதகதப்பாக இருந்தது.

ஆழ்ந்த உறக்கம்தான்.... ஆனாலும் நாலாப்புறமும் விடிய விடிய இனம் புரியாத கானக ஒலிகள் விதவிதமாகக் கேட்பதை உணர முடிந்தது. சூரியன் இன்னும் சற்று நேரத்தில் உதித்து விடும், அதற்குள் முழுவதையும் கொட்டித் தீர்த்து விட வேண்டும் என நினைத்திருக்குமோ என்னவோ, அதிகாலை நெருங்க நெருங்கக் குளிர் ஊழிக்கூத்தாட ஆரம்பித்திருந்தது. குளிரைத் தடுத்து நிறுத்த ஜிப்பர் ப்ளாங்க்கெட் கடுமையாகப் போராடிக் கொண்டிருந்தது. பார்ப்பதற்கு இந்தப் போராட்டம் நமக்கு சுவாரஸ்யமாக இருந்தது.

சுகமாக விடிந்தது; ஆனாலும் குளிராக இருந்தது.

நூல் புட்டுகளும், காய்கறிக் குருமாவும் காலையில் வேகமாகக் காலியாகின. மொத்த வட்டவடப் பகுதியையும் 5 மணி நேரத்தில் கவர் செய்து விடும் அளவு ஒரு ஜீப் சஃபாரியை ஏற்பாடு செய்திருந்தோம். ஆஃப் ரோடு தான் பெரும்பாலும்.

கரடு முரடான கற்சாலைகளில் குலுங்கித் தளும்பி டயர் போனபோக்கில் போய்க்கொண்டிருந்தது ஜீப்.

சிலந்தியார் அருவி என்ற இடத்திற்கு முதலில் அழைத்துப் போனார்கள். ஜீப்பில் இருந்து இறங்கி நடந்து நடந்து, மீண்டும் நடந்து, மீண்டும் மீண்டும் நடந்து சென்றால் பருவப் பெண் வெட்கப்பட்டுக் கொண்டு ஒளிந்து கொள்வதைப் போல உள்ளடங்கி ஒளிந்து கொண்டு கிடந்தது சிலந்தியார் அருவி.

அருவியின் ஆக்ரோஷப் பாய்ச்சலைக் காண அலாதியாக இருந்தது. அருவியின் மற்றொரு முனைக்குச் செல்ல இருளடைந்த பாறைக்குகைகளுக்குள் மொபைல் ∴போன் வெளிச்சத்தில் தட்டுத் தடுமாறி நுழைந்து ஏறி இறங்கியது குதூகலமாக இருந்தது.

திரும்பி நடந்து வரும் வழியில் ஒரிடத்தில் உருத்திராட்ச மரங்களையும் உதிர்ந்து கிடந்த உருத்திராட்ச விதைகளையும் பார்த்தது புதிய அனுபவம்.

அங்கிருந்து ஜீப்பில் கிளம்பி அடுத்து ஒரு வியூ பாயிண்ட் செல்லும் வழியில் தூறலாக ஆரம்பித்த மழை, வியூ-பாயின்டை அடைந்த அடுத்த நொடியே வெறிபிடித்தாற் போல அரை மணி நேரம் ருத்ர தாண்டவம் ஆடி ஒரு வழியாக ஓய்ந்தது.

வியூ-பாயின்டின் விளிம்பிலிருந்த சிறு குடில் ஒன்றில் ஒரு கூட்டம் நெருக்கிப் பிடிக்க அமர்ந்தபடியும் அலைந்தபடியும் பரபரப்பாக இருக்க, என்னவென்று எட்டிப் பார்த்தோம். குட்டி சைஸ் பேக்கரி அது. சிலப்பல அரிசிப்பத்திரிகளையும் சிறுகுவளையொன்றில் கடும் கா∴பியையும் ருசி பார்த்து விட்டு வெளியே வந்து உச்சியில் இருந்து பார்க்க, மொத்த வட்ட வடப் பகுதியும் குளித்து முடித்துவிட்டுவந்து கூந்தல் உலர்த்தும் பெண்ணைப் போல ஈரஞ் சாரமாக, ∴ப்ரெஷ்ஷாகக் காட்சியளித்தது.

அடுத்து ஸ்ட்ராபெரி ஃபார்ம் விசிட் என்றார் ஜீப் டிரைவர். மழை விட்டுச் சென்றிருந்த சுவடுகளையும், சுத்தத்தையும், ஈரத்தையும் பார்த்தவாறே ஸ்ட்ராபெரி பண்ணைக்குச் சென்று சேர்ந்தோம். அவரது வீட்டு விசேஷத்திற்கு வந்திருப்பவர்களை வரவேற்பது போல எங்களை வரவேற்றார் ஃபார்ம் ஓனர். வட்ட வட ஸ்ட்ராபெரி விளைச்சலுக்குப் பெயர் பெற்றது. நிறையப் பண்ணைகளைப் பார்க்க முடியும்.

ஸ்ட்ராபெர்ரி நாற்றுகளை நடுவதிலிருந்து படிப்படியான செயல்முறைகளை முழுவதுமாகச் சுற்றிக் காட்டி விளக்கிய அவருடைய மாடுலேஷனும், பாடி லாங்குவேஜும் நம்மை ஒரு மலர்ப் படுக்கையில் படுக்க வைத்து மயிலிறகால் வருடி விடுவதைப் போல அப்படி ஒரு சொக்க வைக்கும் விதத்தில் இருந்தது.

பண்ணையின் முகப்பில் உள்ள அவரது வீட்டின் முற்றத்தில் எங்களுக்கு வீட்டுத் தயாரிப்புகளான ஆல்கஹால் கலக்காத ஸ்ட்ராபெரி ஒயின், ஸ்ட்ராபெரி ஜூஸ், கேக் போன்றவற்றைப் போதும் போதும் என்னும் அளவுக்கு டேஸ்ட் பார்க்க சாம்பிள் கொடுத்தார். எல்லா அயிட்டங்களிலும் சிலவற்றை வாங்கிக் கொண்டு கிளம்பினோம்.

வட்டவட-கோவிலூர் என்ற இந்த இரண்டு பகுதிகளுக்கும் பாம்பாடும் சோலை வழியே ஒரே ரூட்தான் உண்டு. இங்கிருந்து கடவரி என்றொரு சிற்றூர் தான் கடைசி. அங்கு செல்ல வெளி ஆட்கள் யாருக்கும் அனுமதி இல்லை. லோக்கல் ஐடி ப்ரூஃப் இருந்தால் மட்டுமே அனுமதி உண்டு என்றார்கள். கடவரியில் இருந்து கேரளா-தமிழ்நாடு எல்லையைத் தாண்டி கிளாவரை என்ற ஊர் வரை வனத்துறையினர் மட்டுமே செல்ல முடியும் என்றும் சொன்னார்கள்.

கிளாவரை தமிழ்நாட்டில் உள்ள இடம். கொடைக்கானலில் இருந்து 50 கிலோமீட்டர் தொலைவில் அமைந்துள்ள

கிளாவரைக்கு மன்னவனூர் ஏரி வழியாகக் கொடைக்கானலில் இருந்து பேருந்து வசதி உண்டு.

வட்டவட வாழ்க்கையை விட்டுவிட மனமில்லாமல் வெளியே வந்தோம். மூணார், தேவிகுளம், ஆனயிறங்கல், பூப்பாறை ஆகிய இடங்களின் வழியாக நாம் சென்ற அடுத்த லொகேஷன் ராமக்கல்மேடு. டைட்டானிக் ஹீரோ லியனார்டோ டி காப்ரியோ பார்த்துவிட்டு ராமக்கல் மேட்டினை புகழ்ந்து தள்ளிவிட்டுச் சென்றிருக்கிறார்.

மலைத்தொடர்களின் உச்சி மீது ஏறித் தேனி மாவட்டத்துக் கம்பம் பள்ளத்தாக்கின் மொத்த அழகையும், வீசிச் சூழலும் காற்றுக்கு நடுவில் நின்று பார்ப்பதுதான் ராமக்கல் மேட்டின் ஸ்பெஷாலிட்டி. பிரும்மாண்டமான குறவன் குறத்தி, ஜடாயு சிலைகள் வரை மேலேறி நடந்து வருவதற்குள் மூச்சு முட்டி விடுகிறது. காற்றின் வேறொரு பரிமாணத்தை இங்கு உணர முடிந்தது.

மூணாரில் பார்க்க வேண்டிய இடங்கள்:

இதமான மாலைப் பொழுதுகளை அனுபவிக்க ரம்மியமான ப்ளாஸம் பார்க்,

படகுத்துறையுடன் கூடிய அமைதியான ஏரிக்கரையில் நின்று கொண்டு உரத்த குரலில் கத்துவதைத் துல்லியமாக எதிரொலிக்கும் மலைத்தொடர்கள் இருக்கும் எக்கோ பாயிண்ட்,

பச்சை மெத்தைகளை அடுக்கடுக்காக மலைச்சரிவில் நிரப்பியது போன்ற பின்னணியில் எந்த நேரமும் திரண்டு பொழிய ரெடியாக இருக்கும் கருமேகங்கள் சூழ்ந்த செல்:ஃபி பிரியர்களின் சொர்க்கமான ஃபோட்டோ பாயிண்ட்,

அலைகளற்ற மென்மையான நீர்ப்பரப்பைக் கொண்ட எழில்மிகு ஏரியில் படகுச் சவாரி செல்வதற்குச் செங்குளம்,

த்ரில் விரும்பிகளுக்கான ஸ்பீடு போட்டிங் மற்றும் குழுவாகச் செல்ல பான்டூன் வகைப் படகுகள் உள்ள மாட்டுப்பெட்டி,

கொச்சியில் போல்காட்டி பேலஸ் அமைந்துள்ள வேம்பநாட்டு ஏரியின் முகத்துவாரத்தில் இருந்து மூணாரின் மாட்டுப்பெட்டி வரை Seaplane எனப்படும் நீர்விமான சேவை தொடங்க இருக்கிறார்கள். முப்பது நிமிடங்களில் மாட்டுப்பெட்டி ஏரியில் தா

தண்ணீரில் லேன்டிங் (சாரி...வாட்டரிங் என வைத்துக்கொள்ளலாமா....) ஆகி விடுகிறது. 30 பேர் வரை பயணிக்கலாம்.

மலை விளைபொருட்களுக்கான ஷாப்பிங் மற்றும் தேயிலையிலிருந்து படிப்படியாகத் தேயிலைத் தூள் தயாரிக்கப்படும் செயல்முறைகளைப் பார்ப்பதற்கான டீ ∴பேக்டரி விசிட்டுகள்,

மிரட்டும் பள்ளத்தாக்குகளும், மேகக் கூட்டமுமாய் மீண்டும் மீண்டும் நம்மை வரச் சொல்லித் தூண்டும் சுவாரஸ்யமான வரலாறு கொண்ட டாப் ஸ்டேஷன்,

மலைப்பாங்கான உள்ளடங்கிய பகுதிகளில் நின்று நிதானமாகப் படகுப்பயணம் செய்யக்கூடிய குந்தல அணை,

பாரம்பரியமிக்க கதக்களி மற்றும் களரிக்கலைகளை லைவாகக் கண்டு ரசிக்க ஆர்ட் தியேட்டர் ஷோக்கள்,

சாக்லெட் ∴பேக்டரிகள்,

ரோஸ் கார்டன், யானைச் சவாரி, போதமேடு வியூ பாயின்ட்

இவை எல்லாம் மூணாரின் பியூட்டி

ஸ்பாட்டுகள். குறித்துவைத்துக் கொள்ளவும்.

தேக்கடி என்றொரு தெவிட்டாத இன்பம்

தேக்கடி என்றதும் அதன் உலகப் புகழ் பெற்ற போட்டிங் தான் எல்லோருக்கும் நினைவுக்கு வரும். அதையும் தாண்டி ஏகப்பட்ட ஆக்டிவிட்டீஸ் அங்கு உண்டு.

கார்டன் விசிட்டுகள்,
அருவிகள்,
வியூ பாயிண்ட்டுகள்,
ஆஃப் ரோடு ஜீப் சஃபாரி,
ரோஸ் கார்டன், யானை சவாரி,
களரி, கதக்களி, ட்ரைபல் டான்ஸ் லைவ் ஷோக்கள் நடக்கும்
ஆர்ட் தியேட்டர்கள்,
மிட் நைட் ட்ரெக்கிங்,
ஃபாரஸ்ட் ஸ்டே,
ஃபுல் டே ட்ரெக்கிங் பேக்கேஜ்,
3 நாள் ட்ரெக்கிங் பேக்கேஜ்
என வெரைட்டியான, செமத்தியான ஆப்ஷன்கள் உண்டு.

நைட் ட்ரெக்கிங்கில் மாலை 7-10, இரவு 10-1, நள்ளிரவு 1-4 என மூன்று டைம் ஸ்லாட்டுகள் உண்டு. நாம் நள்ளிரவு 1-4 ஸ்லாட்டை செலக்ட் செய்திருந்தோம்.

கோவையிலிருந்து மாலை கிளம்பி இரவு பதினொரு மணிக்கெல்லாம் புக் செய்திருந்த காட்டேஜுக்கு வந்து சேர்ந்த பிறகு ஒன்றரை மணி நேரம் சின்னதொரு ரெஸ்ட். நள்ளிரவு 12: 45 மணிக்கு தேக்கடியில் உள்ள கேரள அரசின் சுற்றுலா மையமான Bamboo Grove இல் ரிப்போர்ட் செய்யச் சொல்லி இருந்தார்கள்.

இதில் என்ன பியூட்டி என்றால் நாம் ஆன்லைனில் புக் செய்யும் போது,

ஐந்தாம் தேதி மாலை கிளம்புகிறோம், 10 மணிக்குள் போய்ச் சேர்வது கஷ்டம், அதனால் நள்ளிரவு ஒரு மணி ஸ்லாட்டை புக் செய்யலாம் என முடிவு செய்து ஆன்லைனில் புக்கிங் முடித்தோம்.

ஆனால் நள்ளிரவு 12 மணிக்குப் பிறகு ஆறாம் தேதி ஆகிவிடும் என்பது அந்த நேரத்தில் நமக்குத் தோன்றவில்லை. அதனால் முதல் நாள் இரவே ஒன்பதரை மணிக்கு கைடு கால் செய்து எங்கே வந்து கொண்டிருக்கிறீர்கள் என்று கேட்டார்.

ஷாக்கான நமக்கு ஒன்றும் புரியவில்லை. பிறகுதான் நமது தவறு உறைத்தது. எல்லோரும் இதே தவறைத் தான் செய்கிறார்கள் என்று அடுத்த நாளுக்கு மாற்றித் தந்தார்.

அன்றைய நாளில் நான்கு பேர் கொண்ட எங்களது குழு மட்டும்தான் அந்த ஸ்லாட்டில் இருந்தது. 12:45 மணிக்கு முன்பாகவே ஆஜராகி ∴பார்மாலிட்டீஸ் முடித்தோம். அட்டைகளில் இருந்து தப்பிக்க முழங்கால் வரை கவர் செய்யக்கூடிய லீச் சாக்ஸ், டார்ச் லைட் போன்றவற்றைக் கொடுத்தார்கள்.

சரியாக ஒரு மணிக்கு நடக்கத் தொடங்கினோம். டார்க் கலர் டிரஸ் கோடில் வரச் சொல்லி இருந்தார்கள்.

முன்னால் ஒரு கைடு, பின்னால் துப்பாக்கியுடன் ஒரு வனக்காவலர்.

நிலவொளி இல்லாத தேய்பிறைக் காலமாதலால் கும்மிருட்டில் தட்டுத் தடுமாறி நடந்து கொண்டிருந்தோம்.

செம த்ரில்லான ட்ரெக்கிங் அது.

பதினைந்து நிமிடங்களுக்குள் திக்குத் தெரியாத அத்துவானக் காட்டுக்குள் இருந்தோம். கண்ணைக் கட்டிக் காட்டுக்குள் விடுவது என்றால் என்னவென்று அப்போதுதான் புரிந்தது.

PTR எனப்படும் இந்தப் பெரியார் டைகர் ரிசர்வ் ஆயிரம் சதுர கிலோமீட்டர் பரப்பளவு உள்ள மிகப்பெரும் மலைக்காடு.

ஏறத்தாழ 70 புலிகள் இருக்கலாம் எனக் கணிக்கிறேன். அடுத்த டைகர் சென்சஸில் தெரியும். அது தவிர நூற்றுக்கணக்கான யானைகள், காட்டெருமைகள், வெள்ளைப் புலிகள், சாம்பார் மான்கள், Malabar grey hornbill, Nilgiri wood pigeon, Blue-winged parakeet, Nilgiri flycatcher, Crimson-backed sunbird, White-bellied redstart, Black-necked stork, வரையாடு, சிங்க வால் குரங்கு, பறக்கும் அணில், காட்டுப் பன்றி, மர அணில், லங்கூர், பன்னூறு வகைத் தாவரங்கள்

எனக் காணுயிர் வாழ்க்கை செறிந்த இந்தியாவின் முக்கியமான சரணாலயங்களில் ஒன்று இது.

வழிகாட்டிகள் இருவருக்கும் காற்றின் மூலை முடுக்கு, சந்து பொந்தெல்லாம் அத்துப்படியாக இருந்தது. ஆங்காங்கு மான்கள் மற்றும் குரங்குகள் குறுக்கிலும் மறுக்கிலும் ஓடிக்கொண்டிருந்தன. அயலார் வரவையும், மனித நடமாட்டத்தையும் உணர்ந்து கொண்ட விலங்குகள் மற்ற விலங்குகளுக்கும் இந்தச் செய்தியைக் கடத்தி அவற்றின் மொழியில் எச்சரிக்கின்றன.

புல்வெளி ஒன்று எதிர்ப்பட்டது. அங்கே காட்டெருமைகள் தூங்கும் அழகே தனி.

4 காட்டெருமைகள் நான்கு திசைகளிலும் நேராக நின்று காவல் காக்க நடுவில் சில காட்டெருமைகள் தூங்குகின்றன. முறை வைத்துக் காவலும், தூக்கமும் தொடர்கின்றன.

காட்டில் இரவின் ஒலி இனம் புரியாததாகவும், இனிமையாகவும் அதே நேரம் அச்சமூட்டுவதாகவும் இருக்கிறது. ஆங்காங்கு விலங்குகளின் கண்கள் நமது டார்ச் விளக்கொளியில் பட்டு ஜொலிஜொலிக்கின்றன. பறவைகளின் இறக்கைகள் ஏற்படுத்தும் சடசடவென்ற சத்தம், மரத்துக்கு மரம் தாவும் குரங்குகளின் சத்தம், எங்கோ கேட்கும் ஓநாய், நரிகளின் ஊளை என வித விதமான ஒலிகள், சில்லென்ற குளிர்ந்த காற்றில் எப்போதும் கலந்திருக்கும் ஒர் எச்சரிக்கை உணர்வு என அஃதொரு மறக்க முடியாத அனுபவம்.

அதிகாலை 4 மணிக்குப் புறப்பட்ட இடத்திற்கே திரும்பக் கொண்டு வந்து சேர்த்தார்கள். சுகமான காஃபிக்குப் பிறகு அறைக்குத் திரும்பியதும் தூக்கம் கண்ணைச் சுழற்றிக் கொண்டு வந்தது.

படகுச் சவாரிக்குக் காலை 7:00 மணி, 9:00 மணி, 11:00 மணி பிற்பகல் 01:00 மணி, 03:00 மணி என ஸ்லாட்டுகள் இருக்கின்றன. பெரியார் ஏரியில் ஒன்றரை மணி நேரம் படகுப் பயணம். அதிர்ஷ்டம் இருந்தால் வனவிலங்குகளைப் பார்க்க முடியும். மிக ரம்மியமான இந்தப் படகு சவாரி வேர்ல்ட் ஃபேமஸ்.

Bamboo Grove இல் இருந்து 7 கிலோமீட்டர் தொலைவில் உள்ள படகுத் துறைக்கு 12 பஸ்கள் ஷட்டில் சர்வீஸ் அடிக்கின்றன.

நடந்து போக விரும்புவர்கள் Pug Mark Trail எனப்படும் Self Guided Trekking புக் செய்தால் காட்டுப் பாதையில் நடந்து செல்லலாம். புதுவித அனுபவமாக இருக்கும். சுற்றுலாத் துறையின் ஹோட்டல்களான வனப்பாதையில் இருக்கும் பெரியார் ஹவுஸ் அல்லது ஏரிக்கரையில் இருக்கும் லேக் பேலஸ் போன்றவற்றில் தங்குவது ட்ரிப்புக்கு கூடுதல் அழகைத் தரும்.

நிறைய ஸ்பைஸ் கார்டன்கள் தேக்கடியைச் சுற்றிலும் இருக்கின்றன. நூறு ரூபாய் கட்டணத்தில் முழுவதும் சுற்றிக் காட்டிப் பலவித புதுமையான அரிய தாவரங்களை விளக்கிக் கூறுகிறார்கள். வனிலா, அரபிகா, ரோபஸ்டா, லைபீரிகா காஃபி வகைகள், கிராம்பு, ஏலம், பட்டை, மிளகு, ஜாதிக்காய், லவங்கம் முதலான பணப்பயிர்களும் மூலிகைகளும் மலர்களும் வாசனைப் பயிர்களும் மரங்களும் பார்க்க வியப்பூட்டுகின்றன. அங்குள்ள ஸ்டோர்களில் நம் வீட்டுக்கு வாங்கத் தேவையானவை நிறைய இருக்கின்றன.

அவை தவிரக் குமுளிப் பகுதியில் நிறைய ஸ்பைஸ் ஸ்டோர்கள் வழிநெடுக இருக்கின்றன. மலை விளை பொருட்கள் படு ஃப்ரெஷ்ஷாகக் கிடைக்கின்றன. தேங்காய் எண்ணெயில் பொரித்த நேந்திரம் சிப்ஸ், ஹல்வா வகையறாக்கள் எல்லோருடைய ஷாப்பிங் பாஸ்கெட்டிலும் இருக்கின்றன.

ஜாதிக்காய், மிளகு, ஏலக்காய், லவங்கம் போன்ற ஏராளமான பொருட்களைக் குவித்து வைத்திருக்கிறார்கள்.நாம் வாங்கிய கடையில் மிளகையும், பட்டையையும் காட்டி இதெல்லாம் ஒரிஜினல் தானா என்று கேட்டதற்குக் கடைக்காரர் அளித்த பதில் நம்மை அசர வைத்தது. " எங்க கடை மட்டும் இல்ல சார்.... இங்க எல்லாக் கடைகளிலுமே ஒரிஜினல்தான் கிடைக்கும்....!" என்றார்.

ஏற்கனவே எடுத்து வைத்த பொருட்களுடன் பிரியாணி இலையையும் குடம்புளியையும் சேர்த்துக் கொண்டோம்.

வெளிநாட்டுச் சுற்றுலாப் பயணிகள் குவிந்து கிடக்கும் தேக்கடியில் மாலை நேரங்களில் ஆர்ட் தியேட்டர்கள் களை கட்டுகின்றன. தற்காப்புக் கலையான களரிப்பயட்டு, கேரளத்தின் பாரம்பரிய நடனமான கதக்களி, பழங்குடியினரின்

நடனம், மேஜிக் ஷோக்கள் என இந்த நிகழ்ச்சிகளில் ∴பாரினர்கள் நிரம்பி வழிகின்றனர்.

சத்திரம் வரை நான்கு மணிநேர ஆ∴ப் ரோடு ஜீப் ச∴பாரி செம ∴பன்னாக இருக்கும். மூன்று வியூ பாயிண்ட்களுக்குக் கூட்டிப்போகிறார்கள். அங்கிருந்து கிளம்பவே மனம் வராத அளவுக்கு பிரமாண்டமான அழகான மஞ்சு மூடிய மலை முகடுகள் அவை.

பிரன்டிப்பாறை அல்லது நெல்லிப்பாறை எனும் பார்டர் ஹைக்கிங், தொண்டியார் என ∴புல்டே ஹார்ட் ட்ரெக்கிங் பேக்கேஜுகள் காலை எட்டுமணிக்குத் தொடங்குகின்றன. ஒரு குழுவுக்கு அதிகபட்சம் 12 பேர். உடன் 2 கைடுகளும் துப்பாக்கியுடன் ஒரு வனக் காவலரும் வருகின்றனர்.

காலை உணவு, மதிய உணவு, குடிநீர்ப் போத்தல்கள், ஆப்பிள், ஆரஞ்சு வாழைப்பழங்கள் என ஒரு பையில் போட்டு ஆளுக்கு ஒரு பை தருகிறார்கள்.

லீச் சாக்ஸ்களை மாட்டிக்கொண்டு பையைச் சுமந்து கொண்டு நடந்தால் காடும் மலையும் நம்மைச் சில இடங்களில் மிரள வைக்கின்றன;சில இடங்களில் குதூகலிக்க வைக்கின்றன; சில இடங்களில் டயர்டாக வைக்கின்றன;சில இடங்களில் சொக்க வைக்கின்றன ;சில இடங்களில் வியக்க வைக்கின்றன.

9 மணிக்கு மிகப் பெரும் புல்வெளியை ஒட்டிய காட்டில் பிரெக்∴பஸ்ட் பேக்கைப் பிரித்தால் வெஜிடபிள் சாண்ட்விச்சும் வாழைப்பழங்களும்....!

மீண்டும் நடந்தால் ஏறி இறங்கி, இறங்கி ஏறிக் குறுக்கிடும் ஓடைகளைக் கடந்து அருவிகளில் முகம் கழுவி, ஆங்காங்கு சிறு ஓய்வெடுத்து நாம் கொண்டு போயிருந்த டார்க் சாக்லேட் அல்லது பிஸ்கட்டுகளைச் சாப்பிட்டு மலையை நெடுக்கு

வாக்கிலும், காட்டைக் குறுக்கு வாக்கிலும் ஊடறுத்து நடந்து கொண்டே இருக்க மதியம் ஒரு மணிக்கு மலை மீது இருக்கும் சிறு ∴பாரெஸ்ட் கேம்ப்பில் ஒரு மணி நேர ஓய்வு.

டிபன் பாக்ஸைப் பிரித்தால் நெய்ச் சோறும், சென்னா மசாலாவும் மதிய உணவுக்காகக் கட்டிக் கொடுத்திருந்தனர். சாப்பிட்டு ஓடையில் கை அலம்பிச் சற்று ஓய்வெடுத்துப் பின் மீண்டும் நடை.

வழியில் யானைகள், காட்டெருமைகள், மான்கள் உட்படப் பலவித விலங்குகள், பறவைகள், தாவரங்கள் என Flora and Fauna Rich காடு அது.

மொத்தம் 17 கிலோமீட்டர் தொலைவு. உடல் சற்றுக் களைப்படைந்தாலும் மனம் மலர்ந்து இருந்தது.

கண்ணகி கோவில் எனப்படும் மங்களாதேவி கோவில் காவியப் புகழ் பெற்றது மட்டுமின்றிப் பல நூற்றாண்டுப் பழைமை மிக்கது. ஆண்டுக்கொருமுறை சித்திரை மாத முழு நிலவு நாளன்று மட்டும் பார்வையாளர்களும் பற்றாளர்களும் அனுமதிக்கப்படுகின்றனர். ஜீப்புகளில் செல்லலாம். லோயர் கேம்ப்பில் இருந்து நடந்து சென்றால் இன்னும் அலாதியாக இருக்கும்.

நவம்பர் மாதத்தைத் 'தண்ணி மாசம்' என்கிறார்கள். அந்த மாதத்தில் மாலை மயங்குவதற்குள்ளாகவே மழை தனது கடமையைத் தவறாமல் செய்து விட்டுப் போகிறது.

"தார்மாலை மார்ப தனிமை பொறுக்குமோ

கார்மாலை கண்கூடும் போது " என்று முடியும் செய்யுளைப் புலவர் இங்குதான் எங்கோ இருந்தவாறு இரண்டாயிரம் ஆண்டுகளுக்கு முன்பு எழுதியிருப்பார் என நினைக்கிறேன். மழையை அந்தப் பாடலுடன் இணைத்து நினைத்துப்

பார்க்கவே பேரானந்தம் பெருக்கெடுக்கும்போது அந்தப் பாவினை வடித்தபோது புலவர் எய்தியிருந்திருக்கக்கூடிய புளகாங்கிததை ஒருவாறு ஊகிக்க முடிகிறது.

செவன் ஸ்டார் ஹோட்டல்களில் இருந்து 700 ரூபாய் ரூம்கள் வரை பல்வேறு விலைகளில், தரங்களில் விதவிதமான ஹோட்டல்கள், காட்டேஜ்கள், ரிசார்டுகள் தேக்கடியில் குவிந்து கிடக்கின்றன.

தென்னிந்திய, வட இந்திய, கான்டினென்டல் உணவகங்கள், ஆன்டிக், ஸ்பைசஸ் ஷாப்பிங் எனத் தேக்கடி ஒரு பக்கா பேக்கேஜ்.

மான்தூன் டூரிஸத்துக்கு பெர்ஃபெக்டான லொகேஷனான தேக்கடி மழைக்காலங்களில் அழகின் உச்சத்தில் இருக்கும்.

தேக்கடியில் இருந்து ஒன்றிரண்டு மணி நேரங்களில் முண்டக்காயம் Ghats, வாகமன், கவி இக்கோ டூரிசம், பருந்தும்பாற, பாஞ்சாலி மேடு, மஞ்சுமலை, வலஞ்சங்கானம் அருவி, ம்லாமல அருவி, செல்லார் கோயில், ராமக்கல் மேடு, அருவிக்குழி வியூ பாயின்ட்டுகள் என டூரிஸ்ட் ஸ்பாட்டுகளுக்குப் பஞ்சமே இல்லை.

தேனியில் இருந்து தேக்கடி வழியே கோட்டயம் வரை சும்மா ஒரு முறை பேருந்தில் சென்று வந்தாலே போதும், சுகமாக இருக்கும்.....!

இடுக்கி டவுன்ஷிப்பில் இருந்து பார்க்க வேண்டிய இடங்கள்:

இடுக்கி நீர்மின் திட்டத்துக்காக உருவாக்கப்பட்ட மூன்று மிகப்பெரும் அணைகளான ஆசியாவின் உயரமான ஆர்ச் அணை என்று கூறப்படும் இடுக்கி அணையும், கேரளாவின் உயரமான கிராவிட்டி அணையான செறுத்தோனி அணையும், மிக நீளமான குலமாவு அணையும் பிரமிப்பூட்டக் கூடியவை.

செறுத்தோனி அணை மீது அமைந்துள்ள செம க்யூட்டான ஹில்வியூ பார்க்கில் இருந்து பார்க்கும்போது வாட்டர் கலர் ஆர்ட் போல மலைகளுக்கிடையே கிடக்கும் பெரியாற்றின் வண்ணக்கோலமும், குலமாவு அணையிலிருந்து இரண்டு கிலோமீட்டர் தொலைவில் உள்ள நாடுகாணி மலையுச்சிக் காட்சிகளும் நம்மை மெஸ்மரைஸ் செய்யக்கூடியவை.

அஞ்சுருளி டனல்

இரட்டையார் அணையில் இருந்து இடுக்கி அணைக்குத் தண்ணீர் கொண்டு செல்ல ஐந்தரை கிலோமீட்டர் நீளத்துக்கு அமைக்கப்பட்ட சுரங்கப்பாதை நம் விழிகளை விரிய வைக்கும்.

கல்வாரிமலை

சறுக்கலும் வழுக்கலுமான பாறைகளைக் கொண்ட மலை மீது கவனமாக ஏறிச் சென்றால் வனவிலங்குகள் நீர் அருந்தும் ஏரிகள், ஆழமான பள்ளத்தாக்குகள், பசுமை மாறாக் காடுகள் ஆகியவற்றை மேலிருந்து பார்ப்பது இதமாக இருக்கும்.

வண்டன்மேடு:

இடுக்கி டவுன்ஷிப்பில் இருந்து 10 கிலோமீட்டர் தொலைவில் அமைந்துள்ள வண்டன் மேட்டில் ஏலத்துக்கே ஏலம் விடப்படுகிறது. இஃது உலகின் மிகப்பெரிய ஏலக்காய் ஏல மையங்களில் ஒன்றெனக் கூறப்படுகிறது. ஏலக்காய், தேயிலை, மிளகு, கிராம்பு, பட்டை போன்ற பணப்பயிர்கள் மிகுதியாக விளையும் தோட்டங்களைக் கட்டணம் செலுத்திப் பார்ப்பதோடு அரிய பறவையினங்களையும் பார்க்க முடியும். அட்வென்சர் விரும்பிகள் ட்ரெக்கிங் மற்றும் பைக் ரைட் செல்வதற்கு ஏற்ற அடர்ந்த மலைக் காடுகளும் அழகுமிகு மலைப்பாதைகளும் வண்டன்மேட்டின் மோஸ்ட் வான்டட் ப்ளேஸ்கள்.

கீழார்குத்து அருவி:

200 அடி உயரத்திலிருந்து விழும் இந்த அருவியைக் கொஞ்சலாக ரெயின்போ அருவி என்று மக்கள் அழைக்கிறார்கள். போட்டோகிரா∴பர்களின் ∴பேவரைட் ப்ளேஸான இங்கு டென்ட் அடித்துத் தங்குவதும், பழங்குடியினரைச் சந்திப்பதும், மலையேற்றமும், ட்ரெக்கிங்கும் முக்கியமான ஆக்டிவிட்டீஸ். வனவிலங்குகள் நிறைந்த கானகப் பகுதியில் வருடம் முழுவதும் கொட்டிக் கொண்டிருக்கும் இந்த அருவியின் உயரமான நீர்த்தாரைகளினூடே அடிக்கடித் தோன்றி மறையும் வானவில் ரொம்பவே ஸ்பெஷல் ∴பீலைக் கொடுக்கும்.

ரிப்பிள்ஸ் அருவி:

ரிப்பிள்ஸ் அருவி மூணாரிலிருந்து 12 கிலோ மீட்டர் தொலைவில் அமைந்துள்ளது. மூச்சுமுட்டச் செய்யுமளவு இயற்கையின் பேரழகைத் திகட்டத் திகட்ட இங்கு அனுபவிக்க முடியும்.

இடுக்கி மாவட்டத்தின் எந்தச் சாலையில் போனாலும் பத்து நிமிடங்களுக்குள் செல்∴பி எடுக்கத் தூண்டும் ஏதாவதொரு இடம் வந்துவிடுகிறது.. ஆனையாடிக்குத்து, தொம்மங்குத்து, மன்னூர்க்காடு, குத்துங்கல், சிறுதேன்மாரி, எழுதிலக்குத்து, பன்னீர்த்தடம், வட்டவன்பாற, செலச்சக்கடவு, நெல்லிக்கல்குத்து, கல்கூந்தல், நரியம்பாற, கரிம்பன்குத்து, கரிந்தருவி, புன்னயார், கொன்னியங்கல், தூவல், கனகப்புழ போன்ற அருவிகளும்,

சொக்கிரமுடி, உப்புக்குன்று, கல்லிமாலை, காற்றாடிப்பாற, கோட்டமல போன்ற வியூ பாயின்ட்களும்,

இரட்டையார் அணை, பொன்முடி அணை போன்ற அணைகளும் நிறைந்து கிடக்கின்றன.

அதிலும் பொன்முடி அணையின் கிறங்க வைக்கும் படகுச் சவாரி, தொங்குபாலத்தின் அசரடிக்கும் வியூ ஆகியவையயும், சில்லென்ற சொக்கிரமுடிச் சிகரத்தை அடைய நடந்து நடந்து தீராத ஏற்றத்தில் இரண்டு மணிநேர ட்ரெக்கிங்கும் வாவ் சொல்ல வைக்கும் இடங்கள்.

உரும்பிக்கர - நாங்க நினைச்சதை விடவும் ரொம்பவே அட்டகாசமான ஸ்பாட்.....

3500 அடி உயரத்தில் மொத்த அழகையும் ஊற்றிப் பொழிந்து கொண்டிருக்கும் உரும்பிக்கரப் பயணம் திரும்பி வந்த பிறகும் ஒரு கனவு போலவே இருக்கிறது.

மயக்கும் எழிலும், பிரமிக்க வைக்கும் பேரழகும், மலைக்க வைக்கும் வனப்புமாகத்தான் உரும்பிக்கர எங்களை வரவேற்றது. ரெகுலர் டூரிசத்தின் எந்த வரையறைக்குள்ளும் வராத உரும்பிக்கரயின் மலைமுகடுகளில் அப்படி என்ன மாயமந்திரம் இருக்கிறது எனத் தெரியவில்லை... மொத்த மனதையும் கட்டிப்போட்டு விடுகிறது.

கோவையிலிருந்து ஆறு மணி நேரத்தில் அடைந்து விடக்கூடிய இடம் ஏந்தயார். இதுதான் உரும்பிக்கரயின் ஸ்டார்ட்டிங் பாயின்ட். பாலக்காடு, திருச்சூர், அங்கமாலி, மூவாற்றுப்புழ, தொடுபுழ ஈரோட்டுப்பேட்ட என ஓர் அழகான சாலைப் பயணத்தின் முடிவில் ஏந்தயாரை அடையலாம். ஏந்தயார் ஈரோட்டுப்பேட்டயில் இருந்து 15 கிலோமீட்டர் தொலைவில்தான் உள்ளது என்றாலும் அவ்வளவு எளிதில் அங்கு சென்று விட முடியாது. மலைத்தொடர்களின் வழியாக ஏந்தையாருக்கு மூன்று ரூட்டுகள் இருக்கின்றன. Google மேப்பும் அவற்றைக் காட்டும்; அங்குள்ள மக்களும் அதே ரூட்டுகளைக் காட்டுகிறார்கள்; நெடுஞ்சாலைப் பெயர்ப்பலகைகளும் கைகாட்டிகளும் அப்படியே காட்டுகின்றன. ஆனால் ஐந்து ஆறு

கிலோ மீட்டருக்குப் பிறகு இந்த வழித்தடங்கள் அத்தனையும் வாகனங்கள் செல்லக்கூடியவையாக இல்லாமலிருந்தன. அண்மையில் பெய்திருந்த பெருமழை பெரும்பாதிப்புகளை ஏற்படுத்திவிட்டுச் சென்றிருப்பது கண்கூடாகத் தெரிந்தது. ஏந்தையாரிலிருந்து உரும்பிக்கர செல்வதற்கு ஒரு ஜீப்பை முதல் நாளே புக் செய்து வைத்திருந்தோம். அந்த டிரைவர் ஈராட்டுப்பேட்ட வந்ததும் போன் செய்யச் சொல்லி இருந்தார்.

ஈராட்டுப்பேட்ட வரை நமக்கு ரூட் அத்துபடி என்பதால் சட சடவென ஒரே மூச்சில் வந்து சேர்ந்து விட்டோம். அவருக்கு ∴போன் செய்யும் முன்பே ஏந்தையார் 15 கிலோமீட்டர் என்றொரு போர்டைப் பார்த்து விட்டதால் நமக்கு அப்பொழுது விஷயம் தெரியாமல் அதிலேயே ஜிவ்வென்று பறந்தோம். சற்றுத் தொலைவிலேயே பாதை முடிந்து பாறைகள் பல்லிளிக்கத் தொடங்கின. பெரிய ∴போர்வீல் டிரைவ் எஸ்யூவிகள், டிப்பர் லாரிகள், ஜேசிபி இயந்திரங்கள் வேண்டுமானால் செல்லலாம். திரும்பி வந்து அங்குள்ளவர்களிடம் விசாரித்து, கூகுள் மேப் பார்த்துக் கிட்டத்தட்ட 2 மணி நேரம் அதற்குள்ளாகவே சுற்றிக் கொண்டிருந்தோம். ஜீப் டிரைவர் மனோஜ் செல்போனிலேயே வழி சொல்ல அங்கு உள்ள ஆட்டோ டிரைவர்கள், மக்களிடம் ∴போனைக் கொடுத்துப் பேச வைத்து அவர்களும் கைடு செய்ய, அவ்வப்போது சிக்னலும் கட்டாகி விட, செங்குத்தாகக் கீழே இறங்கும் மலைப்பாதையில் சட் சட்டென அடுத்தடுத்துத் திரும்பும் U வடிவ வளைவுகளில் சில இடங்களில் ஓட்டும் பொழுது எனக்கு லேசாக வியர்த்தது உண்மை.

அங்கிருந்த மக்களிடமே செல்∴போனை வாங்கி மனோஜ்க்கு டயல் பண்ணிப் பேசி ஒருவழியாகிவிட்டோம். எனது மொத்த அனுபவத்திலும் இ∴தொரு ஆகப்பெரும் சவாலாக இருந்தது. இறுதியில் பூஞ்சார் சாலையைப் பிடித்து இளங்காடு எனும் இடத்தில் ஏந்தையார் மெயின் ரோட்டைப் பிடித்தோம்.

சற்றுச் சுற்றிச் செல்வதாக இருந்தாலும் ஈரோட்டுப்பேட்டயில் இருந்து காஞ்ஞிரப்பள்ளி, முண்டக்காயம் வழியே ஏந்தையார் செல்வதுதான் பாதுகாப்பான வழி. கிட்டத்தட்டப் 10 பேரிடம் வழி விசாரித்து இருப்போம். பெண்கள் உட்பட அனைவருமே மிகப் பொறுமையாக மிகுந்த அக்கறையுடன் வழிகாட்டியது மகிழ்ச்சியாக இருந்தது.

இரண்டு நாட்கள் இருந்து பார்க்க வேண்டிய இடம் உரும்பிக்கர. ஏந்தையாரில் நமது வாகனத்தை பார்க் செய்துவிட்டு அங்கிருந்து ∴போர்வீல் டிரைவ் ஜீப்பில் செல்ல வேண்டும். நமக்காக ஜீப்புடன் காத்துக் கொண்டிருந்த டிரைவர் மனோஜ் மிகுந்த ஆர்வத்துடன் நம்மை வரவேற்று முதலில் லஞ்ச் சாப்பிட வைத்தார். பிறகு ஜீப்பில் ஏற்றிக்கொண்டு ஸ்நாக்ஸ் கடையில் நிறுத்திக் குடிநீர், ஸ்நாக்ஸ் ஆகியவற்றை வாங்கிக் கொள்ளச் சொன்னார். அடுத்த 7 - 8 மணி நேரம் வெளியுலகத் தொடர்பே இருக்காது, செல்போன்களும் ரீச் ஆகாது என்பதைக் கூறினார். அருவியில் குளிக்க விரும்பினால் துண்டு, ஷார்ட்ஸ் போன்றவற்றை வாங்கிக் கொள்ளச் சொன்னார்.

ஜீப்பில் தாவி ஏறிக் கொண்டோம். அடிவயிற்றில் பட்டாம்பூச்சி பறப்பது போல ∴பீல் ஆனது உண்மை. ஜீப் சடாரென மெயின் ரோட்டிலிருந்து திரும்பியது. பக்கவாட்டில் கோட்டயம் மாவட்டத்தையும், இடுக்கி மாவட்டத்தையும் பிரிக்கும் மணிமலயாறு உற்சாகமாகப் பெருக்கெடுத்து ஓடிக் கொண்டிருந்தது. ஆற்றைக் கடந்து இடுக்கி மாவட்டத்துக்குள் நுழைந்து ஜீப் கொஞ்சம் கொஞ்சமாக மேலேற ஆரம்பித்தது. தார்ச்சாலை கொஞ்சம் கொஞ்சமாக மறைந்து மண்சாலையாகிப் பிறகு கரடு முரடான சாலையாகி மலை மீது ஏற ஆரம்பித்து வளைந்து வளைந்து சட்டென்று ஓரிடத்தில் பெரிய பெரிய கற்கள் கொட்டிக் கிடக்கும் கற்சாலையாக மாறியது. ஒரு மணி நேரம் பயணித்ததில் வெளியுலகத்தை விட்டு வெகு தூரம் வந்து விட்டிருப்பது புரிந்தது.

சுற்றிலும் காட்சி தருகின்ற மலைத்தொடர்கள் அழகை அள்ளி வீசிக் கொண்டிருந்தன. அடுத்த ஒன்றரை மணி நேரம் கற்கள் குவிந்திருந்த சாலையில் ஆங்காங்கே எல்லோரும் இறங்கிக் கற்களை அகற்றிப் பாதையைச் சரி செய்த பிறகு தொடர்ந்து பயணிக்கும் வகையில் சாலை இருந்தது. மிகச்சிறந்த டிரைவர் மனோஜ்....... அந்தச் சாலையில் ஜீப்பை ஓட்டுவதற்குத் தனி திறன் வேண்டும். அவர் வெகு லாவகமாக ஜீப்பைக் கையாண்டு கொண்டிருந்தார்.

இரண்டு பைக்குகளில் காசர்கோட்டிலிருந்து வந்திருந்த இளைஞர்கள் டாப் வியூ பாயிண்ட்டில் இருந்து திரும்பி வந்து கொண்டிருந்தனர். அங்கு கண்ட கற்பாறைகளுக்கு இடையே பைக் ஓட்டுவதற்கு அசாத்தியத் துணிச்சலும் திறமையும் வேண்டும். அதுவும் 2 மணி 2:30 மணி நேரம் ஓட்டியாக வேண்டும். அவர்கள் அப்படியொரு எக்ஸைட்மென்ட்டில் இருந்தார்கள்.

குளிர் கூடிக்கொண்டே வந்தது. பனிப்புகை சூழத் தொடங்கியிருந்தது. மலைப்பாதை நீண்டு கொண்டே சென்றது. ஜீப் சளைக்காமல் மேலே ஏறிக் கொண்டிருந்தது. இறுதியில் அந்த அற்புதமான கணமும் வந்தது.

உரும்பிக்கர டாப் வியூ பாயிண்ட்டில் நாங்கள் இறங்கியபோது வேறொரு உலகத்தில் வந்து இறங்கியது போல இருந்தது. இத்தனை தொலைவு பயணத்தை இவ்வளவு ரிஸ்க் எடுத்துக் காடும் மலையும் கரடு முரடான சாலைகளையும் கடந்து வந்தது அத்தனையும் வொர்த் என நாம் நிற்கும் இடம் உரத்துக் கூறியது.

"இதிலேயே திருப்தி ஆயிடாதீங்க.... இன்னும் இருக்கு....!" என மனோஜ் மலை முகட்டை நோக்கி ஏற ஆரம்பித்தார். ஒரு மிகப்பெரிய பாறை மேல் நின்று கொண்டு எங்களை

ஒவ்வொருவராக மேலே கைப்பிடித்துத் தூக்கி விட்டார். முதலில் ஒருவர் ஏறியதும், அவருடைய சப்போர்ட்டும் சேர்ந்து கிடைக்க ஒருவர் பாறையை பிடித்துக் கொள்ள, கைகளைக் கோத்து ஒவ்வொருவராக ஏறிப் பார்க்கும்போது இந்த உரும்பிக்கர எத்தனை ஆச்சரியங்களைத் தான் வைத்திருக்கிறது என மெய்மறந்து எவ்வளவு நேரம் அங்கு நின்று கொண்டிருந்தோம் எனத் தெரியவில்லை.

அந்த முகட்டிலிருந்து கீழே இறங்கும் போது மனோஜ் தனது தோளில் சுமந்து எங்களைக் கீழே பாதுகாப்பாக இறக்கி விட்டதை மறக்கவே முடியாது. அடுத்த மலை உச்சிக்குச் செல்ல இருந்த பாதையின் குறுக்கே ஓடும் ஆற்றின் பாலம் உடைந்து விட்டிருந்ததால் நடந்தே ஆற்றைக் கடந்து மலையுச்சியை அடைந்தோம். அதற்குள் நான்கடி தொலைவில் இருப்பவர் கூடத் தெரியாத அளவு பனி சூழ்ந்து கொண்டு விட்டது. மலை உச்சியில் தட்டையாக இருந்த பெரிய பரப்பில் சாவகாசமாக அமர்ந்து கொண்டோம். பனியுடன் காலமும் இங்கு உறைந்து விட்டது போலத் தோன்றியது. யாரும் ஒரு சொல்லும் நீண்ட நேரம் பேசிக்கொள்ளவில்லை. ஆழ்ந்த தியான நிலையில் அந்த மாய உலகில் இருந்து விடுபட்டுக் கிளம்பத் தொடங்கினோம்.

வழியில் முதலில் பாப்பானி என்ற அருவியைக் கண்டு ஆனந்தித்தோம். அதற்கடுத்து வடக்கேமலை என்ற மாபெரும் அருவியின் முன் ஜீப்பை நிறுத்தினார். கழுத்து வலிக்க, அண்ணாந்து நிமிர்ந்து பார்க்க வேண்டிய உயரத்திலிருந்து பெரும் முழக்கத்துடன் அருவி கொட்டிக் கொண்டிருந்தது. குழந்தைகள் கூடக் குளித்து மகிழ்வதற்கு ஏதுவான பாதுகாப்பான இடம் ஒன்று அமைக்கப்பட்டு இருந்தது. ஆசை தீரக் குளித்துத் தீர்க்கலாம். அப்படி ஒரு அழகுமிகு அருவியது.

அடுத்ததாகப் 15 நிமிடத்தில் வெம்ப்ளி அருவிக்கு எங்களை அழைத்துப் போனார். அடங்காத ஆர்ப்பரிப்புடன் கொட்டிக் கொண்டிருந்தது வெம்ப்ளி அருவி. அருவியில் இருந்து பாயும் நீரின் வேகத்துக்கு ஈடு கொடுக்க முடியாமல் பாதியில் இடிந்து தொங்கிக் கொண்டிருந்தது குறுகிய நடைபாலம் ஒன்று. இரண்டடி அகலத்தில் ஆக்ரோஷமான நீரோட்டத்தின் மேல் நடக்கையில் அட்ரினலின் ஓவர்டைம் வொர்க் செய்தது.

அருவியை நோக்கிப் பாறைகள் அடர்ந்த மரங்கள் ஊடாக நடந்து செல்வது அலாதியான அனுபவம். அருவியை நெருங்க நெருங்கச் சில்லென்று தெறிக்கும் சாரல் சுகமாக இருந்தது. ஆளரவம் இல்லாத அடர்ந்த காட்டுக்குள் முரட்டுத்தனமான அருவியில் முரட்டுத்தனமான குளியல். இப்பொழுது நினைத்தாலும் சற்று திகிலாகத்தான் இருக்கிறது.

அடுத்து வெள்ளைப்பாற என்று ஒரு அருவிக்கு அழைத்துச் சென்றார் மனோஜ். இது அடுத்த லெவலில் இருந்தது. ஒவ்வொரு அருவியும் ஒவ்வொரு விதத்தில் நம்மை மிரட்டும் முரட்டுத்தனத்துடனேயே இருக்கின்றன. திகட்டத் திகட்ட பிரும்மாண்டமான அருவிகளைப் பார்த்துவிட்டு மணிமலயாற்றின் கரையைப் பிடித்து சடசடவெனக் கொட்டும் மழையில் திரும்பி ஏந்தயார் வந்து சேர்ந்தோம்.

முற்றிலும் வேறான அனுபவமாக இருந்தது உரும்பிக்கரப் பயணம். திரும்பி வரும்போது எந்த ரிஸ்க்கும் வேண்டாம் என முண்டக்காயம், காஞ்ஞிரப்பள்ளி ஈராட்டுப்பேட்ட என மெயின் ரோட்டைத் தேர்ந்தெடுத்துக் கோவை வந்து சேர்ந்தோம். வீடுவரும் வரையில் கூடவே எங்களுடன் வந்து கொண்டிருந்த மழை இன்னமும் எங்கள் மனதுக்குள் பெய்து கொண்டுதான் இருக்கிறது.

கவியென்றொரு கான்மலைச் சித்திரம்

இந்த முறை கவி (GAVI) யில் தங்கியே தீருவது எனத் தீர்மானித்ததும் ஆன்லைனில் முன்பதிவு செய்துவிட்டுப் போகும்போது தேனி, குமுளி வழி திரும்பும் பொழுது தொடுபுழ, பாலக்காட்டு வழி என முடிவு செய்து நீல நிற நிசான் மேக்னைட்டில் சிலீரென்ற குளிரைத் தழுவியபடிக் கிளம்பியபோது அதிகாலை 3 மணி.

தேனியில் முழுக்க முழுக்கப் பெண்களால் நடத்தப்படும் ஒரு ஹோம்லி மெஸ்ஸில் காலை 8 மணிக்கு செம டேஸ்டான பிரேக்ஃபாஸ்ட். ஆறு ஆஃப்-பாய்ல்டு முட்டைகளை ஆர்டர் செய்துவிட்டு இரண்டு நிமிடங்கள் கழித்து இரண்டு ஆம்லெட்டுகளை ஆர்டர் செய்ததும் ஆர்டர் எடுத்த அந்தப் பெண், "இப்படிக் குழப்பினால் என்ன பண்றது... ஏற்கனவே ஆஃப் பாயில் போட்டாச்சு...!" எனச் சலித்துக் கொள்ள ஆறு ஆஃப் - பாயில்ட் போகத்தான் இந்த ஆம்லெட்டுகள் எனப் புரிய வைப்பதற்கு எக்ஸ்ட்ராவாக இரண்டு இட்லிகள் தேவைப்பட்டன.

முட்டைகளும், இட்லிகளும், தோசைகளும் நிறைந்த வயிற்றுக்கு ஒரு மணி நேரம் கழித்து உத்தம பாளையத்தில் பால்கோவாவும் காஃபியும் செம ஃபினிஷிங் டச் ஆக அமைந்தன.

லோயர் கேம்ப்பில் பென்னிகுயிக் நினைவு மண்டபம்..... அந்த மாபெரும் மனிதரின் நினைவுகளைக் கொஞ்ச நேரம் நெஞ்சில் நிறைத்துக் கொண்டு கிளம்பினோம். முல்லைப் பெரியாற்று அணை வரலாற்றை அழகுற விகடனில் விளக்கிக்

கொண்டிருக்கும் அ.வெண்ணிலாவின் நீரதிகாரத்தைப் படித்து அந்த அற்புதத்தை முழுவதுமாகத் தெரிந்து கொள்ள இந்த நேரத்தில் கேட்டுக்கொள்கிறேன்.

மலைப்பாதை தொடங்கியாயிற்று. குமுளி ஸ்டேட் பார்டரில் காரை இன்ச் இன்ச்சாகச் சோதித்து அனுப்பினார்கள். அங்கிருந்து 20 நிமிடங்களில் கோட்டயம் ரோட்டில் வண்டிப்பெரியார் டவுன் வருகிறது. அங்கிருந்து இடப்புறம் திரும்பினால் சத்திரம் செல்லும் வழி, சபரிமலைப் புல்லுமேட்டு வழி, முல்லைப் பெரியாறு அணைக்குச் செல்லும் வழி என அடுத்தடுத்து வருகின்றன. வல்லக்கடவு செக் போஸ்டில் உள்ள கவி டுரிசம் ஆபீசில் நாம் ஏற்கனவே ஆன்லைனில் புக் செய்து இருந்த பதிவுகளைக் காட்டினால் உறுதி செய்து அனுமதிச்சீட்டு தருகிறார்கள். அதைக் கொண்டு போய் வனத்துறைச் சோதனைச் சாவடியில் காட்டினால் தலைக்கு 45 ரூபாய், காருக்கு 85 ரூபாய் நுழைவுக் கட்டணம் வாங்கிக் கொண்டு ஏகப்பட்ட ∴பார்மாலிட்டீஸ் முடித்து உள்ளே அனுப்புகிறார்கள். டுரிசம் ஆ∴பீசில் சாமுவேல் என்பவரின் அப்ரோச் ரொம்ப லவ்லியாக இருந்தது.

வனத்தினூடே மலைச்சாலையில் உள்ளே செல்லச் செல்லத் த்ரில்லும் குளிரும் கூடிக் கொள்கின்றன. அடுத்தடுத்த செக் போஸ்ட்களில் செக்கிங் முடித்து ஒரு மணி நேரத்தில் கவி சூழலியல் மையத்தை அடைந்தோம். மிக இனிமையான வரவேற்புத் தருகிறார்கள்.

மக்கள் நடமாட்டப் பகுதிக்கு எந்தத் திசையில் சென்றாலும் நாற்பதில் இருந்து 100 கிலோமீட்டர் தூரம் செல்ல வேண்டிய, செல்போன் சிக்னல் கிடைக்காத, மொத்தமே 150 முதல் 200 மக்கள் வாழ்கிற, அழகிய ஆனால் ஆபத்துகள் நிறைந்த, மலைகள் சூழ்ந்த கானகப் பகுதி.

செக்-இன் ∴பார்மாலிடிஸ் முடித்து இரண்டு நாள் பேக்கேஜை மீண்டும் ஒருமுறை கனிவுடன் தெளிவாக விளக்கிச் சொல்லி முடித்துவிட்டு முதலில் லன்ச் சாப்பிட வைக்கிறார்கள். வெகு நேர்த்தியாக இன்ஸ்ட்ரக்ஷன்களைக் கொடுத்த வரவேற்பாளரின் பெயரைக்கேட்டேன். 'சியே சியே எல்லொாய்' என்றார். அதி ப்ரொ∴பஷனல் ஆக இருக்கும் ஒரு பெண்ணுக்கு இப்படி ஒரு பெயர் அமைந்துவிட்டதே என வருத்தமாக இருந்தது. நான் விழிப்பதைப் பார்த்த அவர் 'என்ட பேரு சிசிலி' என்று சொன்ன போதுதான் பெயரைச் சொல்லாமல் பெயரின் ஸ்பெல்லிங்கைச் சொல்லியிருக்கிறார் என்பது உறைத்தது. 'வியி ஆரொய் என் ஐ சியி' என்று சொல்லிவிட்டு நகர்ந்தேன்.

அழகிய ஓவியம் போன்ற நீண்டு விரிந்த ஏரிக்கரையில் பூங்காவுக்கு நடுவில் அமைந்திருந்த டைனிங் ஹால் அவ்வளவு க்யூட்டாக இருக்கிறது. முழுமையான கேரளச் சைவச் சாப்பாடு. நமக்குப் பிடித்த மோர்க் குழம்பைத் தாண்டி ரசத்துக்குச் செல்லவே வெகு நேரமாயிற்று. அதிருசியான அறுசுவையுணவு. உண்டு முடிக்கையில் நமக்கு ஒதுக்கப்பட்ட கைடு நம்மிடம் வந்து தன்னை அறிமுகப்படுத்திக் கொண்டார். அடுத்த நாள் கிளம்பும் வரை அவருடன் தான் வாழ்க்கை.....! கிரீன் மேன்ஷன் ஹவுஸ் எனப்படும் காட்டேஜுக்கு நம்மை அழைத்துப் போனார். புக் செய்யும் போதே ரொம்ப லக்ஸுரியசான காட்டேஜை எதிர்பார்க்க வேண்டாம் என வெப்சைட்டில் தெரிவித்து விடுகிறார்கள். சிம்பிளாக, அழகாக, சிறியதாக அனைத்து வசதிகளுடனும் இரண்டு அறைகள் எங்களுக்கு ஒதுக்கப்பட்டிருந்தன. மொத்த காட்டேஜைச் சுற்றிலும் மின்கம்பி வேலி அமைக்கப்பட்டிருந்தது. சற்று நேரம் ரிலாக்ஸ் செய்த பிறகு படகுச் சவாரிக்கு அழைத்துப் போனார் கைடு.

நீண்ட நாள் பிளானில் இருந்த போட்- ரைடிங். குதூகலத்துடன் ஏறி அமர்ந்தோம். "அருவி ஒன்று இருக்கிறது....குளிப்பதற்குத் தேவையான ஆடைகளை எடுத்துக் கொள்ளுங்கள்....!" என்றொரு ஸ்வீட் சர்ப்ரைஸ் கொடுத்தார் கைடு.

ஓர் இளவரசி, முழு அலங்காரத்துடன் மலர்ப் படுக்கையொன்றில் எழிலாக அமர்ந்திருப்பது போலப் பச்சைப் பட்டாடை போர்த்த மலைச்சரிவுகள் இடையில் நீலப்பட்டு விரித்தாற்போலப் பொலிவுடன் படர்ந்து கிடக்கிறது ஏரி.

அலைகள் நளினமாக அசைந்தாடும் ஏரியில் மெல்லத் துடுப்புப் படகில் நகரும்போது மனசு மொத்தமும் கிறங்கிப் போகிறது. அருவி எங்கே என ஆர்வம் அடங்காமல் கேட்கச் சற்றுப் பொறுங்கள் என சஸ்பென்ஸ் வைத்தார் கைடு.

அருகில் செல்லச் செல்லத்தான் மலைகளுக்கிடையில் வலப்புறமாக ஒரு நீர்ப் பாதை செல்வது தெரிந்தது. அதில் திரும்பியதும் பால்மழை பொழிவது போல வெண்ணிறத்தில் வழிந்து கொட்டிக் கொண்டிருந்த அருவி கண்களுக்குக் காட்சியளித்தது. அட்டைப் பூச்சிகளைக் கவனமாகத் தவிர்த்து ஆனந்தமான ஒரு குளியல்......சில்லென்ற கிளைமேட்டில் உடல் நடுங்கக் குளிரக் குளிர அருவியில் குளித்தது இதுவே முதல் முறை.....அருவிநீர் பாறையில் மோதி விழும் ஓசையைக் கேட்கும்போது,

"பாடின்னருவிப் பனிநீ ரின்னிசை
தோடமை முழவின் துதை குரலாக,
கணக் கலை யிகுக்குங் கடுங் குரற் தூம்பொடு,
மலைப் பூஞ் சாரல் வண்டு யாழாக"

என்னும் இனிமையான அகநானூற்றுப் பாடல் நினைவில் எழுந்தது.

மீண்டும் படகேறி மாலையின் அழகில் மயங்கியவாறு படகுத்துறைக்குத் திரும்பி இறங்கி வந்தால் டைனிங் ஹாலில் சுடச்சுட ரெடியாக காஃபியும் குக்கீசும் காத்துக் கொண்டிருந்தன. சுவைக்கச் சுவைக்க அஃதொரு சுகானுபவம்....

மாலை மங்கிக் கொண்டிருக்க ஏரிக்கரையில் செல்ஃபிகளைச் சுட்டுத் தள்ளிக் கொண்டு, செக்யூரிட்டிகளின் பார்வைக்கு உட்பட்டுச் சாலையில் பாலத்தின் மீது பென்னிகுய்க்கின் வரலாற்றை நினைவு கூர்ந்தவாறே காலாற நடந்து கொண்டிருந்ததை நினைத்தால் அஃதொரு மேஜிக் போல இப்பொழுதும் தோன்றுகிறது.

இரவும் மழையும் ஒரே நேரத்தில் இறங்கத் தொடங்கின. அறைக்கு வந்து சற்று ரிலாக்ஸ் செய்ததும் டின்னர் ரெடி எனக் குரல் கேட்டது. மொத்தம் 60 பேர் தங்கக்கூடிய ஸ்விஸ் காட்டேஜ் மற்றும் கிரீன்ஹவுஸ் அறைகளில் அன்று ஏறத்தாழ ஒரு 30 பேர் இருந்திருப்போம். ஃபுல்கா ரொட்டிகளும், சிக்கன் கிரேவியும், நெய்ச் சோறும், பைனாப்பிள் சாலடும், பன்னீர் பட்டர் மசாலாவும், காய்ச்சிய பசும்பாலும் குளித்த களைப்பைத் துரத்தி அடித்தன.

9 மணிக்கெல்லாம் அறையில் செட்டில் ஆகி விட்டோம். நேரம் போகப்போக, இருளும் குளிரும் அதிகம் ஆக ஆக அந்தத் தனிமையும், அமைதியும் நம்மை மெஸ்மரைஸ் செய்கின்றன.

இரவானதுமே யாரும் வெளியே வர வேண்டாம் என முதலிலேயே ஸ்ட்ரிக்டாகச் சொல்லி இருந்தார்கள்.

மின்கம்பி வேலிகளும், பாலமும், செக்யூரிட்டிகளும் சுற்றி இருக்க, செல்போன் சிக்னலும், டிவியும் இல்லாத புதியதோர் உலகில் ஆழ்ந்த உறக்கம் ஆட்கொண்டது.

கவிப் பகுதிக்குள் மட்டும் ஆயிரத்துக்கும் மேற்பட்ட யானைகள் இருப்பதாகச் சொன்னார்கள். காட்டெருமைகள், மான்களுக்குக் கணக்கு வழக்கு இல்லை. புலிகள், சிறுத்தைகளின் பேட்டை இந்தப் பிடிஆர் எனப்படும் பெரியார் டைகர் ரிசர்வ் பகுதி. வரையாடு (Nilgiri Tahr), புல்புல் (Bulbul), மீன்கொத்தி (Kingfisher), இருவாட்சி (Hornbill), சிங்கவால் குரங்கு (Lion tailed Macaque), தேன்சிட்டு (Sunbird), கருங்குரங்கு (Langur) போன்ற அரிய உயிரினங்களும், ஊர்வனவும் எண்ணிறந்து இருக்கின்றன.

காலை ஐந்தரை மணிக்கு ஷார்ப்பாக கைடு எழுப்பிவிட்டார். 6 மணிக்குச் சூடான தேநீர். 6:15 க்கு பஸ் சஃபாரி. ஒன்றரை மணி நேரம் வனப் பயணம். கூட்டம் கூட்டமாக மான்களும், யானைகளும் காட்டெருமைகளும் அங்கும் இங்கும் போவதைப் பார்க்கும் பொழுது கோவை சிங்காநல்லூர் சிக்னல் டிராஃபிக் நினைவுக்கு வந்தது.

பாதுகாப்பான இடங்கள் சிலவற்றில் இறங்கிப் பார்க்க அனுமதித்தார்கள். யூ - டர்ன் எடுக்கும் போது மென்வெயிலும், வெண்முகிலும் வானவெளியை நிரப்பியிருந்தன. யூ-டர்ன் எடுக்காமல் அப்படியே தொடர்ந்து 2 மணிநேரம் பயணித்தால் கக்கி அணை, ஆனத்தோடு அணை என இயற்கையின் கம்பீரத்தையும், பிரும்மாண்டத்தையும் உணரலாம். இதற்கு முன்பு சிறப்பு அனுமதி வாங்கி நமது காரில் இரண்டு முறையும், Forest Rider பேருந்தில் ஒரு முறையும் நாம் பயணித்ததெல்லாம் தனி அத்தியாயங்கள்.

திரும்ப வரும் வழியில் கொச்சுப்பம்பை படகுக் குழாமில் நிறுத்தினார்கள். வர்ணிக்க முடியாத அழகு.... காலம் இங்கே உறைந்து கிடப்பது போலக் காட்சியளித்தது. இயற்கையின் அழகை இஞ்ச் இஞ்சாக நுகரக்கூடிய இடம். கவியே மிகவும் உள்ளடங்கிய பகுதி .....ஆனால் கவியில் இருப்பவர்களுக்கு கொச்சு பம்பை மிக மிக உள்ளடங்கிய பகுதி.....

ஊழிப் பெருவெள்ளத்தில் இருந்து தப்பிக்க நோவா (Noah) கட்டிய பெரும்பேழை Gopher மரத்தினால் ஆனது என பைபிள் கூறுகிறது. மரத்தின் பட்டையை உரித்தால் உள்ளே ரத்தச் சிவப்பு நிறத்தில் தெரியும இந்த அரியவகை Gopher மரம் ஆசியாவிலேயே விரல் விட்டு எண்ணக் கூடிய அளவில்தான் உள்ளது என்கிறார்கள். அவற்றில் ஒன்றைக் கொச்சுப் பம்பைக்கு அருகில் காட்டினார்கள். இங்குள்ள மக்கள் இதை நிறம்பள்ளி என்கிறார்கள். மேலும் சில Gopher மரங்கள் கவியின் உள்ளடங்கிய காடுகளுக்குள் மனிதக் காலடிகள் இன்னும் படாத இடங்களில் இருக்கக்கூடும் எனக் கணிக்கிறேன்.

"விடிஞ்சு இவ்வளவு நேரமாயும் இன்னும் செல்போன் சிக்னல் வரலையே...!" என வெகு அப்பாவியாகக் கேட்ட கனகராஜ்தான் யானைகளைப் பார்த்ததும் "எப்படித் தான் யானைகள் பயமில்லாமல் இந்த காட்டுக்குள்ள இருக்கோ...!" என வியப்பு மேலிடக் கேட்டு எப்படி இப்படி எல்லாம் யோசிக்கிறார் என நம்மையும் வியக்க வைத்தார்.

திரும்பக் கொணர்ந்து இறக்கி விடுகையில் மெத்து மெத்தென்ற இட்லிகளும், உறைந்த பசுநெய்யின் இளம்மஞ்சள் நிறத்தில் ரவா கிச்சடியும், தேங்காய்ச் சட்னி, வெங்காயச் சட்னி, சாம்பார் ஆகியவற்றின் துணையுடன் சுடச்சுட மணம் வீசிக்கொண்டிருந்தன.

கூடவே, அவித்து மிளகுத்தூள் தூவப்பட்ட முட்டைகள் ஒரு குண்டானிலும், வெண்ணெய் பூசி அடுக்கப்பட்ட ரொட்டித் துண்டுகள் ஒரு ப்ளேட்டிலும், கொழுமையான நேந்திரம் பழங்கள் ஒரு கூடையிலும் சுண்டி இழுத்துக் கொண்டு இருந்தன. டீயும், காஃபியும், பாலும் அன்லிமிடெட் ஆப்ஷன்.

அடுத்த இரண்டரை மணி நேரங்களுக்கு ட்ரெக்கிங்.....கைடு முன்னே நகர, மலை மேல் ஏறிக்கொண்டிருந்தோம். ஆர்வ

மிகுதியில் அவரை முந்தி நடந்து சென்ற சில நிமிடங்களில் அப்படியே ∴ப்ரீசாகி நின்றோம். மலைச் சாரலின் மரப்புதர்களின் நடுவே மெதுவாக, வித்தியாசமாக ஏதோ அசைவதையும், நகர்வதையும் பார்த்து அசாதாரணமாக உணர்ந்தோம். அப்படியே பின்வாங்கி கைடைச் செய்கையால் அழைக்க, அவர் பரபரப்பாக வந்து எங்களை அங்கேயே இருக்கச் சொல்லிவிட்டு முன்னே சென்று பார்த்தார். ஏதேனும் விலங்குகள் என்றால், நான் என்ன செய்கிறேனோ அதை மட்டும் செய்யுங்கள்.... வேறு எதுவும் ட்ரை பண்ண வேண்டாம்.... என முன்பே எங்களுக்கு அவர் இன்ஸ்ட்ரகூஷன் கொடுத்திருந்தார். அருகில் சென்று பார்த்தால் சிங்கவால் குரங்குகள்....! அந்தப் புதருக்குள் மரம் விட்டு மரம் தாவிக் கொண்டிருந்த கருங்குரங்குகளின் அசைவு தான் அது என்பதை கைடு எங்களுக்குக் காட்டினார். அதன் பிறகு தொடர்ந்து மேலே அழைத்துச் சென்றார்.

உச்சியில் சமதளமான ஒரு புல்வெளிப் பரப்பு.....அங்கு வாகாக அமர்ந்து கொண்டு எதிரே பார்த்தால் கண்ணுக்கெட்டிய தொலைவு வரை மடிப்பு மடிப்பாக மலைகளும், பள்ளத்தாக்குகளும் நிறைந்து கிடக்கின்றன. எதிரே மலைத்தொடர்களுக்கு நடுவில் 20 கிலோமீட்டர் தொலைவில் சபரிமலைக் கோவில் அழகுறக் காட்சியளித்தது. வலப்பக்க மலையில் பத்திருபது யானைகள் சாவகாசமாக மேய்ந்து கொண்டிருந்தன. "குன்றேறி யானைப்போர் கண்டற்றால்" எனத் திருவள்ளுவர் கூறியிருப்பார். நாங்கள் குன்றேறி யானைகளின் மேய்ச்சலைக் கண்டு களித்துக் கொண்டிருந்தோம். யாருக்குமே அங்கிருந்து எழ மனம் வரவில்லை. கொண்டு போயிருந்த மில்க் ஹல்வாவைச் சுவைத்து விட்டு ஒரு வழியாக எழுந்து நடக்கத் தொடங்கினோம்.

திரும்பும் வழி வேறு..... அந்த வழியில் இருந்த ஏலக்காய்த் தோட்டத்திற்கு அழைத்துச் சென்று அதை முழுவதும்

சுற்றிக்காட்டி விளக்கிக் கூறினார் கைடு. அத்துடன் அந்த மாயப்பயணம் முடிவுக்கு வந்தது.

செக்-அவுட் செய்து வண்டிப்பெரியாரை அடைந்து கோட்டயம் செல்லும் வழியில் குட்டிக்காணம், முண்டக்காயம், காஞ்ஞிரப்பள்ளி என மேற்குத் தொடர்ச்சி மலையின் உச்சபட்ச அழகும் மொத்தமாக இருபுறங்களிலும் கொட்டிக்கிடப்பதைக் காணக் கண்கள் போதாமல், சீராகப் பெய்து கொண்டிருந்த மழையின் ஊடாகக் கடந்து ஈராட்டுப்பேட்ட, தொடுபுழ, மூவாற்றுப்புழ, பெரும்பாவூர் வழியாக அங்கமாலியில் நான்கு வழிச்சாலையில் இணைந்து திருச்சூர், பாலக்காடு வழியே கோயம்புத்தூரை அடைந்தது வரை எல்லாமே இப்பொழுதும் ஒரு கனவு போல இருக்கிறது......!

முடிவற்ற சாலை....

அஃதொரு காலைநேரத் திங்கள்கிழமை.

"சங்கரன்கோவில் பத்திரப்பதிவு அலுவலகத்தில் பத்து நிமிட வேலை ஒன்று இருக்கிறது. புதன்கிழமை போயிட்டு வந்துடலாமா...?" என அலைபேசியில் கேட்டார் நண்பர் ஆண்டனி.

கோயம்புத்தூரிலிருந்து ஆறுமணி நேரப் பயணம்.

"அப்படியா....?" என ஒரு கணம் யோசித்தேன்.

"சங்கரன்கோவிலில் பதினோரு மணிக்கெல்லாம் வேலை முடிஞ்சுடும். அப்படியே குற்றாலம் போய்க் குளிச்சிட்டு, செங்கோட்டை பார்டர் கடைல ஈவினிங் பரோட்டாவையும் சாப்ஸையும் ஒரு வெட்டு வெட்டிட்டு வரலாம்" என்று அடுத்த அஸ்திரத்தை எறிந்தார்.

இது போதாதா..."எத்தனை மணிக்குக் கிளம்பணும்..?" என்று கேட்டுவிட்டு,

"போறதுதான் போறோம்...அப்படியே தென்மலையையும் ஒரு எட்டுப் பார்த்துட்டு வந்துடலாம்" என்றேன்.

பதிலுக்கு அவர் "தென்மல போறதுன்னு ஆயிடுச்சு..அப்படியே கொல்லம் பீச்சுல கொஞ்சம் நேரம் காத்து வாங்கிட்டுக் கடல் தண்ணில கால நனைச்சுட்டு கொச்சின் வழியாக் கோயம்புத்தூர் வந்துடலாம்" என்றார்.

"கொல்லம் போறதுக்குப் பதிலா தென்மலையில் தங்கிட்டு அச்சன்கோவில் வழியா கவியப் பார்த்துட்டு வரலாம்..ரொம்ப நாளா நம்ம ப்ளான்ல இருக்கு..." என்றேன்.

"அதுவும் நல்ல ப்ளான்தான். ஆனா.... கவியையும் பார்த்துட்டு உடனே திரும்ப முடியாது.....டைம் போதாது..... தேக்கடில தங்கிட்டு அடுத்து நாள்தான் கிளம்பணும்...!" இது நண்பர் ஆண்டனி.

"அப்படின்னா.... கூட ரெண்டு பேரக் கூப்பிட்டுக்கலாம் ...!" என்று கூறி அப்பொழுதே அருமை நண்பர்கள் ஆறுமுகத்தையும் வேல்முருகன் அண்ணனையும் கான்காலில் எடுத்தேன். சொல்லி முடிக்கும் முன்னரே உற்சாகமாகச் சம்மதித்தனர்.

கூடவே வேல் அண்ணன், "மதுரை வழியாத்தானே போறோம்... அப்படியே குட்லாடம்பட்டி ஃபால்ஸ்ல ஒரு குளியலப் போட்டுட்டுப் போயிடலாம்.." என்றார்.

கோவையிலிருந்து இரவில் கிளம்புவதால் அதற்கு வாய்ப்பில்லை என்று அண்னனின் ஆர்வத்துக்கு அணைபோட்டுத் தடுத்துவிட்டு அழைப்பைத் துண்டித்தேன்.

இப்படித்தான் நண்பர் மட்டும் காலையில் கிளம்பித் தனியாகப் பேருந்தில் சங்கரன்கோவில் போய்க் கையெழுத்துப் போட்டுவிட்டு இரவோடிரவாக ஊர் திரும்புவதாக இருந்த ப்ளான், நான்கு பேருடன் மூன்றுநாள் பயணத்திட்டமாக மாறியது.

புதன்கிழமை நள்ளிரவில் சங்கரன்கோவிலை அடைந்துவிட்டோம். சில்லென்ற ஏ.சி.அறை....அடுத்த மூன்று நாட்கள் குற்றாலக் குளியல், தேன்மல, அச்சன் கோவில், கோன்னி, கவி, தேக்கடி, இடுக்கி என செம ப்ளானை நினைத்துக் குறுகுறுப்பில் தூக்கமே வரவில்லை. எப்படியோ ஒருவழியாகத் தூங்கிவிடக் காலை ஆறுமணிக்கெல்லாம் அறை ஊழியர் காஃபியுடன் வந்து நின்றார்.

குடித்துக் குளித்து ரெடியாகி அமர்ந்திருக்க, நண்பர் தனது அலுவலை முடித்துவிட்டு நண்பகலில் வந்துவிட்டார்.

சங்கரன்கோவில் வந்துவிட்டு சுல்தான்கடை பிரியாணியையும் ராஜா கடை ஹல்வாவையும் சாப்பிடாமல் போனால் ஊர்க்குத்தம் ஆகிவிடும் என்பதால் பார்சல் கட்டி எடுத்து வரச்செய்து மதிய உணவை முடித்தோம். பஞ்சு போன்று வெந்திருந்த மிருதுவான இளம் ஆட்டுக்கறித்துண்டுகள் நிரம்பிய, நெய் தெளித்த பிரியாணிக்குத் தோதாக கத்தரிக்காய் மிதக்கும் தால்சாவும், விரல்களால் விண்டு எடுக்கக் கொழூக் மொழூக் என வழுக்கி நழுவும் ஹல்வாவும் எங்கள் முன் இலையில் பரத்தியிருக்கச் சப்புக் கொட்டிச் சாப்பிட்டோம். சும்மா சொல்லக்கூடாது....அமிர்தமான ருசி.

பிரியாணி தந்த சுகத்தில் மிதந்து கொண்டே ஒன்றரை மணிநேரத்தில் குற்றாலத்தை அடைந்தோம். ஐந்தருவியில் அப்படி என்ன மாய மந்திரம் இருக்கிறதோ தெரியவில்லை.... குளிக்கக் குளிக்கப் பேரானந்தம் பொங்கி வழிந்தது. ஆஃப் சீசன்..வொர்க்கிங் டே...மதிய நேரம் ....எங்களைத் தவிர யாருமே இல்லாத அருவியில் கொட்டும் நீரில் குளிரக் குளிரக் குளித்தோம்.

உடைமாற்றிச் சுருக்கென ஒரு இஞ்சித் தேநீரை உறிஞ்சிவிட்டு அடுத்த ஒருமணி நேரத்தில் தென்மலையை அடைந்துவிட்டோம்.

செங்கோட்டையிலிருந்து கொல்லம் செல்லும் சாலை இரண்டு மலைத்தொடர்களுக்கு இடையில், கல்லடநதி ஒருபுறத்திலும் ரயில் பாதை மறுபுறத்திலுமாகப் பசுமைபொங்க வளைந்து நெளிந்து செல்கிறது. இச்சாலையில் உள்ள பத்துக்கண் பாலம் என்றொரு கம்பீரமான, நீளமான ரயில்வே பாலத்தைத் திரைப்படங்களில் பார்த்திருப்பீர்கள்..தற்போது இது பதின்மூன்று கண் பாலமாக புரமோஷன் வாங்கிவிட்டது. தென்மலையில் இச்சாலை திருவனந்தபுரத்திற்கும் கொல்லத்துக்கும் செல்ல இரண்டாகப் பிரிகிறது. தென்மல என்பதன் உண்மையான

பெயர் தேன்மல என்பதாகும். தேன் நிறையக் கிடைக்கும் மலை என்பதால் தேன்மலை என்று வழங்கப்பட்டிருக்கும் இவ்விடம் இந்தியாவின் முதல் PLANNED ECO TOURISM CENTER என்று கூறப்படுவதோடு மட்டுமின்றி உலகச் சுற்றுலாக் கழகத்தால் தேர்ந்தெடுக்கப்பட்டுள்ள சூழலியல் சுற்றுலாத் தலங்களின் பட்டியலிலும் இடம் பெற்றுள்ளது.

அடர்ந்த வனச்சூழலில் படகுச்சவாரி

வண்ணத்துப்பூச்சிப் பூங்கா

குழந்தைகள் பூங்கா

மான் பூங்கா

மர விடுதிகள்

Leisure Zone

Adventure Zone

இசைக்கேற்ப அசைந்தாடும் வண்ண நீரூற்றுகள்

"தேனூறும் தேன்மல" என்ற தலைப்பில் தமிழ், மலையாளம், ஆங்கில மொழிகளில் ஓர் அற்புதமான சூழலியல் காணொளி நிகழ்ச்சி

தேன்மல அணைக்கட்டு மற்றும் கார்டன்

செந்தூரணி வனவிலங்குச் சரணாலயம் வரையிலான அற்புதமான ட்ரெக்கிங்

அஸ்வினி, பரணி என 27 நட்சத்திரங்களையும் குறிக்கும் 27 விதமான மரங்களைக் கொண்ட நட்சத்திரவனம்...

எனத் தேன்மலையை அனுபவிக்க இரண்டு முழு நாட்களாவது தேவைப்படும்.

இம்முறை இரண்டு மணி நேரம்தான் எங்களிடம் இருந்ததால் தேன்மல அணையின் இடப்புறமாக ஏறி 360 டிகிரிக் காட்சியாக

அணையின் நீர்பிடிப்புப் பகுதி, சூழ்ந்திருந்த மலைத்தொடர்கள், சில்லென்ற க்ளைமேட் ஆகியவற்றை அனுபவித்துவிட்டு வலப்புறமாக இறங்கி விட்டோம்.

பழபஜ்ஜியும் கருந்தேநீரும் இல்லாமல் மலையாள தேசத்து மாலைப்பொழுதுகள் முழுமை அடையாது என்பதால் நால்வரும் சிலப்பல பழம்பொரிகளையும், 600 மில்லி லிட்டர் கட்டன்சாயாவையும் வயிற்றுக்குக் கொடுத்து விட்டு மீண்டும் வண்டியைக் கிளப்பினோம்.

செங்கோட்டை திரும்பும் வழியில் ஆரியங்காவு என்னுமிடத்தில் எல்லை கடக்கும் முன் வலப்புறத்தில் ஐந்து நிமிடப் பயணத்தில் பாலருவி, ரோஸ்மல என்று அட்டகாசமான பிக்னிக் ஸ்பாட்டுகள் இருக்கின்றன. அந்த இடம் வந்ததும் "உள்ளே போய்ச் சும்மா ஒரு ரவுண்ட் அடிச்சிட்டு வரலாமா...?" எனக் கேட்டேன்.

மணி ஆறைத் தாண்டியிருந்தது.

"போகலாம்.... ஆனால் ரஹமத் ஹோட்டலில் எல்லா ஐட்டமும் தீர்ந்து போய்விடும்...!" என்று விருந்து கண்களுக்கா ...வயிற்றுக்கா.... என டப் சாய்ஸ் கொடுத்தார் நண்பர்.

கண்களாவது இரண்டு இருக்கின்றன ...வயிறு பாவம் ஒன்றுதான் இருக்கிறது என வயிற்றுக்கு டிக் செய்து வண்டியை நேராக விட்டேன். ரஹமத் பார்டர் கடை வழக்கம்போலப் பரபரப்பாயிருந்தது. தேங்காய் எண்ணெயில் பொரிக்கப்பட்ட கொழுமையான கோழிக்கறியும், சிவப்பும் பிரவுனும் கலந்த நிறத்தில் உறைப்புச் சால்னாவில் ஊறிய பரோட்டாவும் சாப்பிட வண்டி கட்டி வருகின்றனர் மக்கள். திவ்யமாகக் கழிந்தது இரவுணவு. மதிய நேரம் என்றால் நாட்டுக் கோழி பிரியாணியும் சேர்ந்து சாப்பிட வாய்த்திருக்கும். இந்த ஹோட்டலின் சென்னை மற்றும் கோவைக் கிளைகளில்

இச்சுவை இல்லையே ஏன் எனக் கல்லாவில் இருந்தவரிடம் கேட்டேன்.... தண்ணீரின் சுவை தான் காரணம் என்றார்.

செங்கோட்டையில் புளியரைப்பகுதியில் மலைச்சரிவில் ஓங்கி உயர்ந்த மரங்களுக்கு இடையில் அமைந்த ரிசார்ட் ஒன்றில் அறை புக் செய்திருந்தோம். அறையை அடைந்து ஒன்பது மணிக்கெல்லாம் உறங்கத் தயாராகிவிட்டோம்.

அதிகாலை 4:00 மணிக்கு அலாரம் அலறத் தொடங்கியது.

அரை மணி நேரத்தில் பரபரவெனக் குளித்துப் புறப்பட்டு வண்டியைக் கிளப்பினோம். கும்பாவுருட்டி அருவி-அச்சன்கோவில்-கோன்னி-சித்தாறு-தண்ணித்தோடு-ஆங்கமூழி-பம்பையணை-கவி-வண்டிப்பெரியார்-குமுளி-தேக்கடி... இதுதான் எங்களது அன்றைய பயணத்திட்டம். 16 மணி நேரப் பயணம்... பெரும்பாலும் வனத்துறையிடம் அனுமதி வாங்கிச் செல்ல வேண்டிய அடர்வனப் பயணம்.

ரிசார்ட்டில் இருந்து வெளியேறி, வாகனத்துக்கு எரிபொருள் நிரப்பி அதிகாலைக் காற்றின் புத்துணர்ச்சியுடன் மீண்டும் மாநில எல்லையைக் கடக்க அச்சன்கோவில் சாலையில் மாந்தோப்புகளுக்கிடையில் காரைச் செலுத்திக் கொண்டிருந்தேன். தென்காசி-செங்கோட்டை-குற்றாலம் பகுதிகளுக்கே உண்டான அதிகாலை டிபனை பண்பொழியில் ருசிப்பது எங்கள் திட்டம். காலை நாலே முக்கால் மணி... ஒரு சிறிய வீடுபோன்ற கடையின் முன் காரை நிறுத்தி இறங்கினோம்.

சில்லென்ற பனிபூசிய குளிர்ந்த காற்று முகத்தைத் தழுவியது. பொலபொலவெனத் தூவக் கூடிய பக்குவத்தில், மணல் மணலாக வெள்ளை ரவை உப்புமாவைத் தாமரை இலையில் வைத்து ஐந்து ரூபாய்க்குத் தருகிறார்கள். வெளிப்புறம் மொறுமொறுப்பாகவும், உட்புறம் மெதுமெதுப்பாகவும் இருந்த

உளுந்து வடையும், சுரீரென்ற சூட்டுடன் தேநீரும் சேர்ந்து கொள்ள....அடடா......!

ஆசீர்வதிக்கப்பட்ட அதிகாலையாக இருந்தது அது...

சற்று நேரத்தில் கும்பாவுருட்டி செக்போஸ்டில் அனுமதி வாங்கி அருவியையும் எல்லையையும் கடந்து அச்சன்கோவில் வனப்பகுதிக்குள் நுழைந்தோம். ஆளரவமற்ற சாலையில் காலை நேரத்தில் அப்படி ஒரு த்ரில்லான பயணம். கோன்னி என்ற நகரத்தை அடைவதற்கு 10 நிமிடங்கள் முன்பு வரை மனித நடமாட்டமே இல்லாமல் இருந்த ஒரு சாலை அது. கோன்னி டவுனில் ஒன்பது மணிக்குக் காலை உணவை மெத்துமெத்தென்ற வெண் அப்பங்களும், காய்கறிகள் அடர்ந்த குருமாவும், ஆம்லெட்டும் கொண்டு உண்டு முடித்து அருகில் இருந்த யானைகள் முகாமைச் சுற்றிப் பார்த்தோம். யானைகளின் வாழ்வு முறையும் யானைகள் பராமரிக்கப்படும் விதமும் அழகோ அழகு..

கோன்னியில் உள்ள யானைகள் பயிற்சி முகாம் நீண்ட காலம் தொட்டு இயங்கி வருகிறது. மரத்தாலான கூண்டுகள் இங்கு ஸ்பெஷல்... அதனால் கோன்னியை "ஆனக் கூடிண்ட நாடு" (யானைக் கூண்டுகளின் நகரம்) என அழைக்கிறார்கள். யானைகளின் வாழ்வு முறையை விவரிக்கும் மியூசியம் ஒன்றை அழகாக வடிவமைத்து இருக்கிறார்கள். அங்கு பணிபுரியும் ஊழியர் ஒருவர் நம்முடன் வந்து மியூசியம் முழுவதையும் சுற்றிக் காட்டுகிறார். ஒவ்வொன்றையும் நுணுக்கமாக விளக்குகிறார்.

யானைகள் முகாமை விட்டு அடுத்து தண்ணித்தோடு, சித்தாறு, சீத்தாத்தோடு என மலைச்சாலையில் ஆங்கமூழியை நோக்கி மீண்டும் பயணம் தொடங்கியது. சித்தாறை அடையும்முன் புகழ்பெற்ற அடவி வனவிலங்கு

சரணாலயம் வருகிறது. நேரமில்லாததால் இம்முறை அடவியை ஸ்கிப் செய்துவிட்டோம். சித்தாற்றுக்கு முன்பாக ஒரு வளைவில் மலைச்சாலை விளிம்பில் எலுமிச்சைச்சாற்றுடன் நன்னாரி கலந்த சர்பத் ஒன்றை மட்டும் தொண்டைக்கு இதமாகக் குடித்துவிட்டு, நண்பகல் ஒருமணிக்குள் ஆங்கமூழி வன அலுவலகத்தில் அனுமதி வாங்கிவிட வேண்டும் என்பதால் காரைச் சற்று விரட்டிப் பிடித்தேன்.

ஐந்து நிமிடங்கள் தாமதித்து இருந்தாலும் அனுமதி கிடைத்து இருக்காது. ரூல்ஸை மிக ஸ்ட்ரிக்டாக ∴பாலோ செய்கிறார்கள். வண்டியை முழுவதுமாகச் சோதனை செய்து, வண்டியில் உள்ள பிளாஸ்டிக் பொருட்களை ஒன்று விடாமல் எண்ணி அனுமதிச் சீட்டில் குறித்துத் தருகிறார்கள். அதற்குள் ஆயிரம் கேள்விகள்... அந்த அலுவலகத்தில் வேலைக்கு ஆள் எடுக்கும் போது நேர்முகத்தேர்வில் கூட இத்தனை கேள்விகள் கேட்டு இருப்பார்களா என்பது சந்தேகம் தான்.

ஒரு வழியாக வண்டியைக் கிளப்பி ரிசர்வ் வனப்பகுதிக்குள் நுழைந்தோம். நுழைவாயிலிலேயே செக்போஸ்ட்.... நமது அனுமதிச் சீட்டை வாங்கிப் பார்க்கிறார்கள் ....பிளாஸ்டிக் பொருள்களை எண்ணிச் சரிபார்க்கிறார்கள். ஒரிஜினல் ஓட்டுநர் உரிமத்தைச் சோதிக்கிறார்கள். நெருப்புப் பெட்டி எதுவும் இல்லை என்பதை உறுதி செய்து கொள்கிறார்கள். மதுப்புட்டிகள் இருக்கின்றனவா எனச் சோதிக்கிறார்கள். எல்லாரையும் இறங்கச் சொல்லிச் சோதனை செய்கிறார்கள். அடுத்து மாலை 7 மணிக்கு இந்தக் காட்டை விட்டு வெளியேறும் வரை இடையில் உள்ள எல்லா செக்போஸ்ட்களிலும் இதே நடைமுறைதான். ஒரு கட்டத்தில் வண்டியில் உள்ள ஆட்களின் எண்ணிக்கையைச் சரி பார்க்கிறார்களோ இல்லையோ நாங்கள் பிளாஸ்டிக் பொருட்கள் எதையும்

வனப்பகுதிக்குள் போட்டுவிட்டோமா என்பதை அனுமதிச் சீட்டில் உள்ள எண்ணிக்கையுடன் பொருத்திப் பார்த்துக் கொள்கிறார்கள் எனத்தோன்றியது.

இந்த செக்போஸ்டில் இருந்து மிக உள்ளடங்கிய வனப்பகுதி தொடங்குகிறது. மலைத்தொடர்கள், அடர்ந்த வனம், ஆளரவமற்ற சாலை, என அமைதியாக ஆர்ப்பரிக்கும் அழகு. இடையில் தேவையில்லாமல் எங்கும் வண்டியை நிறுத்தி இறங்கி விடக் கூடாது எனச் சத்தியம் வாங்காத குறையாக எச்சரித்துத்தான் உள்ளே அனுப்பி இருக்கிறார்கள் என்பதால் எங்கும் வண்டியை நாங்கள் இடையில் நிறுத்தவில்லை ரம்மியமான சூழலில் மெய்மறக்கும் பயணம் அது.

சாலை வளைந்து வளைந்து முன்னேறிக் கொண்டிருந்தது. கிட்டத்தட்ட ஒவ்வொரு வளைவிலும் ஒரு திகில் பந்து வயிற்றில் இருந்து எழுந்து நெஞ்சு வழியாக தொண்டைக்குழி வரை வந்து எட்டிப் பார்த்துவிட்டு உள்ளே போகும்.

வழியில் ஏதேனும் யானையோ புலியோ வேறு ஏதேனும் விலங்குகளோ நின்று கொண்டிருந்தால் என்ன செய்வது என்ற படபடப்பும் கூடவே வந்து கொண்டிருந்தது.

சிறிது நேரத்தில் மூழியார் அணைப் பகுதி வந்தது. அணை முகப்பிலேயே இருந்த செக்போஸ்ட் அலுவலகத்திற்கு நான் மட்டும் இறங்கிச் சென்று "நேர்முகத்தேர்வை" முடித்துவிட்டு அங்கிருந்தவர்களிடம் மதிய உணவு பற்றி விசாரித்தேன். சரவண பவனில் அமர்ந்து கொண்டு சப்ளையரிடம் வஞ்சிரம் வறுவலும், இறால் தொக்கும் கேட்டால் அவர் என்ன ரியாக்ஷன் கொடுப்பாரோ அது போன்றதொரு ரியாக்ஷனைக் கொடுத்தார் அந்த வனக்காவலர்.

வாய்ப்பே இல்லை என்றவர் வல்லக்கடவு போனால் பஜ்ஜி, போண்டா, சாயா ஏதாவது கிடைக்கும். அதைவிட்டால்

வண்டிப்பெரியார் தான் என்றார்... அதிர்ச்சியில் உறைந்து திரும்ப எத்தனிக்கையில் அவர், "இந்த அணைப்பகுதியின் மறுபுறம் இருக்கும் நீர்மின்நிலைய அலுவலகக் கேன்டீனில் வேண்டுமானால் கேட்டுப் பாருங்கள்" என்றார். திரும்பிக் காருக்கு வந்தேன். என்ன சொன்னார்கள் என்று ஆர்வமுடன் கேட்டார்கள் பசியில் இருந்த நண்பர்கள்.

"வல்லக்கடவு போனால் கிடைக்க வாய்ப்பிருக்கிறது என்று சொன்னார்..." என்றேன்.

"அப்படியா..... அது இன்னும் எவ்வளவு தூரம்....?" என்று கேட்டார்கள்.

"நீங்கள் எல்லாரும் சீட் பெல்ட்டை இறுக்காகப் போட்டுக்கொண்டு கண்களை மூடி அமர்ந்துகொண்டால் மாலை 6 மணிக்குப் போய் விடலாம்..." என்றேன். வேல்முருகன் அண்ணன் தான் மிகவும் சந்தோஷப்பட்டார். காலையிலிருந்தே அவர் மதியம் மீன் வறுவல், மீன்குழம்புடன் ஒரு பிடி பிடிக்க வேண்டும் என்று கூறிக்கொண்டே இருந்தார். நேற்றிலிருந்து இதுவரை எங்குமே நாங்கள் மீன் சாப்பிடவில்லை. கவி ஒரு பன்னாட்டுச் சுற்றுலாத் தலம் என்று சொல்லி இருந்ததால் வேல்முருகன் அண்ணன் ஏதோ ஊட்டி, மூணார், கொடைக்கானல் போல நூற்றுக்கணக்கான ஹோட்டல்களும், உணவகங்களும் இருக்கும் போல என நினைத்துக் கொண்டு இருந்திருக்கிறார். மிகவும் நொந்து போயிருந்த நண்பர்களிடம் மின் உற்பத்தி நிலையக் கேன்டீன் சமாச்சாரத்தைச் சொன்னேன். அணையின் மறு பகுதியில் ஒரு வாய்ப்பு இருக்கிறது வாருங்கள் பார்க்கலாம் என்று ஆறுதல் கூறி அழைத்துச் சென்றேன்.

சிறிது தூரத்தில் அந்த நீர்மின் நிலையம் வந்தது. கேன்டீனில் நாள்தோறும் ஒரு பத்து இருபது பேருக்குச் சமைப்பார்கள் போலிருக்கிறது. அங்கு பணிபுரிபவர்கள் மற்றும் அலுவல்

நிமித்தமாக அங்கு வருபவர்களைத் தவிரப் பெரும்பாலும் வெளியில் இருந்து யாரும் வந்து இங்கு சாப்பிடுவதற்கு வாய்ப்பில்லை. இந்த வழியில் ஓடும் 3 அரசுப் பேருந்துகள் அல்லது எப்பொழுதாவது வரும் சுற்றுலாவாசிகள்... இவைதான் வாய்ப்பு.

உணவு தீரப் போகும் நேரத்தில் உள்ளே நுழைந்தோம். மேலும் கீழும் பார்த்துவிட்டு அமர அனுமதித்தார் கடைக்காரர். கடையின் பக்கவாட்டில் எதிரெதிராக அமரக்கூடியபடி மர பெஞ்ச் மற்றும் மேஜைகள் இரண்டு வரிசைகளில் இருந்தன. இலையைப் போட்டு மட்டை அரிசிச் சோற்றைப் பரிமாறினார். மோர்க் குழம்பை ஊற்றிப் பிசைந்து சாப்பிட, அந்த நேரத்தில் அமிர்தமாக இருந்தது. வேறு ஒன்றும் இருப்பதாகத் தெரியவில்லை வேண்டுமானால் சாப்பிடுங்கள் என்பது போலத்தான் அந்தக் கடைக்காரரின் அணுகுமுறை இருந்தது. நண்பர் குடிக்கத் தண்ணீர் கேட்டார். உள்ளறையில் இருந்து முறைத்துப் பார்ப்பது போலச் சைகையால் தண்ணீர் இருக்கும் இடத்தைக் காட்டினார்.. அடுத்து அப்பளம் கேட்க வாயைத் திறக்க இருந்த நான் அப்படியே வாயை மூடிக்கொண்டேன் ரசம், பொரியல் கூட்டு எல்லாம் காலி... அடுத்து நேராக மோர்தான்..... இருந்தாலும், பசியாற்றிய இறைவனுக்கு நன்றி சொல்லிக் கிளம்பினோம்.

சிறிது தூரத்தில் மூழியாற்றின் ஊடாகக் கடந்து மேலிருந்து கீழாகச் செங்குத்தாக இறங்கும் ராட்சதக் குழாய்கள் பதிக்கப்பட்ட பென்ஸ்டாக் என்ற இடத்தில் நிறுத்தி இறங்கினோம். ஓரிடத்திலிருந்து நீரேற்றம் செய்து மலையின் மறுமுனைக்குக் கொண்டு செல்லும் மிகப்பெரிய திட்டமது. பாதுகாப்பான இடம் என்பதால் அங்கு இறங்கிச் சில செல்::பிகளை எடுத்துக் கொண்டிருந்தோம்.

பசுமையைக் கண்களால் மட்டும் அல்ல, அதன் வாசனையை நாசியால் முகரவும் முடிந்தது. சில்லென்ற காற்றைத் தோலால் மட்டுமல்ல, பனி படர்ந்திருந்ததால் கண்களால் பார்க்கவும் முடிந்தது.

காதுகளால் ஆழ்ந்த அமைதியையும் உணரமுடிந்தது அதேநேரத்தில் கானகத்திற்கே உண்டான அற்புதமான இனம்புரியாத ஒலிகளையும் கேட்க முடிந்தது.. ஒவ்வொரு நொடியையும் ஒவ்வொரு கிலோ மீட்டரையும் ரசித்து அனுபவித்தபடி பயணித்துக் கொண்டிருந்ததில், அந்தப் பகுதியைக் கடவுள் பார்த்துப் பார்த்துப் படைத்திருப்பது புரிந்தது.

அழகின் ஆழத்தில் லயித்து, வியந்து கிடந்தோம். சட்டென மழைத் துளிகள் விழ ஆரம்பித்தன. வேக வேகமாக நடந்து காரில் ஏறிக்கொண்டு சற்று வேகமாக அடிக்க ஆரம்பித்தவுடன் கைகளை வெளியே நீட்டி உள்ளங்கையைக் குவித்து மழை நீரைப் பிடித்துச் சுவைத்தோம். ஐம்புலன்களுக்கும் விருந்தாக அமைந்தது இந்த வாகனப் பயணம்.

"கண்டுகேட்டு உண்டுயிர்த்து உற்றறியும் ஐம்புலனும்

ஒண்டொடி கண்ணே உள" எனும் திருக்குறள் எனக்கு நினைவுக்கு வந்தது. தெய்வப்புலவன் என்று சும்மாவா சொன்னார்கள் அந்த மனுஷனை...!

பெருமூச்சுடன் கிளம்பித் தொடர்ந்து பயணிக்கக் கக்கி அணைப்பகுதி கண்ணில் பட ஆரம்பித்தது. அணையை நெருங்கியதும் நிறுத்தி இறங்கி அருகில் சென்றோம். அணையின் விளிம்பில் இருந்து அந்தப் பகுதியைச் சேர்ந்த சிலர் மீன் பிடித்துக் கொண்டிருந்தார்கள். அப்படியே திரும்பி வேல்முருகன் அண்ணனைப் பார்த்தேன். மீன்களை முறைத்துப் பார்த்துக்கொண்டிருந்தார்.

ஒருவழியாக கவி வனப்பகுதிக்குள் மாலை 5 மணி அளவில் நுழைந்தோம். அலிஸ்டர் இன்டர்நேஷனல் என்ற உலகின் மிகப்பெரிய சுற்றுலாக் கழகம், இந்தியாவில் பார்த்தே ஆக வேண்டிய இடங்களில் ஒன்றாகக் கவியைப் பரிந்துரைக்கிறது. முன்னரே அனுமதி வாங்கி இரண்டு நாட்கள் தங்கி அனுபவிக்க வேண்டிய சூழலியல் சுற்றுலாத் தலம் கவி. சபரிமலைக் காட்சி, ஏலக்காய் எஸ்டேட், படகுச்சவாரி, ஜீப் ச:பாரி, ட்ரெக்கிங், குடில் வீடுகள் என இரண்டு நாட்கள் வெளியுலகை மறந்து வேறோர் உலகில் இருந்துவிட்டு வரலாம்.

சொக்க வைக்கும் அழகுப் பிரதேசமான கவியை வெளியில் இருந்து பார்ப்பதுதான் இந்த முறை எங்கள் திட்டம்.

மாலைத் தென்றலில் பொழுது சாய்ந்து கொண்டிருந்த அந்தப் பொன்னான வேளையில், சூரியக்கதிர்களின் மஞ்சள் நிறமும், சுற்றிலும் அடர்ந்திருந்த காட்டு மரங்கள் மற்றும் புல்வெளியின் பசுமையும், வானின் நீர் சுமந்த கருநீலமும் ஊறிக்கொண்டிருந்த ஏரிநீரின் அழகைக் கரையின் மீதிருந்த பாலத்தில் அமர்ந்து அரைமணிநேரம் பார்த்துக் கொண்டிருந்தோம். எங்கோ தூரத்தில் ஏதேதோ உயிரினங்களின் இனம் புரியாத ஒலிகள் காதில் விழ அந்தக் கணங்கள் இப்பொழுது நினைத்தாலும் கனவு போல் இருக்கிறது.

கிளம்ப மறுத்த மனதை அங்கேயே விட்டுவிட்டு உடலால் மட்டும் கிளம்பினோம்.

சரியாக ஏழு மணிக்கு வல்லக்கடவு செக்போஸ்ட்டில் ரிப்போர்ட் செய்துவிட்டு வனப்பகுதியை விட்டு வெளியேறினோம். அடுத்த 30 கிலோ மீட்டரையும் மழையின் ஊடாகக் கடந்து காலை நாலரை மணிக்குத் தொடங்கிய இந்த ட்ராவலை இரவு எட்டு மணிக்குத் தேக்கடியில் மலைச்சரிவுகளின் கீழே இறங்கிய நெடுஞ்சாலையை ஒட்டியே ஒரு ரிசார்ட்டின் மொட்டைமாடியில் காரை பார்க் செய்து முடித்தோம்.

பின்புறமாகக் கீழிறங்கி அறையை அடைந்த கானத்திலிருதே முந்தைய இரவின் போதிய தூக்கமின்மையும், இடைவிடாத பயணமும் சேர்ந்து தூக்கமாக மாறிக் கண்களைச் சுழற்ற ஆரம்பித்தது... உறங்கத் தயாராகி ஆர்டர் செய்த டின்னர் வருவதற்காகக் காத்துக் கொண்டிருந்தோம். துண்டுதுண்டாக நறுக்கப்பட்ட இனிப்பு மிகுந்த அன்னாசிப் பழத்துண்டுகள், இழை இழையாகப் படர்ந்திருந்த கேரளத்துப் பரோட்டாக்கள், வெண்ணையில் பொரித்த கோழிக்கறி வறுவல், மற்றும் மிளகுத்தூள் தூவி ஊற வைத்து வாட்டப்பட்ட கோழி இறைச்சித் துண்டங்களால் வயிறும், நாள் முழுவதும் கிடைத்த மறக்க முடியாத இனிய பயணத்தால் நெஞ்சமும் நிறைந்திருக்க, விடியவிடிய வெளியில் சில்லென்று தூறிக் கொண்டிருந்த மழைத் துளிகளின் தாலாட்டிசையில் இன்பமாக உறங்கினோம்....!

பத்தனம்திட்டயிலிருந்து பார்க்க வேண்டிய இடங்கள்:

பெருந்தேனருவி:

எழிலொழுகும் பெயரைக் கொண்ட பெருந்தேனருவி பம்பையாற்றங்கரையில் 100 மீட்டர் உயரத்தில் கொட்டிக் கொண்டிருக்கிறது. மலைகளின் ரம்மியமான சூழலில் அதிகக் கூட்டம் இல்லாமல் நம்மை அன்புடன் அழைக்கும் பெருந்தேனருவி, பத்தனம்திட்டையிலிருந்து 25 கிலோ மீட்டர் தொலைவில் உள்ளது.

அடவி:

தங்குவதற்கு மர உச்சிகளில் அமைக்கப்பட்டுள்ள மூங்கில் குடில்களும், கல்லார் ஆற்றில் மிக நீண்ட பரிசல் பயணமும், இரண்டு நாள் அடர் கானக வாழ்வும் கொண்ட பெர்ஃபெக்ட் வைல்ட் லைஃப் பேக்கேஜ் இங்குண்டு. "அடவிக் கானகத்

தாயிழை தன்னை" என்று சிலப்பதிகார வரிகளில் இடம்பெறும் அடவிக்கானகம் என்ற சொல்லுக்கு அடர்ந்து செறிந்த காடு என்று பொருள். பத்தினம் திட்டையில் இருந்து 19 கிலோமீட்டர் தொலைவில் அடவி அமைந்துள்ளது.

கோன்னி:

'ஆனக்கூடிண்டெ நாடு' என்று செல்லமாக அழைக்கப்படும் கோன்னியில் யானைகளுக்கான பயிற்சி முகாம் உள்ளது. யானைகளின் வளர்ப்பு மற்றும் பயிற்சி முறைகள், யானைகள் தங்குவதற்கான பெரிய மரக்கூண்டுகள், யானைகளைப் பற்றிய மியூசியம், குழந்தைகள் பூங்கா ஆகியவை எல்லோரையும் கவரும். பத்தனம்திட்டையிலிருந்து ஒன்பது கிலோமீட்டர் தொலைவில் கோன்னி அமைந்துள்ளது.

சாரல்குன்னு:

பத்தனம்திட்டயிலிருந்து 17 கிலோமீட்டர் தொலைவில் உள்ள ஒரு குட்டி ஹில் ஸ்டேஷன் சாரல் குன்னு. பள்ளத்தாக்கில் பாய்ந்தோடிக் கொண்டிருக்கும் பம்பையாற்றுக் காட்சியும், மலைமுகட்டிலிருந்து காணமுடிகின்ற சொக்க வைக்கும் சன்செட்-சன் ரைஸ் காட்சிகளும் சாரல் குன்னுவின் ஸ்பெஷல்.

இலக்கும் பயணமும்

"It's the not the destination, It's the journey."

- Ralph Waldo Emerson

கவி- ரம்மியமான மலைப்பகுதி...அதுல அப்படி என்ன விதமான ஈர்ப்பு விசை இருக்குன்னு தெரியல.... மறுபடியும் மறுபடியும் ஈர்த்துட்டே இருக்கு.....

வெள்ளிக்கிழமை பிற்பகல்ல ஒரு ஐடியா தோணுச்சு. அடுத்த நாளே கே எஸ் ஆர் டி சி யோட ∴பாரஸ்ட் டூர் பஸ்ல ஒரு ட்ரிப் போகணும்னு......

முடிவு பண்ணதுமே கரூரில் இருக்கிற நண்பர் திரு சுரேஷ் அவர்களுக்கு போன் அடிச்சேன். நம்மைப் போலவே அவரும் ஒரு வாண்டர்லஸ்ட்.

எங்கே போறதுன்னு டக்குனு ஒரு ஐடியாவும் கிடைக்கல.... அதனால ஓதூர் பக்கம் அப்படியே சும்மா ஒரு லாங் டிரைவ் போயிட்டு இருக்கேன்னார். விஷயத்தைச் சொன்ன அடுத்த ரெண்டு மூணு நொடி சத்தத்தையே காணோம். என்ன ஆச்சுன்னு கேட்டேன். U-Turn போட்டுட்டு இருக்கேன்னார். அவ்வளவுதான்.... தேனில காலை 8 மணிக்கு மீட் பண்ணலாம்னு முடிவாச்சு.

நைட் 11 மணிக்கு கால் பண்ணினார் சுரேஷ் சார். கார் பிரேக் டவுன் ஆனதால சேலம் அருகே மாட்டிக்கொண்டதால வர இயலாதுன்னு கூற, நோ ப்ராப்ளம்... சோலோ ட்ரிப்னு முடிவ பண்ணி, விடியற்காலை நாலரை மணிக்குக் கோவை பிரீமியர் மில் ஸ்டாப்ல பொள்ளாச்சி பஸ் ஏறிட்டேன்.

பொள்ளாச்சியில் ஒரு வாட்டர் பாட்டில் வாங்கிட்டுப் பழனி பஸ்ல ஏறி பழனில ஏழு மணிக்கு செம டேஸ்டான ஒரு ஸ்ட்ராங் டீ சாப்பிட்டு, அடுத்து மதுரை போற பஸ்ல ஏறி 9 மணிக்கு செம்பட்டியில் இறங்கியாச்சு.

இரண்டு இட்லி, ஒரு கப் நெய்ப்பொங்கல், நாலு கப் தேங்காய்ச் சட்னி சாப்பிட்டுக் கை ஈரம் காயக் காய தேனி பஸ் வந்து நிற்க, ஈரக் கையோடவே பணத்தை எடுத்துக் கொடுத்துட்டு ரன்னிங்லயே ஏறி தேனிக்கு டிக்கெட் எடுத்தா, என்னா வெரட்டுங்கறீங்க......மனுஷன் ராக்கெட் வேகத்துல தேனில கொண்டுபோய் விட்டார்.

அங்கிருந்து குமுளி பஸ் கிளம்பக் கிளம்ப ஏறிட்டேன். அப்புறம்தான் தெரிஞ்சது அந்த பஸ் கம்பம் வரைக்கும்தான் போகும்னு.

சரி பரவால்ல கம்பத்துல இறங்கி மாறிக்கலாம்னு உட்கார்ந்துட்டேன். 30 கிலோமீட்டர் ஸ்பீடுக்கு மேல போனா முடி கொட்டிடும்னு யாரோ டிரைவர் கிட்டச் சொல்லியிருப்பாங்க போல..... உருட்டு உருட்டுன்னு உருட்டிக் கம்பத்துல கொண்டுவந்து விடும்போது மணி 11:40.

குமுளில 12:30 க்கு கவி போற ∴பாரஸ்ட் பஸ் கிளம்பிடும். இன்னும் 23 கிலோமீட்டர் போகணும். அதுல 10 கிலோமீட்டர் ஹேர்பின் பெண்டுகளா இருக்கும். டாக்ஸி புக் பண்ணலாம்னு ட்ரை பண்ணா ஓலா, ரெட் டாக்ஸி ன்னு கம்பத்துல எல்லாமே நோ சர்வீஸ் ஏரியா.

கேரள அரசு பஸ் ஒண்ணு குமுளிக்கு ரெடியா இருந்துச்சி. கண்டக்டர் கிட்ட விஷயத்தைச் சொன்னேன். அவர் உடனே குமுளி டிப்போவுக்கு போன் அடிச்சு 12:30 பஸ்க்கு அடுத்து 01:15க்கு ஒரு பஸ் இருக்கிறதா கன்∴பார்ம் பண்ணுனாரு.

இந்த பஸ் 12:40க்கு குமுளி போயிடும்னு சொன்னாரு. கொஞ்சம் ரிலாக்ஸா இருந்துச்சு. சரியா 12:35க்கு குமுளி ரீச் ஆயிருச்சு. அஞ்சு நிமிஷம் கேப்ல அந்த 12:30 பஸ் போயிட்டாலும் ஒரு நல்லது என்னன்னா லஞ்ச் சாப்பிட முடிஞ்சது.

செம டேஸ்டான உருளைக்கிழங்குக் குருமாவோடு ஒரு சப்பாத்தி, நெய்ப் பருப்பு, சோறு, இளஞ்சூடான பால் பாயாசம்...... அசத்தலான லஞ்ச்.

விறுவிறுன்னு பஸ் ஸ்டாண்டுக்குள் நுழைஞ்சா மணி 01:10 ஆயிருந்துச்சு. 01:30க்குக் கிளம்பற பஸ் ரெடியா இருந்துச்சு. ஒரு ஆள் கூட இல்லை.... ஒரே ஒரு ஸ்லைஸ் டெட்ரா பேக்கும் வாட்டர் பாட்டிலும் வாங்கிட்டு முன்னாடி லெஃப்ட் சைடுல முதல் சீட்டுல உட்கார்ந்துட்டேன்.

எதுக்கு இவ்வளவு பரபரப்பு, பதற்றம், ஆர்வம்னு உங்களுக்குத் தோணியிருக்கும். இப்ப நேரா விஷயத்துக்கு வாரேன்....

கவி (GAVI) ..... இந்தியாவுல ஒவ்வொருத்தரும் லைஃப்டைம்ல பார்த்தே ஆக வேண்டிய 50 இடங்களில் ஒன்றுன்னு நேஷனல் ஜியோகிராபிக் டைரக்டரி ரெக்கமண்ட் பண்ணி இருக்கிற இடம். குமுளியிலிருந்து ரெண்டு மணி நேரம் டிராவல் பண்ணனும். தனியார் வாகனங்களுக்கு அனுமதி இல்லை. வல்லக்கடவு செக் போஸ்ட்ல தடுத்து நிறுத்திடுவாங்க. வல்லக்கடவு வழியாகத்தான் முல்லைப்பெரியாறு அணைக்கும் போகணும்கிறதால இது ஒரு சென்சிடிவான ஏரியா.

கவில Eco Tourism Center இருக்கு... முன்பே புக் பண்ணா மட்டும் அனுமதி உண்டு. ஒரு நாளைக்கு 30 பேர் வரைக்கும் அனுமதிப்பாங்க. வல்லக்கடவுசெக்போஸ்ட் தாண்டிட்டோம்னா அடுத்த 60 கிலோ மீட்டருக்கு மனுஷங்களைப் பார்க்கிறது அபூர்வம். ஆனா யானை, புலி, கரடி சிறுத்தை மாதிரி

விலங்குகளைப் பாக்குறதுக்கு சான்ஸ் அதிகம். குமுளியில இருந்து பத்தனம்திட்டைக்குக் கவி வழியா காலையில ஆறு மணி, பகல் 12:30 மணி, மறுபடியும் 1:30 மணிக்கு பஸ் சர்வீஸ் உண்டு. மறுமுனையிலும் அதே மாதிரி.

6 மணி நேரம் நீண்ட பயணம் ....அதுல அஞ்சு மணி நேரம் டிப் ∴பாரஸ்ட்...

இந்த 1:30 மணி பஸ் இருக்கிறத எந்த வெப்சைட்லயும் யாருமே சொல்லல ...ஒரே ஒரு சைட்ல மட்டும் அதைப் போட்டு இருந்தாங்க ..ஆனா 12:30 மணி பஸ் பத்தி அதுல ஒன்னும் சொல்லல ....அதனாலதான் நமக்கு இந்த 1:30 மணி பஸ் இருக்கிறது பற்றி கிளியரா ஒரு ஐடியா கிடைக்கல...

கவில இருந்து 40 கிலோமீட்டர் ரேடியஸ்க்கு, அதிலும் கிழக்கு, தெற்கு திசைகள்ல 100 கிலோ மீட்டருக்கு மலையும் காடுகளும்தான். பெரும்பாலான இடங்களில் இதுவரை மனிதக் காலடியே பட்டிருக்காது. கவில ரெண்டு நாள் தங்குகிற பேக்கேஜ் ஒன்னு இருக்கு. லிமிடெட் இடங்கள்தான் ...முன்பே புக் செய்ய வேண்டும் ...காட்டேஜ், படகு சவாரி, ஜீப் ச∴பாரி, ட்ரெக்கிங், ஏலக்காய்த் தோட்ட விசிட்னு வேற ஒரு உலகத்துல ரெண்டு நாள் இருந்துட்டு வரலாம். கவிக்கு அடுத்து பம்பை அணை, ஆனத்தோடு அணை, கக்கி அணை, மூழியார் அணைன்னு போற வழியெல்லாம் ஆறு, ஓடை, அருவின்னு செம விஷுவல் ட்ரீட்டா இருக்கும்.

அணை ஊழியர்கள், மின்வாரிய ஊழியர்களுக்கான அலுவலகங்கள், குவார்ட்டர்ஸ்கள், ஏலக்காய்த் தோட்டங்களில் வேலை செய்யும் தொழிலாளர்களுக்கான சிறு குடில்கள் என மொத்தம் ஒரு 100 150 மக்கள்தான் அந்த பிரம்மாண்டமான மலைக் காட்டுக்குள்ள இருக்காங்க.

சிரிமாவோ- சாஸ்திரி மறுகுடியேற்ற ஒப்பந்தப்படி 1970களில் இலங்கையில் இருந்து இந்தியாவுக்கு மீள

அழைக்கப்பட்ட தமிழ் மக்களுக்கு கவிப் பகுதியிலும் தோட்டத் தொழிலாளர்களா வேலை கொடுத்து அவங்க தங்கறதுக்கு வீடு கட்டிக் கொடுத்தாங்க. இன்னைக்கும் அவங்க மட்டும் தான் அந்தப்பகுதியில் இருக்காங்க. அடுத்த ஜெனரேஷன் நிறையப் பேரு டவுன் பக்கம் கிளம்பிட்டாங்க. மீதி இருக்கிறவங்களை கட்டாயப்படுத்தாமல் விருப்பத்தின் பேரில் வேற இடங்களுக்குப் போக அரசாங்க ஸ்டெப் எடுக்கிறது பற்றிச் செய்தித்தளங்கள்ல படிச்சிருக்கேன்.

பிஸியா இருக்குற குமுளி-கோட்டயம் ரோட்ல வண்டிப்பெரியார் வரைக்கும் பஸ்ல மூன்று பேர் தான் இருந்தோம். வண்டிப்பெரியாரிலிருந்து பஸ் வல்லக்கடவு செக்போஸ்ட் ரூட்ல திரும்பும்.

கவி பாரஸ்ட் பகுதியில் இருக்கிற 200+ இலங்கை ரிட்டன் தோட்டத் தொழிலாளர்களுக்கும், ஆதிவாசிகளுக்கும், அரசு ஊழியர்களுக்கும் வண்டிப்பெரியார் தான் டவுன். அவங்க கிட்டத்தட்ட 20 பேர் ஆண்களும் பெண்களுமாய்க் குழந்தைகளுடன் ஏறினாங்க. துணிமணியிலிருந்து காய்கறி, மளிகைன்னு ஏகப்பட்ட பர்ச்சேஸ் முடிச்சுப் பைகளையும் மூட்டைகளையும் தூக்கிட்டு இந்த பஸ்ஸூக்குக் காத்திருந்து ஏறினார்கள். இந்த பஸ்ஸ விட்டா அடுத்த நாள் காலையில தான் அடுத்த பஸ்.

டிரைவர் கண்டக்டரோட நல்ல பழக்கம் இருக்கிறதால ரொம்ப க்ளோசா பேசிக்கிறாங்க. 70 வயசுல இருந்த ஒருத்தர் கிட்டப் பேச்சுக் கொடுத்தேன். அவர்களோட வாழ்வியல் வேறு ஒரு தளத்தில் இருக்கு. பம்பை அணையில் இறங்கும் வரை அவர் பேசுனது எல்லாம் ஒரு டாக்குமெண்ட்ரியா எடுக்கலாம்.

செக் போஸ்ட் கடந்து பஸ் காட்டுக்குள்ள போகப் போக மழை தூற ஆரம்பிச்சுது. அப்புறம் மெலிசாப் பனிமூட்டம் ..... கிளைமேட் கொஞ்சம் கொஞ்சமா சில்லுனு மாற ஆரம்பிச்சுது.

பசுமை பொங்கப்பொங்க அடர்ந்த காடுகள் சூழ்ந்த ஆளரவமே இல்லாத மலைத்தொடர்களுக்குள்ள, சில்லுனு ஒரு கிளைமேல்ல, தன்னந்தனியா ஒரு பஸ் மட்டும் மெதுவாப் போயிட்டு இருக்கிறதும் அந்த பஸ்ஸுக்குள்ள நாம இருக்கிறதும் ஒரு தவம் என்று சொல்லலாம்.

03:30 க்கு கவி வந்து சேர்ந்தோம். பத்து இருபது டூரிஸ்ட்கள் இருந்தாங்க... அவங்க தங்கறதுக்கான காட்டேஜையும், கவி போட்டிங் போற லேக்கையும் நாம பார்க்க முடியும். ஒரு பெயிண்டிங் மாதிரி அந்த ஏரி நம்ம கண்ணுல தெரியும். அதை அடுத்து தோட்டத் தொழிலாளர்களுக்கான சில குடியிருப்புகள். அடுத்து 10 நிமிஷத்துல கொச்சுப்பம்பை அணை. அங்கும் ஒரு 10 15 வீடுகள். வண்டிப்பெரியாறுல ஏறுனவங்க எல்லாரும் இறங்கிக்கிட்டாங்க.... ஒரு நாள் பேக்கேஜில் பத்தனம்திட்டையிலிருந்து காலைல இதே பஸ்ல வந்தவங்க ஒரு 30 பேர் பேக்கேஜ் முடிஞ்சு திரும்பவும் இந்த பஸ்ல ஏறினாங்க.

ஆனத்தோட் அணைக்கும் கக்கி அணைக்கும் இடையில் ஒரு அட்டகாசமான லொகேஷன்ல ஒரு அஞ்சு நிமிஷம் பஸ்ஸ நிறுத்தினாங்க. இறங்கிப் போய் அஞ்சு நிமிஷத்துல அத்தனை பேரும் சேர்ந்து ஐயாயிரம் ∴போட்டோ எடுத்திருப்பாங்க. போன தடவ வந்தப்போ இந்த இடத்தில் தான் யானைக் கூட்டங்களைப் பார்த்தேன். ஆயிரம் மீட்டர் உயரமுள்ள அல்லது ஆழமுள்ள கக்கி அணையில் ஒரு அஞ்சு நிமிஷம்.... அதுக்கப்புறம் அஞ்சே முக்காலுக்குக் காட்டின் மறுமுனையில் ஆங்கமூழிங்கிற சிறு மலை நகரத்தில் டீ சாப்பிட நிறுத்தினாங்க. அதுவரைக்கும் மழை நிறுத்தி நிதானமாப் பெஞ்சுக்கிட்டே இருந்துச்சு... இடையில அப்பப்போ பனிமூட்டம் வேறு....

அப்பப்போ மின்துறை, வனத்துறை அலுவலர்கள், ஊழியர்களுடன் ஜீப்புகள் மட்டும் ஒண்ணு ரெண்டு எதிர்ல

பார்த்தோம். ஆங்கமூழி செக் போஸ்ட்டுக்கு அப்புறம் டிபிக்கல் ஆன கேரள ஸ்டைல் மலைப்பகுதி ஊர்கள் ஸ்டார்ட் ஆகுது.. ஆங்கமூழில சூடா ரெண்டு மசால் வடையோட ஒரு பிளாக் டீயும் குடிச்சுட்டு டிரைவரோட ஒரு செல்.:பி எடுத்துட்டு, எங்களின் பின்னால் தெரிஞ்ச அந்த மாய உலகத்தையும் அது வழியா டிராவல் பண்ண அந்த நாலு மணி நேரத்தையும் நினைச்சுப் பார்த்தேன் பிரம்மிப்பா இருந்துச்சு.

அங்கிருந்து மறுபடியும் ரெண்டு மணி நேரம் டிராவல். மலைச்சாலைகளில் சீத்தத்தோடு, சித்தார், றானிப்பெருநாடு, வடசேரிக்கர ஆகிய சிறுநகரங்கள் வழியா பத்தனம்திட்ட பஸ் ஸ்டாண்ட் வந்து சேர்ந்து போது இரவு மணி 07:45. டிரைவருக்கும் கண்டக்டருக்கும் தேங்க்ஸ் சொல்லிட்டு, இந்த ஆறு மணி நேரம் பயணத்தில் பேசிப் பழக்கமாகி இருந்த மற்ற டூரிஸ்ட் களுக்கு பை சொல்லிட்டு வெளியே வந்தேன்.

இளஞ்சாரல்ல நனைஞ்சுட்டே எதிரில் இருந்த ஹோட்டலுக்குப் போனேன். நல்ல காரமான வெங்காயச் சட்னியுடன் மூணு குட்டித் தோசைகள் .....அங்கிருந்து அரை கிலோ மீட்டர் நடை.... 08:45க்கு கோயம்புத்தூருக்கு முன்பே புக் செய்திருந்த ஸ்லீப்பர் பஸ்ஸைப் பிடிச்சு, ஏறிப் படுக்க, மழை வேகம் பிடிக்க, கவி மலைக்காடு இந்த நேரத்துல எப்படி இருக்கும் அப்படிங்கற சிந்தனை மேலோங்க,

கண்களை மூடினாலும்
கவியே தெரிந்தது ....
தூக்கம் மென்திரையாய்க்
கவியத் துவங்கியது.

வாகமன் - நச்சென்ற ஒரு பச்சை பாரடைஸ்....

ஊட்டி, கொடைக்கானல், வால்பாறை, மூணார், ஏற்காடு இவைதான் ஹில் ஸ்டேஷன் என்றதுமே நம் நினைவுக்கு வருபவை. இவையில்லாமல் வேறொரு க்யூட் ப்ளேஸ் புதிதாக ட்ரை பண்ண வேண்டுமென்றால் கண்ணை மூடிக்கொண்டு வாகமனை டிக் அடிக்கலாம்.

வாகமன், மேற்குத் தொடர்ச்சி மலைகளுக்குள் ஒளிந்து கிடக்கும் ஒரு பசும்புதையல். கோயம்புத்தூரில் இருந்து குமுளி வழி, மூணார் வழி, தொடுபுழ வழி என மூன்று வழிகள் வாகமனுக்கு உண்டு.

ஏழு மணி நேரப் பயணத்தில் இந்த அட்டகாசமான லொகேஷனை அடையலாம். அதிலும் தொடுபுழ வழியைத் தேர்ந்தெடுத்துச் சென்றோமானால் முட்டம், காஞ்ஞூர் என்ற ஊர்களைக் கடந்த பிறகு வாகமனுக்குச் செல்லும் வழியே ஒருவித போதை ஏற்றும் பாதையாக இருக்கும். தனிமையும், அமைதியும், பசுமையும் சூழ்ந்த பள்ளத்தாக்குகளும், மலைத்தொடர்களும் திகட்டத் திகட்ட நம்முடன் வருகின்றன. இந்த 30 கிலோமீட்டர் தொலைவிலேயே வாகமன் பயணம் முழுமை அடைந்து விடுவது போல மனம் நிறைந்து விடுகிறது.

வாகமனின் தங்நள்பாற எனும் மலை உச்சி இஸ்லாமியர்களுக்கும், குரிசுமலை என்னும் மலை உச்சி கிறிஸ்தவர்களுக்கும், முருகன்மல என்னும் மலை உச்சி இந்துக்களுக்கும் புனித இடங்களாக நிறையப்

பார்வையாளர்களையும், பக்தர்களையும் ஈர்த்துக் கொள்கின்றன.

பைன் மரங்கள் அடர்ந்து கிடக்கும் பைன் ஃபாரெஸ்ட் மலைவாழ் இடங்களுக்கே உரித்தான அனைத்துப் பொருத்தங்களையும் கொண்டு சுற்றுலா வாசிகளின் கூட்டத்தில் திமிறிக் கொண்டிருக்கிறது.

தளதளவெனப் புல்வெளி படர்ந்து பச்சைக் கம்பளத்தைப் பரத்தி வைத்தாற் போல அழகழகான மலைமேடுகள் இருக்கும் இடம் வாகமன் மெடோஸ். மாலை நேரங்களில் காலார நடந்து சுற்றிவர அருமையான இடம் இது. சிறுவர் படகு சவாரி, பெரியவர்களுக்கான படகு சவாரி, ஜிப் லைனிங், ஸ்கை சைக்கிளிங் போன்ற என்டர்டெயின்மெண்டுகளும், அட்வென்சர் ஐட்டங்களும் இங்கு உண்டு.

Vagamon Meadows இல் இருந்து இடப்புறமாகத் திரும்பி வடக்கில் உள்நோக்கிச் செல்லச் செல்ல ஏழெட்டுக் கிலோமீட்டர் பயணித்தால் பாலொழுகும் பாற என்றொரு அட்டகாசமான அருவி இருக்கிறது. அதன் பெயரே நம்மை அங்கு இழுத்துச் சென்று விடுகிறது. மிகத் தனிமையான இடம்..... அருகில் சென்று பார்க்க முடியாது..! உள்ளூர்வாசிகள் யாரையாவது பிடித்து மலைச் சரிவில் ஏறி இதன் அருகில் செல்ல வாய்ப்புக் கிடைத்தால் அது ஒரு வாழ்நாள் அனுபவமாக இருக்கும். தொலைவில் இருந்து பார்க்கும் பொழுதே அபாரமாக இருக்கிறது .

வாகமனில் இருந்து நாலு மணி நேர ஆஃப் ரோடு ஜீப் சஃபாரி 2500 ரூபாய்க்குக் கிடைக்கிறது. ஜீப்பை புக் செய்து விட்டு லன்ச் சாப்பிடச் சென்றோம். வாகமனின் புகழ்பெற்ற சின்னுஸ் ஹோட்டலில் தான் இம்முறையும் லஞ்ச் ப்ளான் பண்ணியிருந்தோம். வாழை இலையில் கட்டிப் பொலிச்சுத் தந்த வாவல் மீன் வறுவலின் வாசனை விரல்களில்

ஒட்டிக்கொண்டு டைப் செய்யும் போது இந்த ஸ்கிரீனில் கூட மணக்கும் அளவு இன்னும் கமகமக்கிறது. அரிசிச் சோற்றுடன் பிசைந்து கொள்ளவும், தொட்டுக்கொள்ளவும் அவர்கள் தந்த மோர்க்குழம்பும், ஊறுகாயும் கொஞ்சம் பார்சல் வாங்கிக் கொண்டு வந்திருக்கலாம் எனத் தோன்றுகிறது...அப்படியொரு ருசி.

செமத்தியான இந்த லஞ்ச்சுக்குப் பிறகு ஜீப்பில் ஏறி அமர்ந்தால் கரடு முரடான பாதையில் கூட்டிச்சென்று ஒரு மணி நேரத்தில் உலுப்பூனி என்ற இடத்தில் இறக்கி விடுகிறார்கள். நீண்ட தூரத்தில் இடுக்கி அணைகளின் காட்சி ஒரு ஸ்கிரீன் சேவர் போல இன்னும் கண்களின் முன்னே காற்றில் உறைந்து நிற்கிறது. குலமாவு அணை, செறுத்தோனி அணை, இடுக்கி ஆர்ச் அணை மூன்றும் அப்படியோர் அழகு. இங்கிருந்து இரண்டு மணி நேரப் பயணத்தில் இந்த அணைகளை அடையலாம். செறுத்தோணி அணையில் உச்சியில் இருக்கும் Hill View Park பற்றித் தனியே ஒரு புதினமே எழுதலாம்.

செல்போன் செல்லமாகச் சினந்து கொள்ளும் அளவுக்கு செல்ஃபிக்களை எடுத்துக் குவித்துவிட்டு அடுத்து இரண்டு வியூ பாயிண்ட்டுகளைத் தாண்டி கப்பிக்கானம் அருவியில் நிறுத்தினார்கள். சீஸ் வேஃபர் ஒன்றை வாங்கி வாயிலிட்டு அரைத்துக் கொண்டே நடக்க, இருநூறடி தொலைவில் பெரும் பாறைப்பிளவுகளுக்கு இடையில் வேகவேகமாகக் கொட்டிக் கொண்டிருக்கிறது அருவி. அதன் கீழே சுகமாக குளித்து குதூகலிக்கத் துண்டு, ஷார்ட்ஸ் முதலியவற்றை அங்குள்ள சிறு கடையில் விற்கிறார்கள். குளித்து இடப்புறமாகக் கரையேறினால் மிகப்பெரும் டனல் ஒன்றின் வழியாக நீர் சீறிக்கொண்டு பாய்ந்து அருவியில் கலப்பதைக் காண முடிந்தது. மூன்று கிலோமீட்டர் நீளமுள்ள குகை அது என்று சொன்னார்கள்.

அங்கிருந்து கிளம்பினால் 15 வது நிமிடத்தில் மீண்டும் ஒரு வியூ பாயிண்ட். சூடான மசால் வடையும், டீயும் மாலைக் கதிரவன் மங்கிக் கொண்டிருக்கும் அந்த மயக்கும் மாலைப் பொழுதில் மலைமுகட்டின் மீது அமர்ந்து கொண்டு ருசிக்க அதி அற்புதமாக இருந்தது.

நூற்றுக்கணக்கில் விதவிதமான ரிசார்ட்டுகளும் காட்டேஜ்களும் கொட்டிக் கிடக்கும் வாகமனில் நாம் இந்த முறை தங்கி இருந்த ரிசார்ட் ரொம்ப அலாதியானது. மெயின் கேட்டில் இருந்து நமது காரில் செல்ல முடியாது. அங்கேயே நிறுத்திவிட்டு அவர்களது அமெரிக்கன் வில்லிஸ் ஜீப்பில் மலை மேல் செல்ல வேண்டும். அடிவயிற்றில் அச்சம் கால்பந்து சைஸில் மேலும் கீழும் உருளுகிறது. சரியாக ஆறரை மணிக்கு ரிசார்ட்டின் முகப்பில் இருந்து பார்த்தால் நான்கு திசையும் உயர்ந்து ஓங்கிய மலைத்தொடர்கள் மிகுந்த, இரண்டு கிலோமீட்டர் சுற்றளவுக்கு வேறு எதுவுமே இல்லாத, அப்படி ஒரு தனிமையான இடம் அது.

உச்சியில் ஓபன் ஸ்பேஸில் ஆங்காங்கே மினுக்கென வெளிச்சப் புள்ளிகள் மின்னும் கரிய பெரிய மலைத்தொடர்கள் சூழ, பார்பிக்யூ சிக்கன், மீன் வறுவல், நெருப்பில் சுட்ட சப்பாத்திகள் என அன்றைய இரவு உணவு ஆயுளுக்கும் மறக்காது. ரிசார்ட்டுக்கென்று ப்ரைவேட் அருவி ஒன்று இருக்கிறது. செம ஜாலியான இடம் அது.

Vagamon Orchidarium and Floriculture என்ற இடம் 3000க்கும் மேற்பட்ட பூக்கள் மற்றும் தாவர வகைகளைக் கொண்டு ரம்மியமான சூழலில் அமைந்துள்ளது. பெடல் போட்டில் செல்ல ஒரு ஏரி உள்ளது. சிறிய ஏரி, ஆனால் சீர்மிகு ஏரி. One of the most romanticized attractions of the western ghats என்று இந்த ஆர்கிடேரியத்தைச் சொல்லலாம்.

வாகமனின் ஆகப்பெரும் அட்ராக்ஷனாக Paragliding இருக்கிறது. இங்கு Paragliding செல்ல வேண்டும் என்று

என்பது கூட இல்லை...... இங்குள்ள வாட்ச் டவரில் ஏறி நின்று மலைக்காட்சிகளைச் சில்லென்ற கிளைமேட்டில் கண்டு வந்தாலே போதும். அதையும் தாண்டி பாராகிளைடிங் சென்றோம் என்றால் அது icing on the cake என்று சொல்லலாம். 15 நிமிடங்களுக்கு 4500 ரூபாய் கொடுத்துப் பறக்க இந்தியாவின் பல்வேறு பகுதிகளில் இருந்தும் கூட்டம் குவிகிறது.

அடுத்து வாகமனில் இருந்து மூன்று மணி நேரம் ஆஃப் ரோடு ஜீப் சபாரி மூலம் மடம்மக்குளத்தை அடையலாம். இது உரும்பிக்கர மலைமுகடுகளின் மறுமுனை. ஆங்கிலேயப் பெண்மணி ஒருவர் கண்டறிந்த குளம் என்பதால் மடமக்குளம் (மேடம் கண்ட குளம்) எனப் பெயர் பெற்றிருக்கிறது இந்தக் குளம். இந்த ஜீப் பயணத்தையும் அருவியையும் அனுபவித்து உணர்ந்து கொள்ளுங்கள், என்னால் விளக்க இயலவில்லை.

ஹவுஸ் போட் டூரிசம் கேரளாவில் ஆலப்புழ - குமரகம், பூவார், கோழிக்கோடு, அஸ்தமுடி லேக், காசர்கோட் போன்ற இடங்களில் சக்கைப்போடு போடுவதால் Keravan Kerala என்ற பெயரில் புதிய ஒரு கான்செப்டை கேரள சுற்றுலாத்துறை அறிமுகப்படுத்தியிருக்கிறது. பெரிய, அதி நவீன சொகுசு Caravan ஒன்றில் பயணித்து, அதிலேயே தங்கி என்ஜாய் செய்யக்கூடிய இந்த Keravan Kerala வாகமனிலும் இருக்கிறது. மிஸ் செய்யக்கூடாத ஒன்று அது.

மர்மல அருவி, பருந்தும்பாற, பாஞ்சாலி மேடு, மஞ்சுமல, வலஞ்சம்கானம் அருவி, Mundakkayam Ghats, இலவீழாப்பூஞ்சிற, இல்லிக்கல் கல்லு, கட்டிக்கயம் அருவி ஆகியவை எல்லாம் வாகமனிலிருந்து ஒரு மணி நேரத்துக்குள் அடைந்து விடக்கூடிய அதிரிபுதிரி அழகு ஸ்பாட்டுகள். தென்மேற்குப் பருவ மழை முடிந்து ஒரு மாதம் கழித்து ஒரு நடை போய் வாருங்கள், வாகமன் நாட்களை வாழ்க்கை முழுவதும் மறக்க மாட்டீர்கள்..!

விகடன் ப்ளஸ்

மனம் மயங்கும் வயநாடு

பகுதி- 1

கடவுளின் படைப்புதான் உலகம் முழுவதுமே எனினும் அவர் மிகுந்த உற்சாகமான மனநிலையில் இருந்தபோது படைத்தவற்றுள் ஒன்றுதான் கேரளம் போலும்.

இயற்கையின் அத்தனை வித அழகையும் கொட்டிப் படைக்கப்பட்ட ஒரு பரப்பு தான் இந்தக் கடவுளின் நாடு எனப்படும் கேரளம். ஓங்கி உயர்ந்த மலைத்தொடர்கள், பரவி விரிந்த கடல் பரப்புகள், பெருகி வழிந்தோடும் ஆற்று நீர்ப் பெருக்குகள், தெளிந்த பச்சையாய்ப் பரந்து விரவிய சமவெளிகள், கொட்டித் தீர்க்கும் பேரருவிகள், சுழித்துக்கொண்டும் நுரைத்துக்கொண்டும் ஓடித் தெறிக்கும் சிற்றோடைகள், வயல்வெளிகள், வண்ணக் காடுகள், விலங்கினங்கள், புள்ளினங்கள், புல்லினங்கள், பூக்கள், சலிக்காமல் பெய்து புரளும் பெருமழைகள்... இப்படியாகப் படைத்து முடிக்கக் கடும் பேருழைப்புக் கடவுளுக்குச் செலவாகியிருக்கும் என்று உறுதியாகச் சொல்ல முடியும்.

தமிழகத்தின் மிகப்பெரும் அச்சு ஊடக நிறுவனத்தின் இதழ்களில் ஒன்றான மோட்டார் விகடனின் கிரேட் எஸ்கேப் பயணத்துக்காக இருமுறையும் அதற்கு முன்பு சில முறையும் சென்று மகிழ்ந்து வந்த கேரள மாநில வயநாட்டின் அழகை என் வாய்ச் சொற்களால் கேட்டுக்கேட்டு ஆர்வமான நட்பு வட்டத்துக்காக மீண்டும் ஒருமுறை ஆகஸ்ட் மாதத் தொடக்கத்தின் அதிகாலை ஒன்றில் கிளம்பிப் போய்வந்த

நாட்களில் சேமித்த நினைவுகள்தாம் இங்கே எழுத்துக்களாகவும் படங்களாகவும் எடுத்து வைக்கப்படுகின்றன.

நியூசிலாந்து, ஸ்விட்சர்லாந்து, ஸ்வீடன் எனப் பல அழகுப் பேரரசுகள் இருந்தாலும் நினைத்த அரைமணிநேரத்தில் எல்லைக்குள் நுழைய முடிகிறபடிக் கடவுளின் சொந்த நாடு வாய்த்தது பயணத்தைச் சுவாசிக்கும் எம் போன்றோருக்குப் பெரும்பேறு எனலாம்.

நான்கு பேர் என முடிவு செய்து, ஒரு மாதத்துக்கு முன்பே ஒழுங்கு செய்து, அறை பதிந்து அந்த நாளும் வாராதோ என ஆவலை நாள்தோறும் வளர்த்து வந்தபோது அந்த நாளின் முந்தைய நாள் வந்தது. கோயம்புத்தூரில் இருந்து 260 கிலோ மீட்டர் தொலைவிலுள்ள விருதுநகரில் உறவினர் ஒருவரின் இறப்புச் செய்தியோடு அந்த நாள் விடிந்தது. சென்று துக்கத்தைப் பகிர்ந்து விட்டு இரவுக்குள் திரும்பி விடுவது எனத் திட்டமிட்டாலும் எனக்கு வாய்த்த நேரத்தில் பெரும்பகுதியை இழந்துவிட்ட சூழ்நிலை.... மாலைக்குப் பிறகு காலம் கொஞ்சம் கருணை வைத்ததில் நள்ளிரவுக்கும் அதிகாலைக்கும் நடுவில் மூன்று மணிக்கு வீடு திரும்ப முடிந்தது.

பயணம் முடித்துக் குளித்துப் பயணம் தொடங்கியது. நால்வரையும் சுமந்துகொண்டு அதிகாலையில் ஆர்ப்பாட்டமாகக் கார் கிளம்பியது ...எம்மோடு ஐவராக...!

இயற்கைப் பேரரசிக்கு இம்முறை எங்கள் மீது அப்படி என்ன இரக்கமோ தெரியவில்லை...! கிளம்பிய நொடி முதல் திரும்பிய நொடி வரை முழுமையாக எங்கள் பயணத்தை அழகாக ஆசீர்வதித்து இருந்தாள்..

கோயம்புத்தூரின் சுற்றுச் சாலை முடிந்து பாலக்காட்டுச் சாலையில் கால்பதித்த கணத்தில் சொட்டத் துவங்கிய மழை,

கால்மணி நேரத்தில் கொட்டத் துவங்கியது. திசைகளைத் தைத்தபடி சோவெனப் பெய்யத் தொடங்கியிருந்தது பெருமழை...! முதல் பந்திலேயே சிக்ஸர் அடித்தது போலத் துவங்கியிருந்தது பயணம்...!

"வாத்திய இசையைச்
சற்றே நிறுத்துங்கள்
வாசலில் மழை...!"

என்ற மிகப்புகழ்பெற்ற ஜப்பானிய ஹைக்கூ நினைவுக்கு வந்தது. காரில் வழிந்து கொண்டிருந்த பதியப்பட்ட இசையை நிறுத்தி வெளியே வழிந்து கொண்டிருந்த பதப்பட்ட இசைக்கு மாறினோம். கோபம் தீரக் கொட்டித் தீர்த்தது மழை.

பாலக்காட்டுக்குள் நுழைந்தவுடன் வலப்பக்கம் திரும்பிக் கோழிக்கோட்டுப் புறவழிச்சாலையில் செல்லத்தொடங்கினோம். பொழுது மெல்லப் புலரத் தொடங்கியிருந்தது... புத்தியும் புதிதாகி இருந்தது...!

மெல்லமெல்ல, மெதுமெதுவாக, மென்மையாக, மிருதுவாக இருளை வழியனுப்பிக் கொண்டிருந்தது. புதியநாளின் புதிய ஒளி. முதல் அத்தியாயம் இருளும் மழையுமாய் முடிந்து கொண்டிருக்க இரண்டாம் அத்தியாயம் ஒளியும் பனியுமாய்த் தொடங்கிக் கொண்டிருந்த அவ்வேளையில் தேநீரின் வெம்மை எங்களுக்குத் தேவை எனப்பட்டது.

காலை ஆறு முப்பது மணி அளவில் பொழுது விடிந்தும் விடியாமலும் இருள் விலகியும் விலகாமலும் இருந்த அந்த அற்புதக் கணங்களில் சிறுவாணி மலைத்தொடரின் முகில் மோதும் முகட்டுக் காட்சியுடன் சூடான தேநீர் இதமாய் இருந்தது.

பெய்து முடிந்த மழையின் மிச்ச ஈரங்களைச் சுமந்து இதமான காற்று எங்கெங்கும் நிறைந்திருக்கப் பயணம் மீண்டும்

தொடங்கியது. எந்த ஒரு ∴பிரேமிலும் எழில் மட்டுமே தெரிய எதைப் பார்ப்பது எதை விடுவது எனத் தெரியாமல் ஈரமான சாலையை மிக மெதுவாக விழுங்கியபடி கார் மெல்லச் செலுத்தப்பட்டது.

அடுத்த அரை மணி நேரத்தில் மன்னார்க்காட்டை அடைந்தபோது மக்கள் நடமாட்டம் தொடங்கியிருந்தது. கோயம்புத்தூரிலிருந்து ஆனகட்டி வழியாகவும் மன்னார்க்காட்டை அடையலாம். கோயம்புத்தூரிலிருந்து உலகப் புகழ்பெற்ற SALIM ALI ORNITHOLOGY CENTER மற்றும் SILENT VALLEY வழியாக வரும் சாலை எங்களுடன் மன்னார்க்காட்டில் இணைந்துகொண்டது.

இளங்காற்று இதமாக வருட ஏழரை மணிக்கெல்லாம் மேலாத்தூரில் மீன் குழம்பும் கடலைக் கறியும் முட்டை மசாலாவும் ஊற்றி நிறைத்த இடியாப்பம், அப்பங்கள், தோசையுடன் காலைச் சிற்றுண்டி இனிதே கழிந்தது...! வளைந்து நெளிந்த அதிக ஏற்ற இறக்கம் இல்லாத மலைச் சாலைகளில் பயணம் தொடங்கியது...! மனதும் நிறைந்து வழிந்தது...!

பொதுவாகக் கேரளச் சாலைகளின் விளிம்பிலிருந்தே பசுமை தொடங்கிவிடும். நீரோட்டம் நிறைந்திருக்கும்... அதிலும் மலைச்சரிவுகளில் அருவிகள் சிறிதும் பெரிதுமாகத் தட்டுப்பட்டுக் கொண்டே இருக்கும்.

அழகாக வளைந்து நெளிந்து எங்களை அழைத்துக் கொண்டு போனது சாலை. பசுமை போர்த்த மலைச்சரிவுகளின் முகடுகளில் முகில்கள் முத்தமிட்டும் மோதிக் கொண்டும் ஊடலும் கூடலுமாயிருந்தன.

வரலாமா... வேண்டாமா... என்பதுபோல அவ்வப்போது எட்டிப் பார்த்துக் கொண்டிருந்தது காலைக் கதிரவன். பெய்யலாமா... வேண்டாமா.. எனச் சில நேரங்களில் கருக்கல் கட்டிக்

கொண்டிருந்தது வானம். வீசலாமா... வேண்டாமா... என வருடிக் கொண்டும் நிரடிக் கொண்டும் இருந்தது தென்றல். இறங்கி இங்கேயே இரண்டு நாட்களைக் கழித்துவிடலாமா... இல்லை வயநாட்டுக்கே போய்விடலாமா... எனக் குழம்பிக் கொண்டிருந்தது மனம்.

தாமரசேரியும் வந்தது. வரலாற்றில் பெயர் கொண்ட கோழிக்கோட்டையும் மைசூரையும் இணைக்கும் சாலையில் உள்ள அழகிய நகரமான தாமரசேரியைத் தொட்டோம். கி.பி. 1498 ஆம் ஆண்டு வாஸ்கோடகாமா வந்திறங்கிய கள்ளிக்கோட்டை தான் இன்று கோழிக்கோடு. தனி ஒரு சமஸ்தானமாக இருந்த பகுதிதான் மைசூர். கோயம்புத்தூரில் இருந்து தாமரசேரி வரை ஆனைகட்டி வழியாகக் கேரள அரசுப் பேருந்து ஒன்று இயங்குகிறது என்பது தகவலுக்காகத் தரப்படுகிறது.

தாமரசேரியில் ஒரு முறை டிசம்பர் மாத அதிகாலை ஒன்றில் நான்கு மணிக்குக் கடுங்குளிரில் ஐஸ் கட்டி போன்ற தண்ணீரில் குளித்தது நினைவுக்கு வந்தது. வெந்நீர் என நினைத்து ஷவரில் நின்று வேகமாகத் திருகியவுடன் ஒரு நொடியில் உடல் முழுதும் கொட்டி உறையவைத்த ஐஸ் தண்ணீரில் குளித்து முடித்தது மிகப் பெரும் திரில்லான அனுபவம்.

நெடுஞ்சாலையைத் தொட்டதும் வலப்புறம் திரும்பி வயநாடு நோக்கித் தொடர்ந்தது பயணம். சாலையோரங்களில் கொட்டி விற்கப்பட்டுக் கொண்டிருந்த பழங்களின் அழகில் மயங்கி கண்களுக்குக் கிடைத்த சுவையை நாவுக்கும் கடத்த விரும்பிச் சுவைமிகுந்த நேந்திரம் பழங்களை வாங்கி ரசித்துத் தின்றபடியே இன்னும் சற்று நேரத்தில் கொண்டை ஊசி வளைவுப் பாதைகளில் ஏற இருக்கும் பரவசத்தில் சென்று கொண்டிருந்தோம்.

நெடிதுயர்ந்த மலைத்தொடர்களில் ஏறத் தொடங்கிய இடத்தில் எல்லோரும் நின்று இளைப்பாறச் சில கடைகள் உண்டு. வெயில் முற்றிலுமாக வடிந்து குளிர்ந்த சூழலுக்கு வழி விட்டிருந்தது. வானம் அடர்ந்த கரு நிறத்தில் இருந்தது. அடுப்பில் முட்டைகள் ஆம்லெட் ஆக மாறிக் கொண்டிருந்தன. பிரெட் ஆம்லெட் அந்த நேரத்தில் எங்களுக்கு அமிர்தமாய் இருந்தது. சுவைத்து முடித்ததும் கிளம்பியவுடன் எங்களை வரவேற்றன வளைவுப்பாதைகள். வாகனங்கள் மிகுதியாகத் கடந்து செல்லும் பரபரப்பான சாலையாகத்தான் அதை எப்போதும் பார்த்திருக்கிறேன்... இப்போதும் அப்படியே...!

தூறல் வேகமாகத் தொடங்கியிருந்தது. மூடுபனியும் கவியத் தொடங்கியிருந்தது. பனி விளக்குகளை ஒளிர விட்டபடியே பாதையில் ஏறிக்கொண்டிருந்தது கார். ஆறேழு வளைவுகளில் தூறல் நின்று போனது. ஆனாலும் பள்ளத்தாக்கில் எங்களுக்குக் கீழே மேகங்கள் புதைந்து கிடந்தன. பக்கத்தில் இருப்பவரைக் கூடப் பார்க்க முடியாதபடி பனிப்புகை படர்ந்து கிடந்தது. சற்று நேரத்திலேயே திரை விலகியது போலப் பனிமூட்டம் கலைந்தது. இரண்டே நிமிடங்களில் இள வெயில் இறங்கிக்கொண்டிருந்தது. காலநிலை கண்ணாமூச்சி ஆடிக் கொண்டிருந்தது. காரிலிருந்த உள்ளங்களோ களித்துக்கொண்டிருந்தன.

குட்டிக் குட்டியாகவும், நீளநீளமாகவும் நுரைததும்பிக் கொண்டும் பெரியதும் சிறியதுமாக மலையிலிருந்து அருவிகள் ஆங்காங்கே கொட்டிக் கொண்டே இருக்கின்றன. மழைநீரால் நனைந்து அடர் கருமை நிறத்தில் பளபளக்கும் மலைச்சரிவுகளில் தாவரங்கள் பச்சை நிறத்தில் ஒளிர்ந்து கொண்டிருந்தன. அவசர அலுவலாக அவ்வழியே பயணிப்போரைக் கூட வாகனத்தை நிறுத்தி இறங்கிப் பார்க்க வைக்கின்றன. வைத்திரி வியூ பாயின்ட் எனப்படும்

இவ்விடத்தில் மேலிருந்து பார்க்கும் பொழுது நாம் கடந்து வந்த கொண்டை ஊசி வளைவுகளைக் காண்பது அலாதியாக இருக்கும்..

அடுத்து பூக்கோட்டு ஏரியை அடையும்வரை ஒன்றரை மணி நேரப் பயணம் முழுவதும் இதுவே வழியெங்கும் வாடிக்கையாகிப் போனது. இடையில் சங்கிலி மரம் (CHAIN TREE) என்று ஒரு மரத்தைக் காட்டுகிறார்கள். ஒரு மரத்தின் அடிப்பாகத்தைச் சுற்றிலும் சங்கிலியால் பிணைத்து இருக்கிறார்கள். இதற்கு நிறையக் கதைகளைச் சொல்கிறார்கள்.

வயநாட்டின் அழகுக்காகவும், அதனுடைய செறிந்த வாணிப வாசனைப் பயிர்களுக்காகவும் கோழிக்கோட்டில் இருந்து ஆங்கிலேயர்கள் பலமுறை பாதை அமைக்க முயன்று தவறினர். மலைப்பாதை துவங்கும் இடமான அடிவாரம் என்ற இடத்திலிருந்து மலைச்சாலை அமைக்க மலையையும் காட்டையும் நன்கு அறிந்த மலைவாழ் மக்களில் ஒருவரான கரிந்தன்டன் என்ற இளைஞன் வழிகாட்ட ஆங்கிலேயர்கள் வயநாட்டுக்கு மலைப்பாதை அமைக்கின்றனர். இறுதியில் ஆங்கிலேயப் பொறியாளர் இத்தகைய அரிய செயலின் மொத்தப் பெருமையையும் தனக்கு உரித்தாக்க அந்த இளைஞனைக் கொன்றுவிடுகிறார். கொல்லப்பட்ட அந்த இளைஞன் ஆவியாக அவ்வழியாக போவோர் வருவோரை எல்லாம் பயமுறுத்துவதாகவும், குறிப்பாக வெளிநாட்டினரைக் கொன்று விடுவதாகவும், அந்த ஆவியை ஒரு பூசாரி பலவிதமான சடங்குகளைச் செய்து இந்த மரத்தில் சங்கிலியால் பிணைத்து உள்ளதாகவும், மரம் வளர வளர சங்கிலியும் சேர்ந்து வளருவதாகவும் நம்பப்படுகிறது.

தொடர்ந்து சென்றதில் அற்புதமான ஒரு வளைவில் வயநாடு மாவட்டத்தின் மிகப்பெரும் நுழைவாயில் எங்களை வரவேற்றது. மலைகளின் இடையில் அழகாக

அமைந்திருக்கும் ஒரு சிறு நகரம் வைத்திரி. கண்களுக்கும் மனதுக்கும் கொடுக்கும் முக்கியத்துவத்தைச் சற்றுக் கீழிறங்கி வயிற்றுக்கும் கொடுப்பது எங்கள் வழக்கம். இன்றைய மதிய உணவு மீனுடன் தான் என்று முன்னரே முடிவாகி இருந்தது. வைத்திரியின் மலைச்சரிவுகளில் அமைந்த அழகான உணவகம் ஒன்றில், வறுத்த மீன் வட்டிலின் ஓரத்தில் இருக்க, மையப்பகுதியில் பேரரிசிச் சோற்றைக் குவித்து, நடுவில் மீன் குழம்பை ஊற்றிப் பிசைந்து ஊற வைத்து, சிறு அப்பளங்களுடனும் துவையலுடனும் ருசித்து முடித்து எழுந்தபோது திவ்யமாக இருந்தது.

நெடுஞ்சாலையின் ஓரத்தில் இருந்து ஒரு கிலோ மீட்டர் தூரத்தில் ஒளிந்திருந்தது பூக்கோட் ஏரி. மதிய உணவு முடிந்த பின் அங்கு செல்வது தான் திட்டம். காரை நிறுத்திவிட்டுக் குடைகளுடன் இறங்கிக் கட்டணச் சீட்டுப் பெற்று வரிசையில் நின்று உள் நுழைந்தோம்.

மலைகள் சூழ, முகில்கள் தாழ, பசுமை வாழ, அழகு ஆள, சொர்க்கம் போல சுடர்விட்டுப் பொலிந்து கொண்டிருந்தது பூக்கோட் ஏரி. மிக அழகான, மிக மிக அழகான இயற்கை ஏரியான இதனைப் பொழுது புலரும் அதிகாலையிலும் கண்டிருக்கிறேன்; இருள் விலகிக் காலைக் கதிரவன் வானில் வலம் வரத் தொடங்கிய பின்பும் கண்டிருக்கிறேன்.; முற்பகலில், நண்பகலில், பிற்பகலில் கூடப் பார்த்திருக்கிறேன்; ஆதவன் மறைந்து அந்தி சாயும் காலத்திலும் ரசித்திருக்கிறேன். ஒவ்வொரு நேரத்திலும் ஒவ்வொரு விதமாகக் காட்சியளித்திருக்கிறது. ஒவ்வொரு நேரத்தில் ஒவ்வொரு நிறத்தில் தன்னைக் காட்டி இருக்கிறது. அதன் இருப்பைப் பல பரிமாணங்களில் உணர்ந்திருக்கிறேன்.

ஏரியைச் சுற்றிலும் முக்கால் வட்டத்துக்குக் காலார நடந்து செல்லப் பாதை இருக்கிறது. மரங்களின் அடர்த்தியும்,

பொங்கும் பசுமையும், நிறைந்த நீருமாகப் பூரித்து கிடக்கும் இந்தப் பொன்னான ஏரியில் இள மஞ்சள் வெயிலும், மழையும், தூறலும், மெல்லிய தென்றலும் உடனிருக்கச் செல்லும் படகுச்சவாரி பச்சையும் கருநீலமும் கலந்து எதிரொளிக்கும் நீரின் அழகை உடலின் செல்களில் எல்லாம் செலுத்திக் கொண்டிருந்தது.

∴பிஷ் ஸ்பா இங்கு கிடைக்கும் சுவாரசியமான தெரபி. 50 ரூபாயில் குறுகுறுப்பான அனுபவம் பாதங்களுக்குக் கிடைக்கிறது. நமது கால்களில் உள்ள அழுக்கை எல்லாம் உணவாக எடுத்துக் கொள்கின்றன இந்தச் சிறு மீன்கள். நமது பாதங்களைக் கழுவியபின், ஒரு சிறு தொட்டியில் நீருக்குள் மூழ்கியபடி வைத்திருக்கும் பொழுது தொட்டியில் உள்ள சிறிய மீன்கள் நமது பாதங்களைத் தமது சிறு வாயினால் கொத்திக் கொத்தி அழுக்கை எல்லாம் எடுத்து விடுகின்றன. இந்த நேரத்தில் மதியம் நாங்கள் உணவாக எடுத்துக் கொண்ட மீன்கள் நினைவில் நீந்தின. மலை விளைபொருட்களும் கைவினைப் பொருட்களும் விற்கும் அங்காடியில் நாம் வாங்குவதற்கு நிறைய இருக்கின்றன. குழந்தைகள் விளையாட வசதிகள் இருக்கின்றன. "சுருக்" என்ற ஒரு தேநீருடன் இந்த மந்திர ஏரியில் இருந்து விடைபெற்று வெளியே வந்தோம்.

மேலிருந்து பார்க்கும் பொழுது இந்திய வரைபடத்தினை ஒத்திருக்கும் பூக்கோட் ஏரியின் வடிவம் புறா ஒன்று ஒருக்களித்துப் பார்ப்பது போலவும் தோன்றும். கபினி ஆற்றில் சேரும் பனமரம் ஆறு தோன்றும் இடம் தான் இந்த பூக்கோட் ஏரி.

அடுத்து, பானாசுர அணையைப் பார்க்கப் போதிய காலம் இராது எனக் கணித்து இருந்தோம். எனவே அதற்கு மூன்று கிலோ மீட்டர் தொலைவில் இருக்கும் கர்லாட் ஏரியைப் பார்த்துவிட்டு பானாசுர அணையைப் போகிற போக்கில்

பார்த்து விடலாம் எனத் திட்டமிட்டு இருந்தோம். வயநாடு மாவட்டத்தின் தலைமையிடமான கல்பேட்ட வழியாகச் சற்றுச் சுற்றிக்கொண்டு ஏரியை அடைந்தோம்.

நீரும் வயலும் மரங்களும் ஊடாடும் சாலை அது. போனால் போகிறதென்று வயல்களுக்கும் தோட்டங்களுக்கும் ஓங்கி உயர்ந்த மரங்களுக்கும் இடையில் கொஞ்சமாகச் சாலை அமைத்திருந்தார்கள். பசுமையை நாசி வழியாக முகர்ந்தபடி பயணித்தோம்.

ZIP LINING, ZORBING, KAYAKING, WALL CLIMBING, BAMBOO RAFTING, PEDAL BOATING போன்ற விளையாட்டுகளைக் கொண்ட இந்த இடத்துக்கு மிகுந்த ஆர்வத்துடன் வந்து சேர்ந்த எங்களுக்கு கர்லாட் ஏரி மிகப் பெரும் ஏமாற்றத்தை நுழைவாயிலிலேயே வைத்திருந்தது. நுழைவு நேரம் முடிந்து விட்டதால் ஐந்தேகால் மணிக்குப் பிறகு உள்நுழைய எங்களுக்கு அனுமதி மறுக்கப்பட்டது. வேறு வழி இல்லாமல் வாயில் கதவின் இடுக்குகள் வழியே எட்டிப் பார்த்துவிட்டு ஏக்கத்துடன் திரும்பினோம். வளாகத்தில் ஒரு கைவினைப் பொருள் அங்காடி இருந்தது. விரக்தியில் எதையும் வாங்கும் மன நிலையில் இல்லாததால் சுறுசுறுவெனத் தேநீரை மட்டும் உள்ளிழுத்து விட்டுப் பெருமூச்சை வெளியேற்றிவிட்டுப் பெருத்த ஏமாற்றத்துடன் காரைக் கிளப்பினோம்.

பானாசுர அணையையாவது சற்று வெளிச்சத்தில் வெளியிலிருந்து பார்க்கலாம் என வண்டியைச் செலுத்தினேன். அழகும் நீரும் நிரம்பி, நீளமும் அகலமுமாக மிகப் பரந்து விரிந்து கிடந்தது. இருள் கவியத் தொடங்கிக் கொண்டிருந்தது. இங்கொன்றும் அங்கொன்றுமாக துளிகளும் எங்களைத் தொட்டுவிடத் துடித்துக்கொண்டிருந்தன. பெரு மழைக்கு அப்பகுதி தயாராகிக்கொண்டிருந்ததை உணர்ந்து முதல் நாள் பயணத்தை நிறைவு செய்ய முடிவு செய்தோம்.

தங்குவதற்குப் பதிவு செய்யப்பட்ட ரிசார்ட் அங்கிருந்து 45 கிலோமீட்டர் தூரத்தில் இருக்கிறது. சென்றமுறை தங்கிய நூறாண்டு கடந்த சந்திரகிரி பங்களாவுக்குச் சேர்ந்த மீன்முட்டி ஹைட்ஸ் என்ற ரிசார்ட்டில் தங்குவதற்காக ஏற்பாடு செய்திருந்தோம். தமிழகத்தில் இருந்து ஊட்டி வழியாகக் கூடலூர் கழிந்து சேரம்பாடி வழியாக மேப்பாடியும், தேவர்ஷோல வழியாக சுல்தான்பத்தேரியும் எனப் பல வழிகளில் வயநாடு வரலாம். வய நாட்டுக்குள் கிழக்கிலிருந்து நுழைவதற்கான வழிகள். நாங்கள் பாலக்காடு மன்னார்க்காடு எனத் தெற்குத் திசையில் நுழைந்து இருந்தோம். நூற்றுக்கணக்கான ரிசார்ட்டுகள், HOME STAYS, TREE HOUSES வயநாடு மாவட்டம் முழுவதும் பலவிதமான விலைகளில் தங்குவதற்குக் கிடைக்கும். நாங்கள் தேர்ந்தெடுத்தது தமிழக எல்லையைத் தொட்டுக்கொண்டு செல்லங்கோட்டில் இருக்கும் மீன்முட்டி ஹைட்ஸ் என்ற காட்டுக்குள் இருக்கும் விடுதி. ரிசார்ட் ஊழியர்கள் பலமுறை தொலைபேசியில் தொடர்பு கொண்ட வண்ணம் இருந்தனர். ஒவ்வொரு முறையும் அவர்கள் நினைவூட்டிய செய்தி என்னவெனில் இரவு எட்டு மணிக்கு முன்பாக முடிந்தால் 6, 7 மணிக்குள்ளாக வந்து விடுங்கள் என்பதுதான். எனக்கு ஏற்கெனவே அங்கு சென்றிருந்த அனுபவம் இருந்ததால் அவர்கள் சொன்னதன் பொருள் எனக்குப் புரிந்திருந்தது. நெடுஞ்சாலையில் இருந்து விலகி இரண்டு கிலோமீட்டர் தூரம் மிக அடர்ந்த காட்டுக்குள் கரடுமுரடான சாலையில் ஊர்ந்து செல்ல வேண்டும். யானைக்கூட்டம் மிக உற்சாகமாக உலவிக் கொண்டிருக்கும் பகுதி அது. கடிகாரத்தில் நேரம் ஆறு முப்பது எனக் காட்டிக் கொண்டிருந்தது. விரட்டிப் பிடித்தால் எட்டு மணிக்குப் போய்ச் சேரலாம்.

இரவு உணவை வெளியிலேயே முடித்துக் கொள்வதாக நாங்கள் விடுதியில் ஏற்கனவே தெரிவித்திருந்தால்

உணவுக்காகவும் எங்களிடம் இருக்கும் நேரத்தில் மிச்சம் பிடிக்க வேண்டும். 45 கிலோ மீட்டரும் மழை பெய்யும் மலைப் பாதை. கல்பேட்ட, மேப்பாடி, ரிப்பன், வடுவஞ்சால் எனத் தொடர்ந்து இடைவெளியில்லாமல் சிறு நகரங்கள் இருந்தாலும் மெதுவாகவே செல்ல வேண்டிய சாலை. அமர்ந்து உண்டால் நேரம் அதிகம் எடுக்கும் என்பதால் மேப்பாடி நகரில் இரவு உணவைப் பொட்டலம் கட்டிக் கொண்டோம். கேரளத்துப் பரோட்டாவின் சுவை அலாதியானது. வெங்காயத் தோசைகளும், பரோட்டாவும், மிளகு மசாலாவிலும் வெண்ணையிலும் புரட்டிப் பொரித்தெடுக்கப்பட்ட கோழிக்கறியும், ஆம்லெட்களும், காய்கறிகளுடன் வறுக்கப்பட்ட சோறும் நிரப்பப்பட்ட பொட்டலங்களை வாங்கிக் கொண்டு காரைக் கிளப்பும் வரையில் ஓயாமல் மழை ஊற்றிக் கொண்டே இருந்தது.

குளிராலும், நாள் முழுக்க நடந்த நடையாலும் வயிற்றில் கனன்று கொண்டிருந்த பசித்தீயைப் பெருமழையால் அணைக்க இயலாததால் விரைந்து சென்று விடுதியில் இந்த உணவுப்பொட்டலங்களை அவிழ்த்துக் கொள்ளலாம்.. பசித்தீயை அவித்துக்கொள்ளலாம் என நாவையும் வயிற்றையும் அமைதிப்படுத்தி அறை நோக்கிப் பயணித்தோம்.

எட்டு மணிக்கெல்லாம் பெருஞ்சாலையில் இருந்து பிரிந்து காட்டுக்குச் செல்லும் பாதையை அடைந்துவிட்டோம் அதுவரையில் மலைச்சாலைப் பயணம் தான் என்றாலும் இடைவெளி இல்லாமல் ஊர்கள் வழியாகப் பெரும்பாலும் வெளிச்சத்திலேயே வந்ததால் இருட்டு இங்கேதான் தனது முரட்டு முகத்தைக் காட்டத் தொடங்கியது.

ஒரு வாகனம் மட்டுமே செல்லக்கூடிய அந்தக் கடினமான கரடு முரடுச் சாலையில் எங்களது கார் ஊர்ந்தபடியே சென்று கொண்டிருந்தது. இருபுறமும் குடம் குடமாய் இருளைக்

கொட்டி வைத்தது போல இருந்தது. ஓங்கி உயர்ந்த மரங்களும், செழித்துக் கொழித்திருந்த செடி கொடிகளும் இருபுறமும் மண்டிக்கிடந்த மலைப்பெருவனத்துக்குள் அரை அடி தூரத்தில் இருப்பதைக்கூடக் காண முடியாத அடர் இருட்டைக் கிழித்துக் கொண்டு, பயத்தைக் கொஞ்சம் பதுக்கிக்கொண்டு மெல்ல முன்னேறிக் கொண்டிருந்தோம்.

200 மீட்டர் கடந்த பிறகு, இரண்டு மாதங்களுக்கு முன் இந்தப் பாதையிலா இரு சக்கர வாகனத்தில் தன்னந்தனியே இரவு பத்தரை மணிக்குச் சென்றேன் என்பதை எண்ணும்போது முதுகுத்தண்டில் சிலீரென்றது. சென்றமுறை முன்பே அறையை புக்கிங் செய்யவில்லை....இப்படி ஒரு ரிசார்ட் இருக்கிறது என்பது மட்டும் தெரியும். அதனால் என்னுடன் வந்த மற்றொரு இரு சக்கர வாகனத்தையும், காரையும் சாலையிலேயே நிற்க வைத்துவிட்டு உள்ளே சென்று விசாரித்து விட்டு வருவதாக நான் மட்டும் சென்றேன்.

கொஞ்ச தூரம் செல்லச் செல்லத்தான் எனக்கு விபரீதம் புரிந்தது. எத்தகைய இடர் மிகுந்த சாலையில் சிந்திக்காமல் வந்து விட்டோம் என்பது மண்டைக்குள் உறைத்தது. வந்தது வந்து விட்டோம் இன்னும் சற்று தூரம் தான் இருக்கும் என மேலும் மேலும் வண்டியைச் செலுத்த பாதை நீண்டு கொண்டே போனது. ஒருவழியாக ரிசார்ட்டின் மதில் சுவரையும் மங்கிய வெளிச்சங்களையும் பார்த்த பின்பு தான் உயிரே வந்தது.

என்னைப் பார்த்ததும் அங்கிருந்த ஊழியர்கள் ஒரு கணம் உறைந்து போயினர். "யார் இந்த மாவீரன்..?" என்று சிலரும் "யார் இந்த மடையன்...?" என்று சிலரும் பார்ப்பது போல எனக்குத் தோன்றியது. யானைக் கூட்டங்கள் சர்வசாதாரணமாகச் சுற்றித்திரியும் பகுதி அது. அதுவும் முதல் நாள் இரவு இதே நேரத்தில்தான் மூங்கில் தாவரங்களை ரவுண்டு கட்டி தின்று தீர்த்து சென்றிருக்கின்றன என்ற தகவலை அவர்கள் சொன்ன

போதுதான் வழியில் நடந்திருந்த சேதாரங்களை பொருத்திப் பார்த்து ஒரு நொடி விக்கித்து நின்றேன்.

அவர்கள் என்னைப் பார்த்த விதம் எனக்குச் சங்க இலக்கியங்களுள் ஒன்றான குறுந்தொகைப் பாடல் ஒன்றின் கடைசி மூன்று வரிகளை நினைவூட்டியது. குறிஞ்சித் திணையில் எழுதுவதில் வல்லவரான கபிலரின் அற்புதமான பாடல் அது.

"யாங்கு வந்தனையோ-ஓங்கல் வெற்ப
வேங்கை கமழும் எம் சிறுகுடி
யாங்கு அறிந்தனையோ-நோகோ யானே"

தலைவியைப் பார்க்க மிகப் பெரும் ரிஸ்க் எடுத்து நள்ளிரவில் மலைகளுக்கு இடையில் அமைந்த சிற்றூருக்கு வந்து சேர்ந்த தலைவனைப் பார்த்து எப்படி வந்தாய்.. எப்படி இந்த இடத்தினை அறிந்தாய்... எனத் தோழி வியந்து கேட்பதாக முடியும் அப்பாடல்.

இவ்வாறு பல நினைவுகளோடு காரை செலுத்திக் கொண்டு இருந்த எனக்கு இரண்டு நிமிடங்களில் சட்டென ஒரு விஷயம் உறைத்தது. இதுவரையில் கலகலவென இருந்த காருக்குள் அமைதி ஆழமாக நிலவுகிறதே எனத் திரும்பிப் பார்த்தால் நண்பர்கள் மூவரும் மிரட்சியில் பேச்சு மூச்சின்றித் திகைப்பில் ஆழ்ந்திருந்தனர்.

"என்ன ஆச்சு நண்பர்களே..?" மெதுவாகக் கேட்டேன்.

"ஏப்பா தம்பி... எட்டு மணிக்குள்ள வந்துடுங்கன்னு எச்சரிக்கை பண்ணினாங்கன்னு சொன்னியே... இதுதான் காரணம்னு சொல்லலியே...!" என்றனர் பரிதாபமாக...! இருந்தாலும் அனைவருக்கும் அந்த த்ரில் பிடித்திருந்தது. ஒரு வழியாக ரிசார்ட்டை அடைந்து உள்ளே காரைச் செலுத்தினோம்.

எங்களை வரவேற்ற ஊழியர்கள் ∴பார்மாலிட்டீஸ் முடித்துப் பத்து நிமிடங்களில் எங்களுக்கான அறைகள் இருக்கும் கட்டடத்துக்குக் கூட்டிப் போனார்கள். அங்கிருந்து அவர்களது இரு சக்கர வாகனத்தைப் பின் தொடர்ந்து காரை மேலே செலுத்திக் கிட்டத்தட்ட மலையின் உச்சியில், விளிம்பில் அமைந்த கட்டடத்தின் முன்பு நிறுத்தி இறங்கினோம். மழையின் ஈரத்துடன் குளிர்ந்த காற்று வீசிக்கொண்டிருந்தது. வேகவேகமாக எங்களது உடைமைகளை எடுத்து உள்ளே வைத்துவிட்டு வெளியே வந்தோம். அதலபாதாளத்தில் மீன்முட்டியாறு ஓடும் ஒலி இரைச்சலாகக் கேட்டது. ஆழமான பள்ளத்தாக்கு மறுபுறம்.. அதனையடுத்து நீண்டு உயர்ந்த மலைத்தொடர்கள்...எங்களுக்குப் பின்னாலும் மலைத்தொடர்கள்... இத்தனைக்கும் நடுவில் பாதுகாப்பான சுற்றுச்சுவர் களுடன் மிரட்டும் அழகோடு அமைந்திருந்தது அந்த ரிசார்ட்.

ஊழியர்கள் அவர்களது அறைக்குக் கீழே செல்லும் முன்பு உள்ளே சென்றபின் விடியும்வரை கதவைத் திறக்க வேண்டாம்... வெளியிலும் வர வேண்டாம் எனக் கூறினர்... "யானைகள் வருமா...?" எனச் சற்று பீதியுடன் கேட்டோம். யானைகள் இவ்வளவு உயரத்திற்கு ஏறி வர முடியாது என்று அவர்கள் சொன்னதைக் கேட்டு நிம்மதிப் பெருமூச்சு விட்டு நிமிடம்கூட ஆகியிருக்காது. "புலிதான் அவ்வப்போது வரும்..." என்றனர். புயல் வேகத்தில் அறைக்குள் நுழைந்து கதவுகளைத் தாழ் அடைத்தோம்.

சற்று ரிலாக்ஸ் செய்து விட்டுக் கட்டடத்தின் மறுமுனையில் இருந்த பால்கனியைத் திறந்து பார்த்தால் இயற்கையின் பிரம்மாண்டத்தை இருட்டிலும் ஓரளவு ஊகிக்க முடிந்தது. விடிந்ததும் பார்த்துக்கொள்ளலாம் என கதவைச் சாத்திவிட்டு வாங்கி வந்திருந்த உணவை வயிறார உண்டு முடித்து உறங்கத் தயாரானோம்.

மிரட்டும் இருட்டும், மென்மையான இரவொலியும் இயற்கையின் இன்னொரு பரிமாணத்தை எடுத்து இயம்பின. மலையும் மழையும், இருளும் குளிரும், ஆறும் காடும், பனியும் மரமும் எங்களைச் சூழ்ந்து இருக்க, இந்த இரவை இப்படி விழித்தபடியே கழித்து விடலாமா என்ற ஓர் எண்ணமும் இதயத்தின் ஓரத்தில் எட்டிப் பார்த்தது.

இருந்தாலும்,
மலைப்பை அலுப்பு வென்றது;
களிப்பைக் களைப்பு வென்றது..!

முதல் நாள் பயணம் இனிதே முடிந்து கொண்டிருக்க, இரண்டாவது நாள் இன்னும் எங்களுக்காக என்னென்ன வைத்திருக்கிறதோ என்ற எதிர்பார்ப்பிலேயே உறங்கிப் போனோம் ...!

மனம் மயங்கும் வயநாடு

பகுதி இரண்டு

"ஆனந்த யாழை மீட்டுகிறாய் ...!" என்று நம்மை நெகிழ வைக்கும் வரிகளைக் கொண்ட தமிழ்த்திரைப்பாடலின் விஷுவலில் இதய வடிவ ஏரி ஒன்றைப் பார்த்திருப்போம். அந்த வசீகரிக்கும் குட்டி ஏரி செம்பாரச் சிகரத்தில் (CHEMBRA PEAK) இருக்கிறது.

சரி, செம்பாரச் சிகரம் எங்கிருக்கிறது..?

வயநாடு மாவட்டத்தின் மேப்பாடியில் இருந்து 8 கிலோமீட்டர் தொலைவில் மலைத்தொடர்களுக்கிடையில் சுண்டியிழுக்கும் கம்பீரத்துடன் நெடிதுயர்ந்து நின்று கொண்டிருக்கிறது.

ஒரு நாளைக்கு 200 பேருக்கு மட்டுமே அனுமதி வழங்கப்படும் இந்த மலைமுகட்டைப் பார்க்க ஆன்லைன் புக்கிங் வசதி கிடையாது.

விடியற்காலை 6:00 மணிக்கு டிக்கெட் கவுண்டரில் டிக்கெட் கொடுக்கத் தொடங்குகிறார்கள். சீஸன்களில் அதிகாலை 4:00 மணிக்கே க்யூ ஆரம்பித்து விடுகிறது.

இரவிலேயே டிக்கெட் கவுண்டர் இருக்கும் ஏரியாவில் காரை பார்க் செய்து காரிலேயே தூங்கியெழுந்து அதிகாலை 4:00 மணிக்கு க்யூவில் நிற்பவர்களும் உண்டு.

டிக்கெட் வாங்கிக் கொண்டு வனத்துறையினரின் வாகனத்தில் ஏறினால் ட்ரெக்கிங் தொடங்கும் இடத்தில் இறக்கி விடுகிறார்கள். காலை 7 மணிக்கு நடக்கத் தொடங்கும் பொழுது

குடிநீர், சிறு தீனி, உணவு போன்றவற்றைப் பொட்டலம் கட்டி எடுத்துக் கொள்ள வேண்டும். அடுக்கடுக்கான மலைகளில் ஏறிக்கொண்டே செல்லச் செம்பாறை முகட்டை அடையக் குறைந்தது 2 மணி நேரம் பிடிக்கிறது. சில்லென்ற காற்றும், கண் குளிர் பசுமையும் நம் கூடவே கைபிடித்து வரும் இந்த மலையேற்றம் இனிமையான அனுபவமாக இருக்கும். ரெகுலராக மார்னிங் வாக் செல்பவர்களுக்கு இது ஒன்றும் அவ்வளவு கடினமாக இருக்காது.

மலை உச்சியில் இதய வடிவம் கொண்ட சிறு ஏரி நம்மை அட்டகாசமாக வரவேற்று நமது இதயத்தில் இடம் பிடித்துக் கொள்கிறது. காதலர்களின் ஸ்பெஷல் லொகேஷன் ஆக இருக்கும் இந்த ஏரியைச் சுற்றிலும் ஜோடிகளாக வருபவர்கள் மெய்ம்மறந்து கசிந்துருகி ரொமான்டிக் ரோலைக் கச்சிதமாக நிறைவேற்றுகிறார்கள். மறுபுறம் கிடு கிடுப் பள்ளத்தாக்கும், அதனையடுத்துப் பல கிலோமீட்டருக்கு மனித வாடையற்ற ஓங்கி உயர்ந்த மலைகளும், காடுகளும் நம்மை மிரட்டிப் பார்க்கின்றன.

பனி படர்ந்த இளங்காற்றும், பசுமை போர்த்த மலைச்சரிவும் நம்மை வசீகரித்துக் கொல்கின்றன. ('ள்' இல்லை ...'ல்'தான்). மறுபுறம் பள்ளத்தாக்கில் வனவிலங்குகள் நிறைய இருந்தாலும் ஏரிப் பகுதிக்கு ஏறி வர முடியாது என அங்கிருக்கும் காவலர்கள் சொல்கிறார்கள்.

ஏழெட்டு ஆண்டுகளுக்கு முன்பு லிமிடெட் விஸிட்டர்ஸ் எல்லாம் கிடையாது. கூட்டம் குவிந்து கிடக்கும்..! எத்தனை பேர் எத்தனை மணிக்கு வந்தாலும் நண்பகல் 12 மணி வரை அனுமதித்துக் கொண்டிருந்தார்கள். பிறகு சூழலியல் காரணமாக ஏறத்தாழ ஐந்து ஆண்டுகள் வரை செம்பாற முகடு மூடப்பட்டிருந்தது.

சுற்றுலா வாசிகளின் தொடர் கோரிக்கைகளையடுத்து இப்பொழுது 200 பேருக்கு மட்டுமே அனுமதி அளிக்கிறார்கள். மெல்லக் கீழிறங்கி வந்து நுழைவாயிலை அடையும்போது மனம் நிறைந்து கிடந்தது.

சூசிப்பாற அணையும், சூசிப்பாற அருவியும், காந்தம்பாற அருவியும் மேப்பாடிக்கு அருகில் இருக்கும் முக்கியமான லொகேஷன்கள். இவற்றைப் பார்த்து முடிக்க மற்றொரு முழு நாளும், முழு இரவு ஓய்வும் தேவை. அதிலும் 2 கிலோமீட்டர் தொலைவிலான சூசிப்பாற ட்ரெக்கிங் நமது மனதை விட்டு அவ்வளவு விரைவில் அகலாது. சூசிப்பாற என்பதன் பொருள் ஊசி போன்ற பாறை ஆகும். மலையேற்றப் பிரியர்களுக்காக ஊசி போன்ற நெடும் மலையொன்று அங்கிருப்பதால் இப்பெயர்.

மேப்பாடியில் இருந்து 20 கிலோமீட்டர் தொலைவில் இடக்கல் குகை இருக்கிறது. மிக அரிதான ஓர் இடமது. வரலாற்று ஆர்வலர்கள் மிஸ் பண்ணவே பண்ணக் கூடாத இடம். பிற்பகல் 3 மணிக்கு மேல் இங்கு அனுமதி கிடையாது. பார்க்கிங்கில் இருந்து ஒரு மணி நேரத்துக்கு மேல் நடந்து சென்று மலை உச்சியில் இந்தக் குகையைக் காண வேண்டும். முதல் 200 மீட்டருக்கு இருபுறமும் பல்வேறு விதமான கடைகள் இருக்கின்றன. பிறகு அழகாகக் கைப்பிடியுடன் கூடிய படிக்கட்டுகள் அமைத்துத் தந்திருக்கிறார்கள். ஏறிச் செல்லக் கொஞ்சம் உடல் வலு தேவை. வளைந்து வளைந்து மேலேற 3900 அடி உயரத்தில் குகை தென்படுகிறது. குகை என்பதை விட மிகப் பெரும் மலைப் பிளவு என்றே சொல்ல முடியும். இடையில் உள்ள கல் என்பதே இடைக்கல். பேச்சுவழக்கில் எடக்கல், இடக்கல் என வழங்கப்பெறுகிறது.

அப்படி என்ன ஸ்பெஷல் இங்கு..?

இன்றிலிருந்து ஏறத்தாழ 8000 ஆண்டுகளுக்கு முன்பு மனிதர்கள் வாழ்ந்த குகையிது. புதிய கற்காலத்தில் வாழ்ந்த

இந்த மனிதர்கள் குகைச்சுவர்களைக் கீறிக் குடைந்த கோட்டுப் படங்களும், படா எழுத்துக்களும் கி.மு. எட்டாயிரம் ஆவது ஆண்டுக்கு முற்பட்டது எனக் கண்டறியப்பட்டுள்ளது. சிந்துச் சமவெளி நாகரிகத்துடன் தொடர்புடைய நாகரிகம் இங்கிருந்திருக்கிறது என வரலாற்று ஆய்வாளர்கள் குறிப்பிடுகின்றனர்.

சிந்துச் சமவெளி அகழாய்வில் கண்டுபிடிக்கப்பட்ட உருவங்களுடன் இங்கு காணப்படும் குடைவரை ஓவியங்கள் ஒத்துப் போவது கண்டறியப்பட்டுள்ளது. கி.பி. மூன்றாம் நூற்றாண்டில் சேர மன்னரைக் குறிப்பிடும் சொற்களைக் கொண்ட தமிழ் -பிராமி எழுத்துக்களும் இங்கு கண்டறியப்பட்டுள்ளன. கற்கால எழுத்துகள் தென்னிந்தியாவில் இடக்கல்லிலும், கொல்லம் மாவட்டத்தில் செந்தூரணியிலும் மட்டுமே உள்ளன என்பது குறிப்பிடத்தக்கது.

இடக்கல் குகையும் அதன் வரலாறும் தந்த பிரமிப்புடனேயே அடுத்ததாக முத்தங்க வைல்ட் லை:ப்பை நோக்கிப் பயணித்தோம். நீலகிரிப் பல்லுயிர் வலயத்தின் ஒரு பகுதியான முத்தங்க வன உயிரிப் பகுதி கர்நாடகத்தின் பந்திப்பூர் தேசியப்பூங்கா, தமிழ்நாட்டின் முதுமலை வன உயிரி உய்வகம் மற்றும் தேசியப்பூங்காக்களுடன் எல்லைகளைப் பகிர்ந்து கொள்கிறது. வனப்பகுதிக்குள் ஒன்றரை மணி நேர ஜீப் ச:பாரி கூட்டிப் போகிறார்கள். காலையும் மாலையும் மட்டுமே கிடைக்கும் இந்த ஜீப் ச:பாரிகளில் வேனில் காலங்களில் விலங்குகளைப் பார்ப்பதற்குண்டான வாய்ப்புகள் அதிகம்.

கோழிக்கோடு- சுல்தான் பத்தேரி -மைசூர் நெடுஞ்சாலையில் அமைந்து இருக்கும் இந்த முத்தங்கவில் மாலை 4:30 மணியுடன் ஜீப் ச:பாரிக்கான நுழைவு அனுமதி நிறைவுறுகிறது. குண்டல்பேட்டுக்கும் சுல்தான்பத்தேரிக்கும்

இடைப்பட்ட இந்த நெடுஞ்சாலை இரவு நேரங்களில் பெரும்பாலும் மூடப்படுகிறது. இதற்கு மாற்று வழி அமைக்க முனைந்தாலும் அதுவும் அடர் கானகப் பகுதிக்குள்ளேயே வருவதால் வேறு வாய்ப்பு இல்லாமல் இருக்கிறது.

"ரா"வான வனச் சரணாலய அனுபவம் தரும் முத்தங்க போலவே வயநாட்டில் உள்ள மற்றோரிடம் தோல்பெட்டி வைல்ட்-லை∴ப். வயநாட்டின் தென்கிழக்கு மூலை முத்தங்க என்றால் தோல்பெட்டி வடமேற்கு மூலையில் கர்நாடகத்தின் நாகர்ஹோலே வன உயிரிப் பாதுகாப்புப் பகுதியுடன் எல்லையைப் பகிர்ந்து கொள்கிறது. முத்தங்கவில் இருந்து 70 கிலோமீட்டர் தொலைவில் உள்ள தோல்பெட்டியில் ஜீப் ச∴பாரிகள் காலையும் மாலையும் கிடைக்கின்றன. அட்வென்சர் அனுபவம் நிச்சயம்.

தோல்பெட்டியின் அருகில் புகழ்பெற்ற திருநெல்லிக் கோவில் உள்ளது. 1000 ஆண்டுகள் பழைமையான இந்தக் கோவில் புராதனத்தின் சின்னமாக நிற்கிறது. இங்கிருந்துதான் கர்நாடகாவின் பிரம்மகிரி மலைத்தொடர்களுக்குச் செல்லும் ட்ரெக்கிங் பேக்கேஜ் தொடங்குகிறது.

அருகிலேயே கபினி ஆற்றங்கரையில் குருவத் தீவுகள் உள்ளன. கூட்டம் குவிந்து வழியும் குருவத்தீவுகள் செமத்தியான பிக்னிக் ஸ்பாட். ஆற்றைப் படகுகள் மூலமும், பாலங்கள் மூலமும் கடந்து உள்ளே நடந்து செல்வதும், நடந்து செல்லக் கிடைக்கும் ஆற்றுக் குளியலும் அலாதியாக இருக்கும்.

வயநாட்டின் மற்றொரு மறக்கவியலா ட்ரெக்கிங் லொகேஷன் பானாசுர மலை. மானந்தவாடியிலிருந்து 20 கிலோ மீட்டர் தொலைவில் உள்ள பானாசுர சாகர் அணையின் சில்லென்ற நீர்ப்பரப்பும், நீளமான ஜிப் லைனும் பார்வையாளர்களைக் கூட்டம் கூட்டமாக இங்கு வரவழைக்கின்றன.

EARTH DAM களில் இந்தியாவிலேயே மிகப்பெரியதும், ஆசியாவின் இரண்டாவது மிகப் பெரியதுமான இந்தப் பானாசுர அணையின் பரந்த நீர்த்தேக்கத்தின் ரம்மியமான சூழலில் பரிசல்களும், PONTOON வகைப் பெரும்படகுகளும், ஸ்பீட் போட்களும், கட்டுமரப்படகுகளும் ஆனந்தமான சவாரியைத் தருகின்றன. ஏரியில் ஆங்காங்கே தென்படும் சிறுதிட்டுகளும், பின்னணியில் அழகாகக் காட்சியளிக்கும் மலைத்தொடர்களும் இன்னும் கொஞ்சநேரம், இன்னும் கொஞ்ச தூரம் பயணித்தாலென்ன என்னும் உணர்வைத் தோற்றுவிக்கின்றன.

அணையிலிருந்து இரண்டரை கிலோ மீட்டர் தொலைவில் உள்ளது மீன்முட்டி அருவி. 300 அடி உயரத்தில் ஆயிரம் அடி நீளத்தில் அட்டகாசமாகக் கொட்டிக் கொண்டும் வருவோரைக் கொஞ்சிக் கொண்டும் இருக்கும் மீன்முட்டி அருவியை நோக்கிக் கயிற்றைப் பிடித்தபடி பாறைகளினூடே வழிந்து ஓடும் நீர்ப் பெருக்கோரமாக நடந்து செல்வதும், அருவியின் கீழ்ப்புறக் குளியலும் சுகமாக இருக்கின்றன.

இங்கிருந்துதான் பானாசுர ஹில் ட்ரெக்கிங் தொடங்குகிறது. ஆன்லைனில் முன்னரே புக் செய்து கொள்ளலாம். காலை 6 மணிக்குத் தேர்ந்த கைடு ஒருவரின் துணையுடன் தொடங்கும் இந்த ஹில் ட்ரெக்கிங் 18 கிலோமீட்டர் தொலைவுடையது. 10 மணி நேரம் நீடிக்கும் இந்த ட்ரெக்கிங் பானாசுர மலைத்தொடரின் முழு அழகையும் நம் கண்முன்னே கொண்டு வந்து நிறுத்தும்.

மதிய உணவை பேக் செய்து தந்து விடுகிறார்கள். குடிநீர்க் குடுவைகளும், சிறுதீனிப் பொட்டலங்களும் உடன் எடுத்துக்கொண்டு நடக்கத் தொடங்கினால் கிராஸ்ஹில்ஸ், பாறைச்சரிவுகள், சோலைக்காடுகள் என மாறிமாறி நிலப்பரப்புகள் நம்மை மேல் நோக்கி இட்டுச் செல்கின்றன.

இடையில் தென்படும் ஓடைகளில் சலசலக்கும் தெளிந்த நீரை நமது குடிநீர்ப் போத்தல்களில் நிரப்பிக் கொள்ளலாம்.

கோடையில் சுட்டெரிக்கும் வெயிலும், பருவமழைக் காலங்களில் வழுக்கும் பாறைகளுமாக இருப்பதால் பானாசுர ட்ரெக்கிங்கிற்கு மழைக்காலத்துக்கும் குளிர்காலத்திற்கும் இடைப்பட்ட பருவம் மிகப் பொருத்தமாக இருக்கும். உயரே செல்லச் செல்ல அசர வைக்கும் அழகும், மனம் மயக்கும் மலைமுகடுகளும், சிலிர்க்க வைக்கும் சில்னெஸும், பரவசமூட்டும் பசுமையும் இந்தக் கடினமான, நீண்ட ட்ரெக்கிங்கை மறக்க முடியாத, இனிமையான நினைவுகளாக மாற்றி விடுகின்றன.

வயநாட்டின் போக்குவரத்து நெரிசலும் பிரபலமான ஒன்று. வாழ்க்கை வெறுக்கும் அளவு நடந்த ஒரு சம்பவம் உண்டு.

மாலை 3:30 மணிக்குத் தாமரசேரியிலிருந்து வலப்புறம் வயநாட்டை நோக்கித் திரும்பியாயிற்று . கருக்கல் கட்டிக் கொண்டிருந்த மேகம் மழையாக இறங்கத் தொடங்கியிருந்தது. ஜோரான தொடக்கம் என முழுமையாக மகிழ்ந்து முடியும் முன் நமக்கு முன்பாக வாகனங்கள் தேங்க ஆரம்பித்து அப்படியே நிற்கத் துவங்கின. ஒன்றிரண்டு காவலர்கள் தென்பட்டதும் ஏதோ டிராஃபிக் ஜாம் போல, பத்து நிமிடங்களில் சரியாகிவிடும் என நான் நினைக்கக் கடவுள் வேற ஒன்றை நினைத்திருந்தார். நம்புங்கள்... ஒரு மணி நேரத்தில் கடக்க வேண்டிய அந்த மலைச்சாலையை நாங்கள் கடக்க 9 மணிநேரம் பிடித்தது.

விரைவில் சரியாகிவிடும் என்ற நம்பிக்கையில் கொஞ்சம் கொஞ்சமாக நகர்ந்து கொண்டே இரண்டு மூன்று கொண்டை ஊசி வளைவுகளைக் கடந்து இருக்கும்போது மணி ஏழாகிவிட்டிருந்தது.

திரிசங்கு நிலை... இப்படியும் போக முடியவில்லை அப்படியும் போக முடியவில்லை... இரவு 9 மணிக்கு மெல்ல ஜெர்க் ஆக ஆரம்பித்திருந்தது. இஞ்ச் இஞ்ச்சாக நகர்ந்ததாலும் அவ்வப்பொழுது பெய்த மழையால் கட்டாயம் ஏசி போட்டாக வேண்டியிருந்ததாலும் காரில் பெட்ரோல் வேறு வேகமாகக் காலியாகக் கொண்டிருந்தது. கழுத்து உயர அண்ணாந்து பார்த்தாலும், கீழே பார்த்தாலும் வளைந்து நெளிந்து கிடக்கும் மலைச்சாலை முழுவதும் வெளிச்சப் புள்ளிகளாக வாகனங்கள் ஆயிரக்கணக்கில் அணிவகுத்து நிற்பது தெரிந்தது. பசி வேறு ஆரம்பித்து இருந்தது.

ஒரு வழியாக ஒன்பதரை மணிக்கு இடப்புறமாக ஒரு சிறிய பேக்கரி கம் ஹோட்டல் தென்பட்டது. பட்டென ஓரம் கட்டி நிறுத்திய பின்பு தான் தெரிந்தது, மொத்தக் கூட்டமும் கடையைக் கபளீகரம் செய்ததில் குடிக்கத் தண்ணீர் கூட இல்லை என்று கை விரித்தார் கடைக்காரர். இதை முன்பே கணித்து நிறைய ஸ்டாக் வைத்திருந்தால் ஓவர் நைட்டில் ஒபாமாஆகி இருப்பார்.

தொடர்ந்து மேலேற அடுத்து இரண்டு கிலோ மீட்டரில் ரெஸ்டாரன்ட் என்று ஒரு போர்டு பளிச்சிட்டு கொண்டு இருந்தபோது மணி 11 :30 ஆகியிருந்தது. அப்படியே ஓரங்கட்டி இறங்கிப் போனோம். ஐந்து வெங்காய வடைகளும் நான்கு அவித்த முட்டைகளும் இருந்தன. ஆயிரம் ரூபாய் சொன்னாலும் வாங்கத் தயாராக இருந்தோம். சிக்கன் கிரேவி வைத்திருந்த பாத்திரம் ஒன்று இருந்தது. கையை விட்டு ஓரத்தில் ஒட்டி இருந்த துளிகளை வழித்தெடுத்து முட்டைகளின் மீது ஊற்றிக் கொண்டிருந்தபோது நார்த் ஈஸ்டில் இருந்து வந்த சமையலறையில் பணிபுரிந்து கொண்டிருந்த அந்த நபர் அந்தத் தகவலைச் சொன்னார். கீழே இருக்கும் ரிசார்ட் ஒன்றுக்கு இரவு உணவு வந்து கொண்டிருக்கிறது,

புக் செய்தவர்கள் வந்து சேராததால் கொஞ்சம் மீதி இருக்கிறது வேண்டுமா என்றார். எதிர்பார்க்கவே இல்லை.... நான்கு கிண்ணங்களில் நெய்ச் சோறும் மீன் மசாலாவும் கிடைத்தன. ஏற்கனவே வடைகளும் முட்டைகளும் உள்ளே போயிருந்தாலும் வெறி அடங்கத் தின்று முடித்தோம். கால் கிண்ணம் நெய்ச் சோறும் கொஞ்சம் குழம்பும் மீதம் இருந்தன. பதிவு செய்துவிட்டு நெஞ்சார்ந்த நன்றி நவின்று காரை நகர்த்தி டிரா:்பிக்கில் ஐக்கியமாக, எங்களுக்கு உணவு வழங்கிய உணவகப் பணியாளர் அந்தக் கால் கிண்ணம் நெய்ச்சோறை உண்டு கொண்டிருந்தார். அவருக்கு அன்று அவ்வளவுதான் உணவு....!

முதலிலேயே தெரிந்திருந்தால் முழுக்கிண்ணத்தையும் மீன் குழம்புடன் அப்படியே கொடுத்திருந்திருப்போம்.

நாங்கள் பார்ப்பதை அறிந்து புன்னகையுடன் கையசைத்தார். வயிறு நிரம்பி இருந்தாலும் மனதை என்னவோ செய்தது. எங்கள் முகக்குறிப்பை அறிந்த அவர், " இது போதும் ....நோ ப்ராப்ளம்... காலையில் பார்த்துக்கொள்ளலாம்....!" என்பது போலச் சைகையால் எங்களைச் சமாதானப் படுத்தினார். ஒவ்வொரு நாளும் உலகில் இருக்கும் அத்தனை உயிர்களும் பசியாறித் தூங்கும் வரம் வேண்டும் இறைவா....!

வயநாடு மாவட்டம் ஒருபுறம் கர்நாடக மாநிலத்தையும், மறுபுறம் தமிழ்நாட்டின் நீலகிரி மாவட்டத்தையும் எல்லைகளாகக் கொண்டு 30-க்கும் மேற்பட்ட அட்டகாசமான லொகேஷன்களுடன் இருக்கும் ஓர் அழகு மிகு மலை மாவட்டம். தசராக் கொண்டாட்டங்களுக்காக பத்து நாள் விடுமுறையிலிருந்த கர்நாடகாவிலிருந்து மொத்தக் கூட்டமும் வயநாட்டில் இறங்கி இருக்கிறது.

அதுபோகத் தமிழ்நாட்டிலிருந்தும் கேரளாவிலிருந்தும் ஒரு பெருங்கூட்டம்...

அதுபோக, கோழிக்கோட்டையும் மைசூரையும் இணைக்கும் அந்தத் தேசிய நெடுஞ்சாலையில் டன் கணக்கில் லோடுகளை ஏற்றிக்கொண்டு நூற்றுக்கணக்கிலான கணக்கான லாரிகள்....

அதுபோக, பெங்களூருவில் இருந்தும் மைசூருவில் இருந்தும் வயநாட்டின் மானந்தவாடி, கல்பேட்ட, சுல்தான் பத்தேரி போன்ற ஊர்களில் இருந்து கோழிக்கோடு, கொச்சி, திருவனந்தபுரம், திருச்சூர், ஆலப்புழா, பத்தனம்திட்ட, கொல்லம் உள்ளிட்ட பல்வேறு ஊர்களுக்கு அணியணியாகச் செல்லும் கேரள, கர்நாடகா அரசுப் பேருந்துகள் மற்றும் ஆம்னிப் பேருந்துகள்...

மூச்சுத் திணற வைக்கும் போக்குவரத்து நெரிசல் வெளிச்சத்திலேயே ஏறி விடுவோம், ஏகப்பட்ட வியூ பாயிண்ட்களில் வீடியோக்களையும் செல்·பிக்களையும் எடுக்கலாம் என்ற நமது திட்டம் மொத்தத்திலும் மண்ணள்ளிப் போட்டது.

கல்பேட்டயில் ஹோம்ஸ்டே ஒன்றை புக் செய்திருந்தோம். இரவு ஒரு மணி ஆகிவிட்டால் வர மாட்டார்கள் என எங்களது அறையை வேறொரு குரூப்புக்குக் கொடுத்து இருந்தார்கள். ஓனர் இடையில் எங்களைத் தொடர்பு கொண்டாரா எனத் தெரியவில்லை. சிக்னல் கிடைக்காமல் இருந்திருக்கலாம்.அவரது எண்ணை எங்களால் தொடர்பு கொள்ள முடியவில்லை. கடைசியில் தன்னுடைய வீட்டிலேயே தன்னுடைய பெட்ரூமில் தங்க வைத்தார்.

இரண்டு நாள் கழித்து டைம்ஸ் ஆஃப் இந்தியாவின் கோவைப் பதிப்பில் கூட இந்த டிரா·பிக் ஜாம் செய்தியை வெளியிட்டு இருந்தார்கள். மாநில மனித உரிமை மையம் கூடக் கண்டனம் தெரிவித்திருந்தது. பேருந்துகளில் வந்தவர்கள், சாப்பிடாமல் வந்தவர்கள், பாத்ரூம் போக முடியாமல்

தவித்தவர்கள், குழந்தைகள் எனப் பலரும் சிரமத்துக்கு உள்ளாகியிருப்பார்கள். உச்சகட்டக் கொடுமை என்னவெனில், கார்களில் வந்தவர்கள் கூட அவ்வப்போது ஓரங்கட்டி இறங்கி ஆசுவாசப்படுத்திக் கொள்ள முடிந்தது, பேருந்து ஓட்டுநர்களின் நிலைமைதான் வெகு பரிதாபம்.

கேரளாவில் ஒவ்வோராண்டும் வரும் சுற்றுலா வாசிகளின் எண்ணிக்கை கோடியைத் தாண்டும் என்கிறார்கள். கட்டுக்கடங்காத சுற்றுலா வாசிகளின் எண்ணிக்கையைக் கட்டுப்படுத்த என்ன செய்யலாம் எனக் கேரளாவில் விவாதங்கள் கிளம்பி இருக்கின்றன என வலைத்தளங்களில் படித்தேன்.

2024 சாலியாற்று வெள்ளப்பெருக்கால் முண்டகை, சூரல்மல போன்ற சிற்றூர்கள் முற்றிலும் அழிந்த நிலையில் ஊடகச் செய்திகளை வைத்து வயநாடே மொத்தமாக அழிந்து விட்டதாக நாம் நினைத்துக் கொள்கிறோம். உண்மையில் வயநாடு எனபது ஒரு பெரிய மாவட்டத்தின் பெயர்.

நிலம்பூர்ப் பயணம் - நீங்கா நினைவுகள்

ச்ச்சும்ம்மா ஒரு ரவுண்டு அடித்து வரலாம் எனச் சனிக்கிழமை நாளொன்றின் காலையில் நண்பர் கணேசனை மட்டும் காரில் ஏற்றிக் கொண்டு வாளையாரில் கேரள நிலத்தை மிதித்தாயிற்று ....அதாவது கார் டயர் மலையாள மண்ணில் உருள ஆரம்பித்தாயிற்று..

பாலக்காட்டைத் தொடுவதற்குள் அடுத்து எங்கே போவது எனப் பல்வேறு சாய்ஸ்களை அலசிப் பார்த்து விட்டு நிலம்பூரை எட்டிப் பார்த்துவிட்டு வரலாம் என முடிவு செய்து கோழிக்கோட்டுச் சாலையில் வண்டியைத் திருப்பி ஆக்ஸிலேட்டரை அழுத்தத் தொடங்கினேன்.

மலப்புரம் மாவட்டத்தில் மலைகளுக்கிடையில் சுகமாகப் பொதிந்து கிடக்கும் நிலம்பூர் ரோட் -ட்ரிப்புக்கு அட்டகாசமான ஸ்பாட்...

மன்னார்க்காட்டில் :ப்ரூட்ஸ் நிறைந்த லைட்டான பிரெக்:பாஸ்ட் சுகமாக முடிந்த பிறகு சில்லென்ற காலை வெயிலில் மேலாற்றூரையும் பாண்டிக்காட்டையும் வண்டூரையும் கடந்து நிலம்பூரை நெருங்கும்போது காலை 10 மணி ஆகிவிட்டிருந்தது.

சாலியாற்றின் கரையில் கிடக்கும் அழகான டவுனான நிலம்பூரில் CONNOLY'S PLOT தான் நாம் விஸிட் செய்யப் போகும் :பர்ஸ்ட் ஸ்பாட்.

19ஆம் நூற்றாண்டில் பிரிட்டிஷ் ஆட்சிக் காலத்தில் மலபார் மாவட்ட கலெக்டர் அமைத்த மாபெரும் தேக்குக் காடு

தான் இந்த CONNOLY'S PLOT. நிலம்பூருக்கு மேற்குப் புறமாக சாலியாற்றுக்கும் குறிஞ்சிப்புழ ஆற்றுக்கும் இடையில் மலைகள் சூழப் 12 ஏக்கரில் பரந்து நிற்கிறது இந்தத் தேக்கு மரத் தோட்டம்.

வளாகத்துக்குள் பெரிய கார் பார்க்கிங் வசதி இருக்கிறது. டிக்கெட் வாங்கிக்கொண்டு காட்டுக்குள் ஒரு கிலோமீட்டர் தூரம் நடந்தால் சாலியாற்றங்கரை வருகிறது. ஆற்றில் தண்ணீர் கரையைத் தொட்டுக் கொண்டு ஓடுகிறது. ஆற்றின் மறு கரையில் தேக்குமர க்காடு இருக்கிறது. ஆற்றைக் கடக்க மிக நீளமான தொங்கு பாலம் ஒன்று இருந்திருக்கிறது. தற்போது அது பயன்பாட்டில் இல்லை. கயிற்றால் இழுக்கும் பெரிய படகு ஒன்று ஷட்டில் சர்வீஸ் அடிக்கிறது.

30 பேர் ஏறியதும் மெல்ல நகர்ந்து அக்கரையில் இறக்கி விட்டு விட்டு அங்கிருக்கும் ஆட்களை ஏற்றிக்கொண்டு ரிட்டன் புறப்படுகிறது. அக்கரையில் இறங்கியதுமே நடக்க ஆரம்பித்தால் வானளாவ உயர்ந்த ஆயிரக்கணக்கான தேக்கு மரங்களைக் காண முடிகிறது.

மரங்களின் ஊடாக நடக்க அழகாகப் பாதை அமைத்திருக்கிறார்கள். ஆங்காங்கு அமர்ந்து கொண்டு ரிலாக்ஸ் செய்யச் சிறு குடில்களும் அமைத்திருக்கிறார்கள். முழுக் காட்டையும் பார்க்க பார்வையாளர்களுக்கு அனுமதி இல்லை. குறிப்பிட்ட தொலைவில் கம்பி வேலி அமைத்து அதற்கு மேல் செல்லாதவாறு தடுத்து இருக்கிறார்கள். மிகக் குளுமையான அந்தக் காடு செடி, கொடிகள் நிறைந்து ∴பிரெஷ்ஷான உணர்வைத் தருகிறது. நடுக்காட்டில்150 அடி உயரத்தில், 15 அடி அகலத்தில் அடி பருத்த மிகப்பெரிய தேக்குமரமொன்று வீற்றிருந்தது. நண்பரும் இதழாளருமான தமிழ்த்தென்றல் அவர்கள் ஒருமுறை மேற்கோள் காட்டிய மலையாளக் கவிஞர் குஞ்ஞுண்ணியின் கவிதை வரிகள் நினைவுக்கு வந்தன.

"ஒரு வனம்
அதிலொரு மரம்
அதிலேயே என்மனம்"
அழகான வரிகள்...

ஒரு மணி நேரம் அங்கு செலவழித்து விட்டு மீண்டும் நடந்து வந்து காத்திருந்து படகைப் பிடித்து, மறுகரை வந்து மீண்டும் நடந்து பார்க்கிங்கை அடையும் முன் Cafeteria வில் காஃபியை அருந்தி விட்டு அடுத்த இடமான தேக்கு மியூசியம் அமைந்துள்ள BIO RESOURCES NATURE PARK நோக்கிக் காரைச் செலுத்தினேன்.

கேரள மாநிலத்தின் திருச்சூரைக் கர்நாடக மாநிலத்தின் மைசூருடன் தமிழ்நாட்டின் கூடலூர் வழியாக மலைகளின் ஊடாக இணைக்கும் நெடுஞ்சாலை நிலம்பூர் வழியே செல்கிறது. அதனால் கார்கள், லாரிகள், டூரிஸ்ட் பஸ்கள், ஆம்னி பஸ்கள், ரூட் பஸ்கள் என மூன்று மாநில ரெஜிஸ்ட்ரேஷன்களும் கொண்ட வாகனங்களால் சாலையில் போக்குவரத்து மிகுதியாக இருக்கிறது.

பாண்டிப்புழ, செருப்புழ, கரிம்புழ ஆறுகள் சாலியாற்றுடன் நிலம்பூரில் கலந்து இப்பகுதியைச் செழிப்பாக்குகின்றன.

அடுத்த ஐந்தாவது நிமிடத்தில் BIO RESOURCES NATURE PARK வலப்புறமாக எழிலுடன் வரவேற்றது.

கேரளத்தில் ஒவ்வொரு சுற்றுலாத் தலமும் பராமரிக்கப்படும் விதம் மிகவும் அலாதியானது. பயோ ரிசோர்ஸஸ் நேச்சர் பார்க்கினுள் நுழையும் முன்னரே வாகனத்திற்கு நுழைவுச்சீட்டுத் தந்து முறையாக பார்க் செய்யும் வரை கூடவே வந்து கண்காணிக்கிறார்கள். பிளாஸ்டிக் பைகள், பாட்டில்களுக்கு ஸ்ட்ரிக்டாக நோ சொல்லி உள்ளே அனுமதிக்கிறார்கள்.

பார்க்கின் முதல் பகுதியான தேக்கு மர அருங்காட்சியகம் அரண்மனை போல ஜொலிக்கிறது. தேக்கு மரத்தின் வரலாறு, புவியியல், பொருளியல், அறிவியல், உயிரியல் அனைத்தையும் அலசி ஆராய்ந்து அழகுற அருங்காட்சியகத்தை அமைத்திருக்கிறார்கள். தேக்கினால் செய்யப்பட்ட பழங்காலப் பொருட்கள், தேக்கு மரத்தின் வகைகள், புகைப்படங்கள், தேக்கினால் செய்யப்பட்ட மாதிரிக் காடு என நுணுக்கமாக அமைக்கப்பட்ட மியூசியம் அது. பொறுமையாகச் சுற்றிப் பார்த்துவிட்டு மியூசியத்தின் மறுமுனையில் இருக்கும் பூங்காவினுள் நுழைந்தோம்.

இந்தியாவின் மிக முக்கியமான BIO RESOURCES NATURE PARK களில் ஒன்றான இப் பூங்கா அவ்வளவு க்யூட்டாக இருக்கிறது. அழகு உணர்வும், கலைரசனையும், நேர்த்தியும் கொண்டு மலைச் சூழலில் அட்டகாசமாகக் காட்சியளிக்கிறது. இந்தத் தோட்டம் மொத்தத்தையும் சுற்றிப் பார்த்து ரசிப்பதற்கு மூன்று மணி நேரம் தேவைப்படும்.

தூய்மைப் பணியாளர்கள் இடைவிடாமல் கூட்டிப் பெருக்கிக் கொண்டே இருக்கிறார்கள். அத்தனை சுத்தமாக பளிங்கு போலப் பளிச்சென்று சுண்டி இழுக்கிறது பூங்கா. தாவரவியல் பிரியர்களுக்குச் சொர்க்கம் போன்ற ஒரு தோட்டமிது. RET எனப்படும் (RARE, ENDANGERED and THREATENED) அரிய, அழிந்து வரும் பல்வேறு வகையான தாவரங்களைப் பராமரித்து வருகிறார்கள்.

ORCHID HOUSE எனப்படும் ஒருவித்திலைப் பூக்கும் தாவரங்களுக்கான குடில்

HYDROPHYTES GARDEN எனப்படும் மிதக்கும், பாதி மூழ்கும் மற்றும் வேர்பிடித்த நீர்வாழ்த்தாவரங்களுக்கான தோட்டம்

FERN HOUSE எனப்படும் 80 வகையான பெரணி, சூரல், புன்னம் வகைச் சிற்றிலைப் படர் செடியினங்களுக்கான குடில்

BRYOPHYTES and THALLOPHYTES HOUSE - பாசி வகை, ஈரலூரு மற்றும் கொம்புருத் தாவரங்களுக்கான தனித்துவமிக்க நிழற்குடில்

ROCK GARDEN எனப்படும் கற்பாறைத் தோட்டம்

SUCCULUNT and XEROPHYTE GARDEN எனப்படும் வறண்ட நிலச் சதைப்பற்றுள்ள தாவரங்களுக்கான தோட்டம்

CHIKDREN' S PARK

HERBAL GARDEN எனப்படும் மூலிகைத் தோட்டம்

STAR and RASHI GARDEN எனப் பன்னிரண்டு ராசிகளுக்கும் நட்சத்திரங்களுக்குமான தோட்டம்

MEDICINIC PLANT GARDEN எனப்படும் மருத்துவத் தாவரத் தோட்டம்

BUTTERFLY GARDEN

RET SPECIES (RARE, ENDANGERED and THREATENED) எனப்படும் அழிந்து வரும் அரிய வகைத் தாவரங்களுக்கான தோட்டம்

Palm Garden - 40 வகையான சூழலியல், பொருளியல் மற்றும் கலாசார முக்கியத்துவம் வாய்ந்த பனை வகைகளைக் கொண்ட தோட்டம்

TAXONOMIC GARDEN of MONOCOT and ANGIOSPERM எனப்படும் 100 வகையான ஒருவித்திலைத் தாவரங்களுக்கான தோட்டம்

EDIBLE BAMBOO GARDEN - உண்ணத் தகுந்த மூங்கில் வகைகளுக்கான தோட்டம்

GYMNOSPERM GARDEN - திறந்த விதை வித்து மூடியிலித் தாவரங்களுக்கான தோட்டம்

MEGALITHIC BURIAL SITE - 2500 ஆண்டுகளுக்கு முன்பு வாழ்ந்த மக்கள் இறந்த பின்பு பெரிய கற்களைக் கொண்டு அவர்கள் புதைக்கப்பட்ட இடங்களை மூடிய இடங்கள்.

நமது தொன்மையையும், பண்டைய நாகரிகத்தையும் பறைசாற்றும் இப்பகுதி பெருங்கற்காலத்தை ஆராயும் ஆராய்ச்சியாளர்களின் விருப்பமிகு இடமாகும்.

மொத்தத்தில் இந்த Bio Resources Natural Park அழகும் நளினமும் எழிலும் அமைதியும் தூய்மையும் பொங்கி வழியும் வரலாற்று முக்கியத்துவம் வாய்ந்த உயிரியல் பூங்காவாகும்.

போய்ப்பாருங்கள்....! புத்துணர்வடைவீர்கள்.....!!

நிலம்பூருக்கு அருகில் உள்ள வேறு சில அட்டகாசமான லொகேஷன்கள்:

காகாடம்போயில் மலைச்சாரலில் உள்ள

கோழிப்பாற அருவி, பழசிக் குகைகள் மற்றும் காகாடம்போயில் அருவி

அடையன்பாற அருவி
கொடிகுத்தி மலைச்சாரல்
வாழந்தோட் அருவி
நெடுங்காயம் மழைக்காடுகள்.

குமரகம் - ஆலப்புழ சொகுசுப் படகுவீடு

ஒரு முறையாவது சென்று வந்தே தீர வேண்டும் என்பதில் கோவாவுக்கு அடுத்தபடியாகக் குமரகம் ஹவுஸ் போட் (Kumarakom-Houseboat) பெரும்பாலானோரின் பட்டியலில் இருக்கும்.

இதற்கு முன்பு இரண்டு முறையும் சுள்ளென்ற வெயில் காலத்தில் போய் வந்ததால், இம்முறை அருமை அண்ணன் லட்சுமணசாமி அவர்களின் வேண்டுகோளுக்கிணங்க மழைக்காலத்துக் காலையொன்றில் வேம்பநாட்டு ஏரியை நோக்கி வண்டியைக் கிளப்பினோம்.

வேம்பநாடு ஏரி என்பது கேரள மாநிலத்தின் ஆலப்புழ, எர்ணாகுளம், கோட்டயம் மாவட்டங்களில் 100 கிலோ மீட்டர் நீளத்திலும் 20 கிலோ மீட்டர் அகலத்திலும் பரந்து விரிந்து 5 கிலோ மீட்டர் தூரத்தில் கடலைத் தொட்டுக் கொண்டு கிடக்கும் பிரும்மாண்டமான ஏரி ஆகும்.

இவ்வேரியின் மேற்குக்கரையில் ஆலப்புழயும் கிழக்குக் கரையில் குமரகமும் ஹவுஸ்போட்களுக்குப் புகழ்பெற்ற இடங்களாகும்.

ஆலப்புழயானது இந்தியாவின் வெனிஸ் என்று புகழப்படுகிறது. ஒரிடத்திலிருந்து இன்னொரு இடத்திற்குப் பொதுப் போக்குவரத்துக்குப் படகுகளைப் பயன்படுத்துகிறார்கள். பஸ் ஸ்டாப்புகளை போலப் படகுகள் நின்று ஆள் இறக்கி ஏற்றிச் செல்லும் இடங்கள் போட் ஜெட்டிகள் எனப்படுகின்றன. வீடுகளில் கார், பைக் போலப் படகுகள் வைத்திருக்கின்றனர்.

பொதுப் போக்குவரத்துக்கு மட்டுமின்றி சுற்றுலாத் துறையிலும் இந்தப் படகுகள் பெரும் பங்கு வகிக்கின்றன. சிறிதும் பெரிதுமாக 5, 000 ரூபாயிலிருந்து ஐம்பதாயிரம் ரூபாய் வரை பலவிதமான போட்கள் வாடகைக்குக் கிடைக்கின்றன.

இம்முறை kumarakomhouseboat.in என்ற தளத்தின் மூலம் 5 பேருக்கான இரண்டு பெட்ரூம்கள் கொண்ட சொகுசுப் படகு ஒன்றினை புக் செய்திருந்தோம்.

கோயம்புத்தூரில் இருந்து குமரகத்திற்கு ஐந்தரை மணி நேரத்தில் காரில் சென்று விடலாம். அதிலும் மூவாற்றுப்புழை வழியைத் தவிர்த்துக் கொச்சி வழியாகச் சென்றால் சேர்த்தல எனும் நகரம் வரை நான்கு வழிச்சாலையில் சொகுசாகப் பயணித்து அங்கிருந்து 20 கிலோமீட்டர் தூரத்தில் குமரகத்தை அடைந்து விடலாம்.

பைகளைக் கார் பூட்டில் திணித்துக் கொண்டு பையக் கிளம்பினோம்.

மழையில் நனைந்து சாலை கருப்புத் தங்கம் எனப் பளபளக்க, தலைக்கு மேல் வானம் மெல்லிய கருமையைப் பூசிக் கொண்டு சிலுசிலுவென ஓயாமல் பூப்போல மழையைப் பெய்து கொண்டிருந்தது.

தளிர்ப்பச்சையாய் இருமருங்கிலும் ஜொலித்துக்கொண்டிருந்த மரங்களும், செடிகளும் கருப்பு வண்ணத்துடன் இயைந்து வழியெங்கும் விழிகளில் விஷுவல் ட்ரீட்டாக விரிந்து கொண்டே வந்தன.

தொடக்கமே குதூகலமாக இருந்தது. பாலக்காடு கடந்ததும் பைபாஸ் ஓரத்தில் மலர் ரெஸ்ட்ரான்ட் எனும்

சிற்றுண்டியகத்தில் காரை நிறுத்தி நனைந்தும் நனையாமலும் இறங்கி வேகவேகமாக ஓடி உள்ளே அமர்ந்தோம்.

வெண்ணப்பங்களும், மசால் தோசைகளும் எங்களைச் சூடாக வரவேற்றன. கோழிக்கறியில் செய்யப்பட்ட ஏதேனும் ஓர் உணவு வேண்டி எங்கள் சுவையரும்புகள் நச்சரித்தன. எங்களது விருப்பத்தைப் பரிமாறுபவரிடம் தெரிவித்தோம். 10 நிமிடங்களில் மிருதுவான கோழிக்கறித்துண்டங்கள் நிரம்பிய வறுவல் கிண்ணத்தை ஆவி பறக்கக் கொண்டுவந்து ஆச்சரியப்படுத்தினார். பொதுவாகக் கேரளாவில் காலைச் சிற்றுண்டிக்கே சிக்கன், மீன், பீஃப் முட்டை என எல்லா அசைவ உணவு வகைகளும் ரெடியாகிவிடும்.

காலையுணவு கனஜோராக அமைந்தது. பாலக்காட்டுக்கும் திருச்சூருக்கும் இடையே குதிரான் மலையைக் குடைந்து ஒன்றரைக் கிலோ மீட்டர் தொலைவுக்கு அமைக்கப்பட்ட நான்கு வழிச்சாலையில் நுழைந்து வெளியேறுவது புதுவித அனுபவமாக இருக்கும். கொச்சி மாநகரைக் கடந்து திருவனந்தபுரம் சாலையில் சேர்த்தல நகரை அடைந்து இடப்புறம் திரும்பிக் குமரகத்தை அடைந்தாயிற்று.

நாம் புக் செய்திருந்த ஹவுஸ்போட் டைமிங்கானது மதியம் 12 மணியிலிருந்து அடுத்த நாள் காலை 9 மணி வரையாகும். மூன்று வேளை அசைவ உணவு மற்றும் அன்லிமிட்டட் டீ, ஸ்னாக்ஸ் எல்லாம் சேர்ந்து மொத்தம் 11, 500 ரூபாய் கட்டணம்.

ஷேர் செய்யப்பட்ட லொகேஷனில் காத்துக்கொண்டிருந்த பணியாளர் ஒருவர் நம்மை வரவேற்று அழைத்துச் சென்றார். 300 மீட்டர் தொலைவு ஏரிக்கரை ஓரமாக அவர் பின்னாலேயே சென்றால் கார் பார்க்கிங் ஏரியா வருகிறது. அக்கரையில் உலகப்புகழ்பெற்ற குமரகம் பறவைகள் சரணாலயம் அடர்ந்த

வனப்பகுதியில் அமைந்திருக்கிறது. நமது உடைமைகளை எடுத்துக்கொண்டு கரையோரம் நின்று கொண்டிருக்கும் ஹவுஸ் போட்டுக்குள் கால் வைத்த நொடியிலேயே அதனுடைய தரம் தெரிகிறது.

அடுத்த ஐந்தாவது நிமிடத்தில் படகு நகர ஆரம்பிக்கிறது .... இல்லை இல்லை.... அந்த சொகுசு பங்களா நகர ஆரம்பிக்கிறது.

அட்டாச்டு பாத்ரூம் கொண்ட இரண்டு பெட்ரூம்கள், டைனிங் ஹால், லிவிங் ரூம், டிரைவர் கேபின், கிச்சன், ஸ்டோர் ரூம், ஸ்டா.்ப் ரூம் என முழுவதும் ஏசி வசதியுடன் கூடிய, மர வேலைப்பாடு மிகுந்த அழகான ஹவுஸ்போட் அது.

டிவி, ப்ளூடூத் மியூசிக் சிஸ்டம், கேரம்போர்ட் எனப் பொழுதுபோக்கு அம்சங்கள் அசத்தலாக இருந்தன. ஆறு படுக்கையறைகள், எட்டு படுக்கையறைகள், மீட்டிங் ஹால் கொண்ட படகுகள் கூட இருக்கின்றன.

ஓட்டுனர், சமையலர், மேலாளர் என மூன்று பணியாளர்கள் நம்முடன் வருகிறார்கள். படகு நகரத் தொடங்கிய ஐந்தாவது நிமிடத்தில் கண்ணாடிக் குவளைகளில் எலுமிச்சம் பழச்சாற்றை வெல்கம் ட்ரிங்காகக் கொடுத்தார்கள். அடுத்த மூன்று வேளை உணவும் எப்படி இருக்கப்போகிறது என்பதற்கு அடையாளமாக இருந்தது அது. கூச்சப்படாமல் இரண்டு டம்ளர்கள் வாங்கிக் குடித்தேன்.

குறுகிய நீர்ச்சாலையில் இருந்து கடல் போல் விரிந்த ஏரியை அடைந்ததும் சீரான வேகத்தில் சென்று கொண்டிருந்தது படகு.

பல விதமான வண்ணங்களில், வடிவங்களில், அளவுகளில் ஹவுஸ் போட்கள் அங்கும் இங்குமாக நகர்ந்து ஏரியை அலங்கரித்துக் கொண்டிருந்தன.

மனம் போன போக்கில் மழை பெய்து கொண்டிருந்தது. போரடிக்கும்போதெல்லாம் பத்து நிமிடம் நின்று பிறகு மீண்டும் பெய்யும் போல.

பரவசம் என்றொரு சொல் இருக்கிறது. அது படகாக உருக்கொண்டு எங்களைச் சுமந்து சென்று கொண்டிருந்தது. ஒன்றரை மணி நேரம் கழித்து மதிய உணவுக்காக பதிரமணல் என்ற ஒரு தீவுக் கூட்டத்தின் அருகில் நங்கூரமிட்டுப் படகை நிறுத்தினார்கள்.

அக்மார்க் கேரளச் சமையல்.... மட்டை அரிசிச் சோற்றில் ஊற்றிப் பிசைந்துண்ண கணவா மீன் குழம்பு, பொடி மீன் வறுவல், பொரித்த அயிலை மீன், முட்டை கோஸ்ப் பொரியல், கொத்தவரங்காய்க்கறி, கோழிக்கறி மிளகுப் பிரட்டல், ரசம், தயிர், அப்பளம் என உணவு மேசையை நிறைத்து வைத்திருந்தார்கள்.

சுளீரென்ற புளிப்பும், சுரீரென்ற உறைப்புமாக மிக நீளமான எலுமிச்சம் பழத் துண்டுகள் நிறைந்த ஊறுகாயை நினைத்தால் இப்போதும் நாவில் நீர் சுரக்கிறது. நிறுத்தி நிதானமாகச் சுவைத்து மகிழ்ந்து முடிக்கும் பொழுது மீண்டும் மழை தொடங்கியிருந்தது.

நங்கூரத்தை அகற்றி முஹம்ம என்ற இடத்தை நோக்கிப் படகு நகரத் தொடங்கியது. ஆலப்புழ - கோட்டயம் மாவட்டங்களை இணைக்கும் மிக நீளமான பாலத்தின் கீழ் உள்ள அணையைத் தண்ணிமுக்கம் என்ற இடத்தில் காட்டினார்கள். இவ்வணையானது முகத்துவாரத்தை ஒட்டி அமைந்துள்ள ஏரியில் உள்ள உவர் நீரை ஏரியில் முழுவதுமாக கலந்து விடாதவாறு நன்னீரையும் உவர் நீரையும் பிரிக்கும் விதமாகக் கட்டப்பட்டுள்ளது.

சரியாக மாலை நான்கரை மணிக்கு சுடச்சுட டீ - ஸ்நாக்ஸ் காபி டேபிளில் வைக்கப்பட்டது. டொமாடோ கெட்சப்பும்

பக்குவமான பிரெஞ் ∴பிரைஸ்ஸம் டபுள் ஸ்ட்ராங் டியுடன் குளிருக்கும் மழைக்கும் அத்தனை பொருத்தமாக இருந்தது.

50 அடி ஆழம் கொண்ட ஏரியில் உல்லாசமாக மிதந்து சென்ற படகை அடுத்து ஒரு கரையில் நிறுத்தினார்கள். ∴பிரெஷ்ஷான மீன்கள், நண்டுகள், இறால் விற்கும் மீன் அங்காடியில் நமக்குப் பிடித்ததை வாங்கி ஹவுஸ் போட் சமையலரிடம் கொடுத்தால் இரவு உணவுக்குச் சமைத்துக் கொடுத்து விடுகிறார்கள். நாங்கள் கறிமீன் வாங்கிக் கொடுத்துச் சப்புக்கொட்டிக் காத்திருக்கத் தொடங்கினோம்.

சரியாக ஐந்தரை மணிக்கு ஹால்ட் அடிக்கிறார்கள். ஏரிக்கரையில் தென்னை மரங்களோடு சேர்த்துக் கயிற்றால் பிணைத்துக் கட்டி நிறுத்தினார்கள். நிறைய ஹவுஸ் போட்கள் அந்த ஏரியாவில் halt ஆகத் தொடங்கின. அருகிலுள்ள வீடு ஒன்றிலிருந்து நீண்டு கனத்த கேபிள் ஒன்றின் மூலம் இரவு முழுவதும் படகுக்குத் தேவையான மின்சாரத்தைப் பெற்றுக் கொண்டு, பேட்டரியையும் சார்ஜ் செய்து கொண்டுவிடுகிறார்கள்.

ரம்மியமான சூழலது. மாலை மங்கும் வேளையில் தீவு போன்ற அந்தப்பகுதியில் காலார ஒரு சிற்றுலாப் போய் வருவது அத்தனை சுகமாய் இருக்கிறது. இருள் கவியத் தொடங்கும் நேரத்தில் மழையும் இறங்கியது... சலிக்காமல் நாங்களனைவரும் நான்ஸ்டாப்பாக வியந்து கொண்டிருந்த ஜென் நிலை அது.

எட்டு மணிக்கு ஏகப்பட்ட ஐட்டங்களைக் கொண்டு உணவுமேசையில் கடை விரித்து வைத்திருந்தார்கள். எண்ணெய் பூசாமல் தீயில் நேரடியாக வாட்டப்பட்ட கோதுமையிலான ∴புல்கா ரொட்டிகள், நெய் விடப்பட்ட டால் ∴ப்ரை, கொழுக் மொழுக் என சிக்கன் மஞ்சூரியன், கோபி

சிக்ஸ்டி.ஃபைவ், உதிர்த்தெடுத்த சோறு, மிளகு ரசம் ஆகியவை எங்களை வேகப்படுத்தின. இவற்றுடன் வட்டவட்டமாக நறுக்கப்பட்டு மிளகுத்தூள் தூவி, எலுமிச்சைச்சாறு தெளித்து அடுக்கப்பட்ட காரட், பெரிய வெங்காயம், வெள்ளரி, தக்காளி கொண்ட வெஜிடபிள் சாலடுக்கு நடுவில், நாங்கள் வாங்கிக் கொடுத்திருந்த கறிமீன் வறுவலைப் பொதித்து வைத்திருந்தனர். சமையலரின் கைப்பக்குவம் காலத்துக்கும் மறக்காது.

ஒன்பதரை மணிக்கெல்லாம் அரைக்குவளை வெந்நீருடன் தூக்கம் சொக்கிக் கொண்டு வந்தது.

அடுத்தநாள் காலை அற்புதமாக விடிந்தது. கதகதப்பான காஃபியைத் தொடர்ந்து கதிரவனின் காலைக்கதிர்கள் நிலத்தில் பதியுமுன் காலார ஏரிக்கரையோரம் மண்சாலையில் சிறுநடை பயின்று படகு இல்லம் திரும்பிக் குளித்துத் தயாரானபோது படகு நகரத் தொடங்கியிருந்தது. 8 மணிக்கு முட்டைக்கறியுடன் அரிசிப் புட்டு அவித்துப் பரிமாறினார்கள். கருந்தேநீருடன் கச்சிதமான காலை உணவு.... உண்டு முடித்த பத்தாவது நிமிடத்தில் முதல் நாள் நண்பகல் புறப்பட்ட இடத்திற்கு வந்து சேர்ந்திருந்தோம்.

காலை 9 மணிக்கு செக்-அவுட்.

நண்பகல் 12:00 மணி முதல் மறுநாள் காலை 9 மணி வரை மொத்த அனுபவமும் அலாதியாக இருந்தது.

சொகுசான, தூய்மையான, அழகான, நன்கு பராமரிக்கப்படும் ஹவுஸ்போட் ....

செக்- இன், உணவு, சிற்றுண்டி என அனைத்துமே முன்பே குறிப்பிடப்பட்டதிலிருந்து ஒரு நிமிடம் கூட முன்பின் மாறாமல் துல்லியமான, தரமான சேவை....

நன்கு பயிற்றுவிக்கப்பட்ட, நாகரீகமான பணியாளர்கள்....
சுவை மிகுந்த தரமான பல்சுவை உணவு....
சொக்க வைக்கும் இயற்கை அழகு சூழ்ந்த ஏரிகள், தீவுகள்....
மிக ரம்மியமான காலநிலை.....

100 மதிப்பெண்கள் கொடுத்துவிட்டு அங்கிருந்து காரைக் கிளப்பினோம். வரும் வழியில் வெண்மணல்பரப்பு விரிந்த, தூய்மையான மராரிக்குளம் கடற்கரையில் இரண்டு மணி நேரம் இன்பமாகச் செலவிட்டோம்.

அங்கிருந்து கொச்சிக்குக் கடற்கரையை ஒட்டிய சாலையில் கடலைப் பார்த்தவாறே 30 கிலோ மீட்டர் தொலைவு பயணித்தோம்.

சாலையிலிருந்து 100 மீட்டர் தொலைவில்

சேத்தி பீச்
திருவிழா பீச்
ஆர்த்தங்கல் பீச்
தைக்கல் பீச்
ஓட்டமசெரி பீச்
ஆறாட்டுவழி பீச்
அந்தகாரனாழி பீச்
சப்பக்கடவு பீச்
செல்லானம் பீச்
வச்சக்கல் பீச்
மாலாக்கல் பீச்
புதென்தோட் பீச்

என ஏகத்துக்கும் பீச் மயமாகவே இருக்க திகட்டத் திகட்டக் கடற்கரைக் காட்சிகளை கார்க் கண்ணாடி வழியாகவே கண்டு ரசிக்க முடிந்தது. எல்லா பீச்சுகளுமே பிக்னிக் ஸ்பாட்டுகள்தாம்.

கொச்சியில் நான்கு வழிச்சாலையில் இணைந்து கோயம்புத்தூருக்கு இனிய நினைவுகளோடு வந்து சேர்ந்தோம்.

நன்றிகள்:

திரு.ரவி
திரு.ரங்கசாமி
திரு.சதாசிவன்
திரு.லட்சுமணசாமி ஆகியோருக்கு

வால்பாறை - மலக்கப்பாற - அதிரப்பள்ளி

சேருமிடம் முக்கியம் என்றாலும் பயணங்கள் தரும் பரவசம் அலாதியானது. ஆர்ப்பரிக்கும் அழகு மிகுந்த அதிரப்பள்ளி அருவிக்கு வால்பாறை வழியே செல்ல வாய்ப்புக் கிடைத்தவர்கள் இதை முழுமையாக உணரலாம்.

ஜூன் ஜூலை மாதங்களில் வால்பாறை வழியே வருடத்துக்கு ஒருமுறை அதிரப்பள்ளி செல்வது வழக்கம். ஈராண்டு இடைவெளிக்குப் பிறகு மீண்டும் இவ்வாண்டு பேறு வாய்த்தது.

அசாமி புயல் காரணமாக மேற்குத் தொடர்ச்சி மலை முழுவதுமே நான்கைந்து நாட்களாக மதியம் ஆனால் சுவிட்ச் போட்டதுபோல மழை வந்து விடுகிறது எனக் கேள்விப்பட்டதுமே வருகிற ஜூலையில் திட்டமிட்டிருந்த ட்ரிப்பை சனிக்கிழமைக்கு பிரீபோன் செய்யலாம் என்று சடாரென முடிவெடுத்தோம்.

மழைச்சாரலில் அல்லது மழை பெய்து முடித்த இரண்டொரு நாட்களில் இவ்வழி செல்வது ஆகப்பெரும் இன்ப நிகழ்வாக இருக்கும்.

செவ்வாய்க் கிழமையே வால்பாறை நண்பர்கள் மழை பெய்து வருவதை உறுதி செய்தார்கள். வலைத்தளங்களில் புதன்கிழமை சோதித்தபோது, சனிக்கிழமையன்று மழைக்கு 80% வாய்ப்பு என்றார்கள். அதுவே வியாழக்கிழமை 90% ஆகி, வெள்ளி பிற்பகலில் செக் செய்தபோது 100% எனக் காட்டியது. Haze 80 சதவீதம் என வேறு குறிப்பிட்டுத் த்ரில்லைக் கூட்டினார்கள்.

சனிக்கிழமை அதிகாலையில் குளிரையும் இருளையும் கிழித்துக்கொண்டு குறுகுறுவென்ற மனதுடன் விடிந்தும் விடியாமலும் ஐந்தரை மணிக்கு ஆழியார் தாண்டிக் கவியருவி அருகில் யானைக் கூட்டத்தையும், ஒன்பதாம் வளைவில் வரையாடுகளையும் கண்டு இன்புற்று, கவரக்கல் பகுதியில் இரண்டு அடிக்கு முன்னால் நிற்பவர் கூடத் தெரியாத பனி மூட்டத்தில் மனம் சொக்கிக் காலார நடந்து மகிழ,

மலப்புரத்திலிருந்து திருச்சூர் வழியாக சாலக்குடி, அதிரப்பள்ளி, வால்பாறை, பொள்ளாச்சி, பாலக்காடு மீண்டும் மலப்புரம் என ராயல் என்ஃபீல்ட் மீட்டியாரில் ரவுண்ட் ட்ரிப் வந்து, பனிப்பொழிவில் மெய்ம்மறந்து கண்கள் சொருகி நின்று கொண்டிருந்த இருவர் நமது மொபைலை வாங்கிப் புகைப்படங்களாகச் சுட்டுத்தள்ளி அன்பளித்தனர்.

வால்பாறையில் இட்லி, பூரி, தோசை, பொங்கல் வடை, ஆம்லெட், எனக் கலந்து கட்டி அடித்துச் சோலையாறு அணையை அடைந்த போது காலையில் மணி 10 ஆகியிருந்தது. மதகுகளுக்கு முன் நின்று பார்க்கும்போது 160 அடி உயரம் கொண்ட சோலையாறு அணையின் உச்சி கூடத் தெரியாத அளவுக்கு பனிப்படலம் சூழ்ந்திருந்தது.

இந்தியாவில் ரோட் ட்ரிப் லவ்வர்ஸ் பெரும்பாலானோரின் பட்டியலில் இடம் பெற்றிருக்கும் மலக்கப்பாற - வாழச்சால் மலைச்சாலையில் இன்னும் அரை மணி நேரத்தில் காலடி வைத்து விடுவோம் என்ற குதூகலத்தில் இதமான கருந்தேநீர் தந்த உற்சாகத்தில் தமிழ்நாடு - கேரள எல்லையில் மலக்கப்பாற சோதனைச் சாவடியில் வண்டியை நிறுத்தினோம்.

அடுத்த ஐம்பத்தி இரண்டு கிலோமீட்டர் தொலைவும் ஒரு கனவு போல இருக்கும். இக்கனவினைப் பலமுறை

கண்டிருந்தாலும் இம்முறையும் நெஞ்சம் துள்ளிக் குதித்துக் கொண்டிருந்தது.

சோதனைச்சாவடியில் நமது விவரங்களை வாங்கிக்கொண்டு முழுவதுமாய்ச் சோதனையிட்டு அனுமதிச்சீட்டு வழங்குகிறார்கள். கட்டணம் கிடையாது. வாகனத்தில் இருக்கும் பிளாஸ்டிக் பொருள்கள் அனைத்தையும் எண்ணி அனுமதிச் சீட்டில் குறித்து, வண்டி நுழையும் நேரத்தையும் 52 கிலோ மீட்டர் கடந்து வாழச்சால் செக்போஸ்டில் நாம் வெளியேற வேண்டிய நேரத்தையும் குறிப்பிடுகிறார்கள்.

வெளியேறும் இடத்தில் அனுமதிச் சீட்டில் குறிப்பிடப்பட்ட எண்ணிக்கையிலான பிளாஸ்டிக் பாட்டில்கள் இருக்கின்றனவா எனச் சோதித்து அனுப்புகிறார்கள். மாலை ஆறு மணிக்கு மேல் இரு முனைகளிலும் அனுமதி இல்லை.

வண்டியைக் கிளப்பியாயிற்று.

வெளியில் மழை பெய்கிறது.... இல்லை இல்லை.... சாரல் அடிக்கிறது.... நோ...... தூறல் போடுகிறது..... அதுவும் இல்லை.... மழை தூவுகிறது....... எப்படி அதை எழுத்தில் விளக்குவது எனத் தெரியவில்லை.... காரைவிட்டு இறங்கி நின்றால் நாங்கள் நனையவில்லை....அது போன்றதொரு பனிப்புகைக்கும்- மழைத்தூவலுக்கும் இடைப்பட்ட ஒரு பதமான பொழிவு அது.

ஆள் நடமாட்டமோ வீடுகளோ எதுவும் கிடையாது. இடையில் இறங்கி நிற்பதும் தவிர்க்கப்படவேண்டிய ஒன்று. காரை மெதுவாக இயக்கி வீடியோ ∴போட்டோக்கள் எடுக்கலாம்.

அடர்ந்த காடுகளும், ஓங்கிய மலைகளும், ஆழ்ந்த பள்ளத்தாக்குகளும், சலசலக்கும் ஓடைகளும், வற்றாத ஆறுகளும், அழகழகான அருவிகளும், பிரித்தறிய இயலாத இன்னதென்று விளங்காத இனிய ஒலிகளும், பசிய

மழைக்காட்டின் மயக்கும் நறுமணத்துடன் கலந்து மாறி மாறி வரும் விதவிதமான சூழலும், நிலவமைப்பும் பேரின்பம் என்பேன்.

அதிலும் அவ்வப்போது சிணுங்கலாகக் கொஞ்சும் மழைத்துளிகளும், செல்லமாக எட்டிப்பார்க்கும் சூரியக்கதிர்களும் இந்த ரம்மியமான சூழலில் சேரும்பொழுது விழிகள் இமைக்கும் இம்மியளவு நேரம்கூட இனிமையை உணர முடிகிறது. கண்களை மூடித் திறக்கும் அந்த ஒரு மாத்திரைக் கால அளவிலும் கூட அழகை அனுபவிக்க முடிகிறது.

லோயர் சோலையார் அணைக் காட்சி அப்பர் சோலையார் எனத் தொடர்ந்து முன்னேற அத்துவானக் காட்டில் அப்பர் சோலையார் மின்னேற்ற அணைப் பகுதிக்கு மேல் எழும்பிச் செல்லும் சாலையை மின் வேலியிட்டுப் பூட்டிக் காவலர் இருவர் காக்கின்றனர்.

அவர்களுக்கு மிக உறுதியான ஒரு கோபுரமும், உயரத்தில் அறையும் அமைத்துத் தரப்பட்டிருக்கிறது. அந்த இடம் இரவில் எப்படியிருக்கும் எனக் கற்பனை செய்வதே அலாதியாக இருக்கும். செல்பேசியில் ஆஃப்லைனில் பாட்டுக் கேட்கலாம். வேறு ஒரு டிவியேஷனும் கிடையாது. காவலர்கள் சுழற்சிமுறையில் பணியமர்த்தப் படுகிறார்கள். நிச்சயம் அவர்களது இரவுகள் வேறு வடிவத்திலும், வேறு நிறத்திலும் வேறோர் அடர்த்தியிலும் இருக்கும்.

குறுகலான சாலையென்பதால் சற்றுக் கவனத்துடன் வாகனத்தைச் செலுத்த வேண்டும்.

வாழச்சால் செக்போஸ்ட்டுக்குச் சற்று முன்னர் புலியிலப்பாற என்ற இடம் வருகிறது. நீண்ட நேரம் கழித்து ஒரு சில மனிதர்களையும் ஒரு சில கட்டடங்களையும் பார்க்க முடிந்தது.

பிற்பகல் இரண்டரை மணிக்கு புலியிலப்பாறயில் வழக்கமாக உண்ணும் ஹோம்லி மெஸ்ஸில் தஞ்சம் அடைந்தோம்.

கொழுகொழுத்த மட்டை அரிசிச் சோற்றில் மீன் குழம்பையும் மோர்க்குழம்பையும் ஊற்றிப் பிசைந்து, பொரித்த மீன் துண்டுகளையும், சுள்ளென்று உறைக்கும் ஊறுகாயையும், துவரனையும் தொட்டுக்கொண்டு உண்டு களித்தோம். திவ்யமான மதிய உணவு!

பத்து நிமிடங்களில் வாழச்சால் சோதனைச்சாவடியில் சோதனைகளை முடித்து வெளியேறி அங்குள்ள பார்க்கிங்கில் காரை நிறுத்தி டிக்கெட் வாங்கி வாழச்சால் அருவியைப் பார்க்க உள்ளே நுழைந்தோம்.

500 மீட்டர் நடந்ததும் பாய்ந்து தெறித்துக் கொண்டிருந்த சாலக்குடி ஆற்றின் ஓரமாக நீண்ட தொலைவுக்கு நடைபாதையும், உறுதியான கம்பி வேலியும் ஆங்காங்கு ஓய்வெடுக்கும் இடமும் அமைத்திருக்கிறார்கள்.

சரிவான இடங்கள் ஒவ்வொன்றிலும் ஆறு அருவியாக கொட்டித் தீர்த்து வேகமெடுக்கிறது..... பிரம்மாண்டமான அழகு.....!

மிகத் தூய்மையாகப் பராமரிக்கிறார்கள். 4-5 பணியாளர்கள் இடைவிடாமல் கூட்டிப் பெருக்கிக்கொண்டே இருக்கிறார்கள். வனச்சரக அலுவலகத்தை மாளிகையைப் போலக் கட்டி வைத்திருக்கிறார்கள்.

சிற்றுண்டியகமும் உண்டு.

அங்கிருந்து ஐந்து கிலோமீட்டரில் இந்தியாவின் நயாகராக்களுள் ஒன்று எனப் புகழப்படும் அதிரப்பள்ளி அருவி அமைந்திருக்கிறது. வாழச்சாலில் வாங்கிய டிக்கெட்டே இங்கும் போதுமானது.

80 அடி உயரத்தில் ஏறத்தாழ 200 அடி அகலத்தில் ஆக்ரோஷமாக நுரைக்க நுரைக்கச் சலிப்பின்றிக் கொட்டி முழங்கிப் பிரவகித்துப் பாய்கிறது சாலக்குடியாறு. அதிரப்பள்ளி அருவியின் மேல்தளத்தில் குளித்து உய்யலாம். நடக்க முடியாதவர்கள் கொடுத்து வைத்தது அவ்வளவுதான் என நுழைவாயிலிலேயே அமர்ந்து கொள்வது நலம்.

முன்பொருமுறை அதிரப்பள்ளிக்கு முதல்முறையாக என்னுடன் வந்தவர் அருவியில் குளித்தே தீருவேன் என வீட்டிலிருந்தே துண்டு, ஷார்ட்ஸ் என எடுத்துக் கையில் மூட்டை கட்டிக் கெட்டியாகப் பிடித்துக் கொண்டே வந்தார்.

மேலுள்ள ஆற்றில் குளிக்கலாம் ஆனால் கீழிறங்கி அருவியில் குளிக்க முடியாது...பார்க்க மட்டுமே முடியும் என எவ்வளவோ அவருக்குப் புளியிட்டு விளக்கியும் புரிந்துகொள்ளவில்லை அவர்.

அதெப்படி அருவியில் குளிக்க முடியாமல் போகும் என ஆர்கியூ செய்து கொண்டே வந்தவர் மேலிருந்து கீழே இறங்கி அருகில் போய்ப் பார்த்ததும் வெட்கத்தில் ஒரு சிரிப்புச் சிரித்தார் பாருங்கள்.... இப்பிறவியில் மறக்க இயலாது...!

பார்வையிட அதிரப்பள்ளிக்கடுத்து தும்பூர்முழி, ஏழாட்டுமுகம் என இரண்டு அற்புதமான இடங்கள் இருக்கின்றன. அதிரப்பள்ளிக்கு முன்பு பெரிங்கல்குத்து என்றோர் இடம் இருக்கிறது. ஏராளமான ரிசார்ட்டுகள் எல்லா விலைகளிலும் கிடைக்கின்றன.

திரும்ப வரும்போது 30 கிலோ மீட்டரில் சாலக்குடியை அடைந்து அங்கிருந்து மூன்று மணி நேரத்தில் நான்கு வழிச் சாலையில் கோயம்புத்தூரை அடைந்துவிடலாம்.

வாய்ப்பு இருப்பவர்கள் பயணித்துப் பாருங்கள்.... வாழ்வின் பொருள் உணர்வீர்கள்...! கடவுளுக்கோ இயற்கைக்கோ உங்கள் நம்பிக்கைக்கு ஏற்ப நன்றி பகல்வீரகள்....!!

கோழிக்கோடு -சுல்தான் பத்தேரி, மங்களூர் -கொச்சி,

மூணார் -தேக்கடி

கொச்சி- மூணார்

பத்தனம்திட்ட- தேக்கடி

தேக்கடி - ஆலப்புழ என இன்னும் ரோட்- ட்ரிப் பிரியர்களுக்கு க்யூட் ரோடுகள் இருக்கின்றன. அடுத்த பதிவுகளில் அறிமுகப்படுத்துகிறேன்.

அடங்காத ஆர்வத்துடன் பயணித்து,

மறக்க முடியாத நினைவுகளைப் பகிர்ந்து கொண்ட நண்பர்கள்

திரு. கணேசன்,

திரு. முகமது ர.ஃபி,

திரு. ஜான் போஸ்கோ

ஆகியோருக்கு நெஞ்சார்ந்த நன்றிகள்....!

Silent Valley - சைலண்ட் வேலி - ஆர்ப்பரிக்கும் அமைதி

கோயம்புத்தூரில் இருந்து எட்டிப் பிடிக்கும் தூரத்தில் அமைந்துள்ள சைலன்ட் வேலி (Silent Valley) யில் இயற்கையின் பிரமாண்டத்தைத் திகட்டத் திகட்ட அனுபவிக்கலாம். விடுவோமா நாம்....

வானம் இளமழையைத் தூவிக்கொண்டிருந்த விடிகாலை ஒன்றில் வண்டியைக் கிளப்பினோம்.

கோவையிலிருந்து தடாகம் சாலையில் மாநகராட்சி எல்லை முடிந்து புறநகர்ப் பகுதி கடந்ததும் V வடிவத்தில் விரிந்து கிடந்த மலைத் தொடர்களுக்கு நடுவில் நூற்றுக்கணக்கான செங்கல் சூளைகள் சூழப் பயணிக்க, மாங்கரை செக்போஸ்ட் வருகிறது. அதனைக் கடந்ததுமே மலைச்சாலை தொடங்கிவிடுகிறது. பசுமை சூழ வளைந்து செல்லும் சாலையில் காற்றின் புத்துணர்ச்சியை நுகர்ந்து கொண்டே செல்ல வழியில் உலகப் புகழ்பெற்ற சலீம் அலி பறவையியல் ஆராய்ச்சி நிறுவனம் (Salim Ali International Ornithology Center) மலைச் சாலையில் இருந்து விலகி உள்ளடங்கிப் பெருமிதத்துடன் நிற்கிறது.

பார்வையாளர்களுக்கு அனுமதி இல்லை. அலுவல் நிமித்தமாக ஒருமுறை அடியேனுக்கு உள்ளே செல்லும் வாய்ப்புக் கிடைத்தது. வேறோர் உலகத்தில் இருந்தது போலத் தோன்றிய புதுமையான அனுபவம் அது.

15 நிமிடங்களில் ஆனைகட்டியை அடைகிறோம். தமிழ்நாடு-கேரள எல்லைப்பகுதியில் சுற்றுவட்டாரத்தில் உள்ள நூற்றுக்கணக்கான மலைவனச் சிற்றூர்களுக்கு இது தான்

டவுன். இங்கிருந்து அந்தப்புறம் மன்னார்காடு மற்றும் பாலக்காட்டுக்கும் இந்தப்புறம் கோவை காந்திபுரத்துக்கும் தொடர்ச்சியான பேருந்துப் போக்குவரத்து வசதி உள்ளது. மலைகளின் ஊடாகப் பயணிக்க அடுத்தடுத்து கோட்டத்துறை, அகளி, தாவளம், கல்கண்டி என்ற ஊர்களைக் கடக்கிறோம்.

சாலையின் வலப்புறமாக

நீலகிரி மாவட்டத்தின் தென்கோடியில் உள்ள கிண்ணக்கோரை, இரியசீகைப் பகுதிகளை இங்கிருந்து பார்க்க முடிகிறது.

சென்ற அவலாஞ்சி- மஞ்சூர்ப் பயணத்தில் நள்ளிரவு ச.:பாரியில் கிண்ணக்கோரைப் பகுதியிலிருந்து வெளிச்சப் புள்ளிகளாக இப்பொழுது நாம் பயணித்துக் கொண்டிருக்கும் இடங்களைப் பார்த்து வியந்தது நினைவுக்கு வருகிறது.

காரமடையில் இருந்து வெள்ளியங்காடு, முள்ளிகூர் வழியாகவும் இந்த இடத்துக்கு வர முடியும். வனத் துறையின் அனுமதியுடன் வார இறுதிகளில் பிற்பகலில் பவானி ஆற்றங்கரைகளில் லஞ்ச் கட்டிக் கொண்டு வந்து உண்டு களித்துக் குளித்துச் செல்லும் கோவை வாசிகள் நிறையப் பேரைப் பார்த்திருக்கிறேன்.

அத்திக்கடவு அணையிலிருந்து கூடபட்டி என்ற அதியற்புத வனச்சிற்றூரின் வழியாகவும் கோட்டைத்துறைக்கு வர முடியும். ஓர் அழகிய ஞாயிற்றுக்கிழமை மாலையில் இருசக்கர வாகனத்தில் வந்தபோது சிற்றோடையின் குறுக்கே ஒவ்வொரு சக்கரமாகத் தூக்கிவைத்துக் கடந்து சென்றதும், கூடபட்டியில் பவானி ஆற்றை நோக்கிச் செல்லத் திரும்புகையில் இரண்டு மூதாட்டிகள் ஓடிவந்து யானைகள் கூட்டமாக நிற்பது குறித்து எச்சரித்துத் திருப்பி அனுப்பியதும் நீங்காத நினைவுகள்.

நிற்க.... கோட்டைத்துறையில் காலை உணவை முடித்து விடலாம் எனக் காரை நிறுத்துகிறோம். வெண் அப்பங்களும், நூலப்பங்களும், மீன்- கோழி- கடலை- முட்டைக் கறிகளுமாகக் காலைச் சிற்றுண்டி கனஜோராக நிறைவுறுகிறது. சிற்றுண்டி என்பது பிழை.... பேருண்டி எனலே பொருந்தும்.

சிறுவாணி நீர் குறுக்கிடும் பாலத்தில் சில செல்ஃபிகளுடன் அட்டப்பாடி மலை வனப்பகுதியில் முக்காலி என்ற இடத்தை அடைகிறோம்.

கோவை -ஆனைகட்டி- மன்னார்காடு- கோழிக்கோடு நெடுஞ்சாலையில் உள்ள முக்காலி என்ற இந்த இடத்தில்தான் வலப்புறமாக சைலண்ட் வேலி செல்லும் பாதை பிரிகிறது. சைலன்ட் வேலிக்குள் செல்ல வனத்துறையின் அனுமதி பெற வேண்டும். தொலைபேசி மூலமாகவும் முன்பதிவு செய்யலாம். மிகக் குறைந்த அளவே பார்வையாளர்களை அனுமதிக்கிறார்கள். காலை 08:30 மணியிலிருந்து நண்பகல் 01:00 மணி வரைதான் அனுமதி. அதற்குப் பிறகு உள்ளே சென்றால் இருட்டுவதற்குள் வெளியேற இயலாது என்பதால் அனுமதி கிடையாது.

மெயின் ரோட்டில் இருந்து வலப்புறமாகத் திரும்புகிறோம். வனத்துறை அலுவலகத்தில் மிகப்பெரிய பார்க்கிங் வசதி உள்ளது. இங்கிருந்து 25 கிலோமீட்டர் தூரம் உள்ளடங்கிய மலைச்சாலையில் வனத்துறையின் ஜீப் மூலம் சைலன்ட் வேலியை அடையலாம்.

ஐந்து பேருக்கு 3250 ரூபாய் கட்டணம். கைடும் டிரைவருமான ஒருவர் நம்முடன் வருகிறார். 50 கிலோ மீட்டர் தூரமும் ஐந்தாறு மணி நேரமும் ஆகும் என்பதை விட வேறு மனித நடமாட்டம் என்பது அரிதாகத்தான் இருக்கும் என்பதுதான் இங்கு ஹைலைட்.. அதுவும் நம்மைப் போல வரும்

பார்வையாளர்கள் தவிர வேறு யாரையும் அங்கு பார்க்க முடியாது. பார்வையாளர்களும் ஒரு நாளைக்கு அதிகபட்சமாக 50 பேர்கள்தான் வருவார்கள். எனவே, குடிநீர், ஸ்னாக்ஸ் போன்றவற்றை முக்காலியிலேயே வாங்கி வைத்துக் கொள்வது நல்லது. 5 பேர் அமரக்கூடிய ஜீப்புகளும், 15 பேர் குழுவாக வந்தால் செல்ல இரண்டு மினி பஸ்களுமாக வாகன வசதி உள்ளது.

ஜீப்பில் ஏறிக் கிளம்பியதுமே செக்போஸ்ட் வருகிறது. அதிலிருந்து உள்ளே கரடுமுரடான சாலையில் காட்டைக் கிழித்துக்கொண்டு மலைச்சாலையில் நம்மைச் சுமந்து செல்கிறது ஜீப். பசுமைச்செறிவு காற்றில் கூடக் கலந்துள்ளது போன்றதொரு பிரமை ஏற்படுவது உண்மை.

பழங்குடியினருக்காக ஏற்படுத்தப்பட்ட செட்டில்மென்ட் பகுதியும் அவர்களுக்கான காபி எஸ்டேட்டும் தாண்டிய பிறகு பெயர் தெரியாத பல விதமான மரங்கள், செடிகள், கொடிகள் வழியெங்கும் அடர்ந்து கிடக்கின்றன. அடுத்த ஒன்றரை மணிநேரம் எங்கும் நிறுத்தவில்லை. வனவிலங்கு நடமாட்டம் மிகுந்த பகுதி என்பதால் 360 டிகிரி கோணத்திலும் கவனமாகக் கண்கணித்தபடியே ஓட்டுகிறார் டிரைவர். செல்ஃபி.....? என்றதும் மூச்ச்......! என அதட்டுகிறார்.

ஏன் என்று கேட்டதும் ராஜநாகம் வாக்கிங் வரும் பகுதி இது என வயிற்றில் புளியைக் கரைக்கிறார். வால் நுனியில் நின்றபடி நமக்கு முகத்துக்கு நேராகத் தலையைக் கொணர்ந்து ராஜநாகப்பாம்பு பீய்ச்சியடிக்கும் நச்சானது அங்கிருந்து பூ-டர்ன் அடித்துத் திரும்பி முக்காலி வருவதற்குள் வேலையைக் காட்டி விடும் என்கிறார்.

முக்காலியில் இருந்து பாலக்காடு அல்லது கோயம்புத்தூருக்கு மருத்துவமனை கொண்டு வந்து சேர்ப்பதற்குள் ஆன்மா

மேலுலகம் சென்று சேர்ந்துவிடும் என்று அசால்டாகச் சிரிக்கிறார்.

ராஜநாகம் குளிர்ச்சியான பகுதியில் தான் வாழும் என்பதால் 15 கிலோ மீட்டர் சுற்றளவிற்கு ஆள் நடமாட்டம் இல்லாத இந்தப் பகுதியில்தான் வேறு இடங்களில் பிடிபடும் ராஜ நாகங்களையும் கொண்டுவந்து வனத்துறையினர் விடுவதாகச் சொல்கிறார்.

ராஜநாகத்துடன் விளையாட்டு வேண்டாம் என்று ஏகமனதாகப் பெருந்தன்மையுடன் முடிவெடுத்து விட்டு ஜீப்பில் அமர்ந்தபடியே காட்டைக் கண்டுகளித்தபடி வந்து கொண்டிருக்கிறோம்.

பளிங்கு போலத் தெளிந்த நீரோடைகளும், சிற்றருவிகளும், மரகதம் போல ஒளிரும் பச்சை பொங்கும் தாவரங்களும், மண்வாசனையும், மலை வாசனையும், மழை வாசனையும் அந்தப் பகுதியை அப்பழுக்கற்ற தூய்மையான மாசுமறுவற்ற இடமாகத் துலக்குகின்றன.

பிளாஸ்டிக் பைகளையும் உணவுகளையும் வெளியில் எறிந்துவிட வேண்டாம் என கைடு அடிக்கடி நினைவூட்டுகிறார்.

சற்று முன் தான் யானைகள் கடந்து சென்றிருக்க வேண்டும் என்பதற்கான அடையாளமாகச் சாலையில் கிடக்கும் யானைச்சாணக் குவியல்கள், யானைகள் செய்த அட்டகாசத்தில் சிதைந்து கிடந்த மரஞ்செடி கொடிகள் ஆகியவை

தென்படுகின்றன.

வாட்ச் டவர் இருக்கும் பகுதி வந்து சேர்கிறது. இங்கு சுழற்சி முறையில் பணிபுரியும் காவலர்களுக்கும் வனத்துறையினருக்குமான விடுதிக் கட்டிடம் தவிர மனிதன்

உருவாக்கிய வேறெதுவும் இல்லை. அழகான சிறிய பூங்கா ஒன்றும் இருக்கிறது.

வாகனத்தை விட்டு இறங்கி 100 அடி உயரமுள்ள கோபுரத்தின் மீது ஏற ஆரம்பிக்கிறோம். ஒவ்வொரு தளத்திலும் சிறிய கண்ணாடி அறை ஒன்று இருக்கிறது. கருவுற்ற பெண்கள், ரத்த அழுத்தக் கோளாறு உள்ளவர்கள், உயர ஒவ்வாமை உடையவர்கள் தவிர்த்துவிடுவது நல்லது.

வாட்ச் டவரை அண்ணாந்து பார்த்துத் திரும்பி, "எப்படியும் சாயந்தரத்துக்குள் மேல ஏறிடணும்....!" என கணேசன் அவர்கள் சொல்லி முடிப்பதற்குள் நமது டீமில் எப்பொழுதும் புயல் வேகத்தில் மலையேறும் சதாசிவம் அவர்கள் பாதி உயரம் ஏறி நின்று நம்மைப் பார்த்துப் கையசைத்துக் கொண்டிருக்கிறார். இந்தக் கோபுரத்தில் யானை ஏறி வராது ...ஆனால் புலி ஏறி வர வாய்ப்பிருக்கிறது... கோப்ராவுக்குக் கோபுரம் பிடிக்குமா பிடிக்காதா.... என நாங்கள் கீழே ஆராய்ச்சி செய்து கொண்டிருக்க, அவர் அடுத்த தளத்தில் நுழைந்து செல்ஃபி எடுத்துக் கொண்டிருக்கிறார்.

ஒரு வழியாக மேலே ஏற ஆரம்பித்தாயிற்று. மேலேறி உச்சிக்கு வந்து மூச்சு வாங்கி நாலாப்புறமும் பார்க்கிறோம். சொற்களால் விளக்க இயலாத அழகின் பிரம்மாண்டத்தையும், குளுமையையும், பசுமையையும், கோபுரத்தின் சன்னமான அதிர்வையும் இன்னும் எங்களால் உணர முடிகிறது.. ஓர் அரை மணி நேரமாவது தன்னிலை மறந்து நிற்க முடிகிற இடம் இது. முன்பொருமுறை வந்த போது ஒன்றரை மணி நேரம் கோபுர உச்சியிலேயே அமர்ந்து கிடந்தது நினைவுக்கு வருகிறது.

எட்டுத்திக்கும் கொட்டிக்கிடந்த பசுமை போர்த்திய மலைத் தொடர்களின் ஊடாகக் குந்தி ஆறு வெண்மை ததும்பி நுரைக்க

நுரைக்கத் தாவிக் குதித்து ஓடி வருவது உச்சியிலிருந்து பார்க்க அற்புதமாக இருக்கிறது.

"இருள் என்பது மிகக் குறைந்த ஒளி" என்பார் பாரதியார். இங்கு அமைதி என்பது மிகக் குறைந்த ஒலியாக இருக்கிறது.

மிக மெல்லியதாகக் கேட்கும் குந்தியாற்றின் ஒலியைத் தவிர வேறு எதுவும் இங்கு செவிகளுக்குப் புலனாகவில்லை. பொதுவாக மலைக்காடுகளில் கேட்கும் உயிரினங்களின் பல்வேறு விதமான குரலொலிகளும் ரீங்காரங்களும் இங்கு இல்லை. குறிப்பாக கிரீச் கிரீச் எனத் தொடர்ந்து ஒலி எழுப்பிக் கொண்டிருக்கும் சில்வண்டு என்று நாம் அழைக்கும் சுவர்க் கோழி இங்கு இல்லை. நள்ளிரவுகளில் சுவர்க்கோழிகளின் ஓயாத குரலொலிகளைக் கேட்காமல் நீங்கள் மேற்குத் தொடர்ச்சி மலைகளில் எங்கும் போகமுடியாது. ஆங்கிலத்தில் CICADA எனப்படும் இவ்வகை வண்டினங்கள் இங்கு இல்லாததே இங்கு உறைந்து கிடக்கும் பேரமைதிக்கு மிகப்பெரும் காரணம். சைலண்ட் வேலி என்னும் பெயர் வர இதுவும் ஒரு காரணம் என்கிறார்கள்.

உலகின் மிகப் பழைமையான மழைக்காடுகளில் ஒன்றான இப் பள்ளத்தாக்குப் பகுதி சைரந்திரி மலை என வழங்கப்பட்டு வந்திருக்கிறது. இப்போதும் ஜீப் ச:பாரி செல்லும்பொழுது சைரந்திரி என்று எழுதப்பட்ட மைல்கற்களைப் பார்க்கலாம். பாண்டவர்களுடன் திரௌபதி இங்கு சிலகாலம் வனவாசம் இருந்ததன் அடையாளமாகத் திரவுபதியின் மற்றொரு பெயரான சைரந்திரி என்ற பெயரால் இப்பகுதி அழைக்கப்படுவதாகக் கூறப்படுகிறது. அதுவே நாட்பட மருவி ஆங்கிலேய நாவுகளால் சைலண்ட் வேலி ஆனது எனவும் கூறப்படுகிறது.

அரிதான உயிரினமான சிங்கவால் குரங்குகள் (Macaca silenus) வாழும் பகுதி என்பதால் அவற்றின் உயிரியல் பெயரான

Macaca silenus என்பதிலிருந்தும் இப்பெயர் வந்திருக்கலாம் எனவும் நம்பப்படுகிறது.

தேசியப்பூங்காக்கள், வனவிலங்கு உய்வகங்கள், புலிகள் காப்பகங்கள், வனவிலங்குச் சரணாலயங்கள் பலவற்றை உள்ளடக்கி, தமிழ்நாடு, கேரளா, கர்நாடகா என மூன்று மாநிலங்களில் கிட்டத்தட்ட 6000 சதுர கிலோ மீட்டர் அளவுக்குப் பரந்து விரிந்து கிடக்கும் நீலகிரிப் பல்லுயிர் வலயம் என்கிற நீலகிரி உயிர்க்கோளக் காப்பகத்தின் (Nilgiri Biosphere Reserve) ஒரு பகுதிதான் அமைதிப் பள்ளத்தாக்குத் தேசியப் பூங்கா என அழைக்கப்படும் இந்த சைலன்ட் வேலி நேஷனல் பார்க். (Silent Valley National Park).

பல நூறு வகையான அரிய விலங்குகள், பறவைகள், பூச்சிகள், தாவரங்களைக் கொண்டுள்ள இப்பகுதியில் பவானி ஆறும், குந்தியாறும் பாய்கின்றன.

புலி, யானை, சிறுத்தை, காட்டெருமை உட்படப் பலவிதமான விலங்குகள் நிறைந்த பகுதி இது.

கோபுரத்தின் உச்சியில் இருந்து தட்டுத் தடுமாறிக் கீழே இறங்கி அடுத்து இரண்டு கிலோமீட்டர் தூரம் காட்டுக்குள் அழைத்துப் போகிறார்கள். மேலே இருந்து பார்த்த குந்தியாற்றங்கரையின் விளிம்பு வரை செல்ல முடிகிறது.

டிக்கெட் கவுண்டர் வளாகத்தில் மாட்டப்பட்டிருந்த பல்வேறு புகைப்படங்களில் ஒன்று எல்லோர் கவனத்தையும் வெகுவாக ஈர்த்துக் கொண்டு இருந்தது. ஒரு புலி முழு யானையையும் அடித்து ஒரு வாரம் வைத்திருந்து சாப்பிட்ட புகைப்படம் அது. ஒரு கிலோ மீட்டர் தூரம் நடந்த பிறகு ஓர் இடத்தைக் காட்டி இதுதான் சம்பவம் நடந்த இடம் என்றார் கைடு. நாங்கள் ஒருவரை ஒருவர் பார்த்துக் கொள்கிறோம்.

சிசிடிவி கேமராவில் சிக்கிய சம்பவம் அது. புலி இடத்தைக் காலி செய்யும் வரை இப்பகுதி பார்வையாளர்களுக்கு தடை செய்யப்பட்டிருந்திருக்கிறது.

குந்திப் புழயின் கரையைத் தொட்டுத் திரும்பி வரும்வரையில் வனப்பும் வியப்பும் மெல்லிய அச்சமும் ஒன்றுடன் ஒன்று பிணைந்து நம் கூடவே வருகின்றன.

ஜீப்பில் திரும்பத் தொடங்குகிறோம். காலை 9:30 மணிக்கு ஆரம்பித்த ச.்பாரி பிற்பகல் 02:30 மணிக்கு நிறைவுறுகிறது.

முக்காலியில் உள்ள உணவகம் ஒன்றில் கறிச்சோற்றுடன் மதிய உணவை முடித்துக்கொண்டு மன்னார்க்காட்டை நோக்கித் திரும்புகிறோம். அடுத்து 20 கிலோமீட்டர் தூரம் கொண்டை ஊசி வளைவுகள் நிரம்பிய சாலை. மாலை 4 மணிக்கே பெரும்பாலும் எதிரில் இருபதடி தூரத்தில் இருப்பது கூடத் தெரியாத அளவு பனி சூழ்ந்த பகுதி இது. இரவு நேரங்களில் ஆனைகட்டியில் இருந்து மன்னார்க்காடு வரை பயணிப்பது ஆகப்பெரும் திரில்லாக இருக்கும். பாலக்காடு-கோழிக்கோடு நெடுஞ்சாலையில் மன்னார்க்காட்டில் இணைந்து பாலக்காட்டை நோக்கித் திரும்புகிறோம்.

பல நூறு கிலோ மீட்டர் தூரம் நீண்டு கிடக்கும் மேற்குத் தொடர்ச்சி மலையானது பாலக்காட்டில் சற்று இடைவெளிவிட்டுத் தொடங்குகிறது. ஏறத்தாழ 32 கிலோ மீட்டர் அகலமுள்ள இந்த இடைவெளிதான் உலகின் முக்கியக் கணவாய்களில் ஒன்றான பாலக்காட்டுக் கணவாய் ஆகும். மன்னார்க்காட்டிலிருந்து மலைத்தொடரின் அருகிலேயே கணவாயை நோக்கித் தொடரும் இந்த முப்பது கிலோமீட்டர் தூரத்தில் சாலையின் இடதுபுறம் எந்த ஊரில் திரும்பினாலும் ஏதேனும் ஒரு பிக்னிக் ஸ்பாட் இருக்கிறது.

சிறுவாணி அருவி, சிறுவாணி அணை, அட்ல அருவி, தோணி அருவி, காஞ்சிரப்புழ அணை, கார்டன், மீன் வல்லம் அருவி, முத்திக்குளம் அருவி, மலம்புழ அணை, அணைத் தோட்டம், கவத் தீவுத் திட்டுகள், பாம்புப்பண்ணை, குண்டம்பொட்டி

அருவி, வட்டப்பாற அருவி, வாட்டர் தீம் பார்க் என வீக் என்ட் விஸிட்டிங் ஸ்பாட்டுகள் நிறைய உண்டு. நாம் தேர்ந்தெடுத்தது இம்முறை காஞ்சிரப்புழ அணையை. தச்சம்பாற என்ற இடத்தில் நெடுஞ்சாலையிலிருந்து இடப்புறம் திரும்பினால் எட்டுக் கிலோ மீட்டரில் அமைந்திருக்கிறது.

இவ்வணை மலைகள் சூழ்ந்து விளிம்புவரை நீர் நிரம்பி இருக்கிறது. அணையின் மதகுகள் அனைத்தும் திறக்கப்பட்டு நீர் இரைச்சலுடன் கொட்டித் தீர்த்துக் கொண்டிருக்கிறது. வெளியேறும் நீர் கரைபுரண்டு ஓடிக் கொண்டிருக்கிறது.

அணைக்கு முன்பு அமைந்திருக்கும் கார்டனில் நிச்சயம் அரை நாள் செலவு செய்யலாம். விளையாட்டுப் பூங்கா நிறையப் புதிய வகைச் சாதனங்களுடன் குழந்தைகளை ஈர்க்கிறது. மிகத் தூய்மையாகப் பராமரிக்கப்படும் கார்டன் ரம்மியமாக இருக்கிறது. பூங்காவின் நுழைவுப் பகுதியில் அமைந்துள்ள மிக நீளமான புல்தரை நிச்சயம் யாரையும் கவரும்.

அமைதியான, அழகான, நிறைவான கார்டன் இது.

அங்கிருந்து பாலக்காட்டை அடைந்து நான்கு வழிச்சாலையில் கோவையை வெகுவிரைவில் அடைந்துவிடலாம். ஒரு நாள் முழுவதும் பசுமைக்குள்ளாகவே வாழ்ந்ததில் சுவாசிக்கும் காற்றுக் கூடப் பச்சை நிறமாகத் தோன்றுகிறது.

நொடிகளையும் நிமிடங்களையும் பயணங்கள்தான் எவ்வளவு அழகாக ஆக்குகின்றன என ரசித்தவாறே அடுத்த பயணத் திட்டத்தை ஆலோசித்த படி இரவு உணவுக்கு வீடு வந்து சேர்ந்தோம்.

நன்றிகள் :-

பயணம் முழுக்க டைமிங்கில் ரைமிங்காகப் பஞ்ச் டயலாக்குகளாகக் கொட்டி ட்ரிப்பைக் கலகலப்பாக வைத்திருந்த கணேசன் அவர்களுக்கு...!

ஒவ்வொன்றையும் ஷார்ப்பாக அப்சர்வ் செய்து அதைப் பல்வேறு விஷயங்களுடன் பொருத்தி அனலைஸ் செய்து சிரிப்பதற்கும் சிந்திப்பதற்கும் வாய்ப்புகள் கொடுத்துக்கொண்டே வந்த ரவி சாருக்கு....!

நுணுக்கமான தகவல்களை அப்பொழுது கூறி வந்ததுடன் நமது யூடியூபில் வெளியிட அனைத்து இடங்களையும் சலிப்பின்றி வீடியோவாக ஷூட் செய்த முகம்மது ர:பி அவர்களுக்கு......!

அனைவரையும் அழகான :போட்டோக்களாகச் சுட்டுத்தள்ளி, ஆக்டிவாக நாள்முழுவதும் இருந்ததுடன் அனைவரையும் எனர்ஜி குறையாமல் பார்த்துக் கொண்ட சதாசிவன் அவர்களுக்கு.....!

தோனி அருவியும் கவத்தீவுகளும் - அழகும் அமைதியும் தழுவுமிடங்கள்

கிரிக்கெட் வீரர் தோனியைப் போலவே Chill, cool, Free flowing type தான் தோனி அருவியும்.

பாலக்காட்டு மலைகளுக்கு இடையில், அவ்வளவு எளிதில் யாரும் சென்று பார்த்துவிட முடியாத ஓர் உள்ளடங்கிய பகுதியில் ஒய்யாரமாக ஒளிந்து கொண்டிருக்கிறது இந்தத் தோனி அருவி. உயிரினங்களில் மனித நடமாட்டம் மிகக் குறைவாகவும் காட்டு விலங்குகளின் நடமாட்டம் அதிகமாகவும் உள்ள தோனி அருவி த்ரில் விரும்பிகளுக்கும் இயற்கைப் பிரியர்களின் அடங்காத ஆர்வத்திற்கும் தீனி போடக்கூடிய அற்புதமான ஸ்பாட். நிறையக் கட்டுப்பாடுகளுடன் தான் தோனி அருவிக்குள் பார்வையாளர்களை அனுமதிக்கிறார்கள்.

காலை 10 மணிக்கு ஒரு பேட்ச், நண்பகல் ஒரு மணிக்கு ஒரு பேட்ச் என இரண்டு அனுமதிகள் தான்.

நாங்கள் தேர்வு செய்தது காலை நேரத்தை.

அதற்கு முன்பாக மலம்புழப் பகுதியில் உள்ள கவத் தீவுகளைக் காலை 7 மணிக்கெல்லாம் பார்த்து விடுவது என வாளையாரில் ஆளுக்கு ஒரு ப்ளாக் டியை மட்டும் உறிஞ்சிவிட்டு நான்கு பேராகக் கவத்தீவுகளை அடைந்துவிட்டோம்.

மிகப் பெரிய நீர்ப்பரப்பு விரிந்து கிடக்கும் மலையின் பின்பகுதியில் மலைத்தொடரை ஒட்டிச் செல்லும்

பாதையிலிருந்து சற்று உள்ளடங்கி நீர்ப்பரப்பின் நடுவில் திட்டுகளாகக் கிடக்கிறது தீவு.

காலை நேரம் என்பதால் ஆள் நடமாட்டமே இல்லாமல் ஆழ்ந்த அமைதியுடன் அப்பகுதி கண்களில் ஒற்றிக் கொள்ளலாம் போல இருந்தது. அவ்வப்பொழுது தூறல் போட்டுக் கொண்டிருந்த காலநிலை அங்கிருந்து எங்களை நகர விடவே இல்லை.

தனித் தீவு என்று சொல்ல முடியாமல் நான்கு புறமும் நீர் சூழாத ஒரு குட்டி நிலப்பரப்பு தான் என்றாலும் அழகும் அமைதியும் ஒன்றையொன்று தழுவிக் கொள்ளும் இடம் அது.

கோவை-கொச்சின் தேசிய நெடுஞ்சாலையில் கஞ்சிக்கோட்டில் வலப்புறம் திரும்பி மலம்புழ செல்லும் பாதையில் அணைக்குச் சற்று முன்பாக வலப்புறம் திரும்பி அடர்ந்த காடுகளூடே சென்றால் மலைத்தொடரின் மறுபக்கத்தில் கவ என்று அழைக்கப்படும் இந்த திட்டுக் கூட்டத்தைப் பார்க்கலாம். வார இறுதி நாட்களில், அதுவும் மாலைப் பொழுதுகளில் ஜேஜே என மக்கள் கூட்டம் அடர்ந்து கிடக்கும் பகுதி இது.

10 மணிக்குள் தோனி அருவியின் டிக்கெட் கவுண்டரை அடைந்து விடவேண்டும், தாமதித்தால் அனுமதிக்கமாட்டார்கள், எங்களுக்கு முன் கூட்டம் நிறைய இருந்தால் எங்களை பிற்பகல் பேட்சில்தான் அனுப்புவார்கள் என்ற பதற்றத்தில் அடித்துப் பிடித்துக் கிளம்பினோம்.

சரியாகப் பத்து மணிக்கு எங்கள் வாகனம் உள்ளே நுழைந்தது.

பார்க்கிங் ஏரியாவைக் கைகாட்டி நிறுத்தச் சொன்னார்கள். வேறு எதுவுமில்லை எங்கள் வாகனம் தான் ∴பர்ஸ்ட்... எங்களுடைய எல்லார் முகங்களிலும் வெற்றிப் புன்னகை....!

அப்புறம்தான் தெரிந்தது நாங்கள் மட்டும் தான் அன்றைய பார்வையாளர்கள் என்பது....!

உள்ளே நுழைந்ததுமே பார்க் செய்வதற்கு முன்பாகக் காரைவிட்டு இறங்கிக் கியூவில் முந்திக்கொள்ள வேண்டும் என வேகமாக டிக்கெட் கவுண்டருக்கு போயிருந்த கணேசன் அவர்கள் ஆயிரம் பேய்கள் அறைந்தது போன்ற முகபாவத்துடன் எங்களிடம் வந்தார்.

'என்ன ஆச்சு...?' என்றேன்.

"நீயே போய்க் கேளு.....! என்றார்.

டிக்கெட் கவுண்டரை அடைந்தேன். அவரிடம் வெடித்த அதே குண்டுகளை ஒவ்வொன்றாக என்னிடமும் வெடித்தனர்.

"கடை எதுவும் உள்ளே கிடையாது... தண்ணீர் கிடைக்காது... செல்போன் ரீச் ஆகாது....நடந்து போய் வர நாலைந்து மணி நேரம் ஆகும்...கைடு வருவார்.... விலங்குகளும் எப்போது வேண்டுமானாலும் வரலாம்....." என்று கூறிப் பக்கம் பக்கமாக எழுதப்பட்டிருந்த படிவங்களில் எல்லாரையும் கையெழுத்துப் போடச் சொன்னார்.

' எதற்கு..?' எனக் கேட்டதும்

"எந்த க்யாரண்டியும் கொடுக்க முடியாது...... எங்களுடைய சே∴ப்டிக்காகக் கையெழுத்து வாங்குகிறோம்..." என்று கூறிய அலுவலர் வெளிறிப்போயிருந்த எங்கள் முகங்களை பார்த்துவிட்டு உற்சாகப் படுத்துவதாக நினைத்துக் கொண்டு "டோன்ட் ஒர்ரி.....இதுவரைக்கும் புலியோ யானையோ அடிச்சு ஒருத்தருக்குக் கூட உயிர் போனதில்ல...ஜஸ்ட் பார் ∴பார்மாலிட்டீஸ்..!" என்று சொல்லி இருக்கிற பீஸையும் பிடுங்கி வெளியே எறிந்தார்.

"அட்டகாசமான டேஸ்ட்.....!" என்று கூறியபடி காலைச் சிற்றுண்டியை ரவுண்டு கட்டி அடித்திருந்த வேல்முருகன் அண்ணன் "சாப்பிட்டது ஏதோ பண்ணுது....வயிறு கடாமுடான்னு இருக்கு.... நான் இங்கேயே வெயிட் பண்றேன்..... நீங்க வேணாப் போயிட்டு வாங்களேன்....!" என்றார் பெருந்தன்மையாக .

மீண்டும் ஒரு முறை வெளியே வந்து அருவிக்குச் செல்லும் பாதையைப் பார்த்தேன். எனக்கு உண்மையிலேயே கடமுடா என்ற சத்தம் வயிற்றுக்குள் கேட்க ஆரம்பித்துவிட்டது.

நண்பர் கணேசன் அவர்களுக்கு ஒரு அலைபேசி அழைப்பு வந்தது. "ஆமாமா..... டிக்கெட் வாங்கிட்டு இருக்கிறோம்....!" என்று பதில் கூறிக் கொண்டிருந்தார். ஆரம்பமே அமர்க்களமாக இருந்தது.

என்ன செய்யலாம் என நால்வரும் கூடிக் கலந்து ஆலோசித்து ஆனது ஆகட்டும் எனக் கையெழுத்துப் போட முடிவெடுத்தோம். இத்தனை நாட்களாக சிக்கன் பிரியாணி, மீன் வறுவல், நூலப்பம் என்று உணவகங்களில் எழுதப்பட்டிருப்பதை எழுத்துக்கூட்டிப் படிக்கத் தெரிந்த எங்களுக்கு அந்தப் படிவங்களில் பக்கம் பக்கமாக ஜாங்கிரி சுற்றிக்கொண்டிருந்த எழுத்துக்களை கூட்டிப்படித்தால் இரண்டு நாட்கள் ஆகிவிடும் என்பதால் கடவுளை வேண்டிக்கொண்டு கையெழுத்திட்டு விட்டுக் காத்திருந்த கைடுடன் உற்சாகத்தை வரவழைத்துக் கொண்டு கிளம்பி விட்டோம்.

ஆளுக்கொரு குடிநீர் பாட்டில், சில தாகம் தீர்க்கும் பழங்கள், சில சாக்லெட்டுகள், குடை .....அவ்வளவுதான் .

கைடாக வந்தவர் காற்றிலேயே கால்பதித்து நடக்கிறாரோ எனும் அளவு அதி வேகமாக முன்னால் போய்க் கொண்டிருந்தார்.

சிறிது தூரத்தில் அச்சம் விலகி த்ரில் கூடிக்கொண்டது... அழகான ஆபத்துதான் ....ஆனால் நாங்கள் அழகை மட்டும் அனுபவிக்கத் தொடங்கியிருந்தோம் .

எதுவுமே பேசாமல் சென்றுகொண்டிருந்த கைடு அவ்வப்பொழுது நின்று திரும்பிப் பார்த்து, "இங்குதான் புலி வந்திருந்தது.... இந்த வளைவில்தான் யானையைப் பார்த்தேன் ....இங்குதான் மலைப்பாம்பு வரும் ....."என்று கூறிக்கொண்டிருந்தார். அந்த மனிதர் கொஞ்ச நேரம் வாயை மூடிக்கொண்டு இருந்தால் நன்றாக இருக்கும் எனத் தோன்றியது.

முதல் ஒரு மணி நேரம் நடக்கச் சற்றுக் கடினமாகத்தான் இருந்தது .நண்பர் சதாசிவம் அவர்கள் கைடை விட வேகமாக இருந்தார். கிடுகிடுவென அவர் ஏறிச்சென்ற வேகம் அசர வைத்தது.

தோணி அருவி இருக்கும் இடம் ஒரு டெட் என்ட். அதற்கு அப்பால் மனிதர்கள் எவ்விதத்திலும் செல்ல முடியாது. மிக உயர்ந்த மலைகளும் காடுகளும் தான் அடுத்து உள்ளன. செட்டில்மென்ட் பகுதி, பழங்குடியினர் குடியிருப்புகள், வனத்துறை அலுவலகம், செக்போஸ்ட், ரிசார்ட்டுகள், கடைகள் என எதுவுமே இல்லாத மனித நடமாட்டம் கொஞ்சம் கூட இல்லாத பகுதிக்குள் நடந்து கொண்டிருந்தோம்.

ஒரு வழியாக இரண்டு மணி நேரத்தில் அருவியை அடைந்தோம். மலைப்பகுதியிலிருந்து ஓடிவரும் பல நதிகளும் ஓடைகளும் ஆங்காங்கே இணைந்து தோணி அருவியாகப் பேரிரைச்சலுடன் கொட்டிக்கொண்டிருந்தது.

குளிக்க வாய்ப்பில்லாத அருவி அது. நீளமாக ஓடி எங்கள் கால்களைத் தாண்டி மீண்டும் ஒரிடத்தில் கொட்டுவதையும் பார்த்த வண்ணம் அமர்ந்து இருந்தோம் .நான்கு மணி நேர நடையும் எடுத்த ரிஸ்க்கும் வொர்த் எனப் புரிந்தது.

செல்.:போனில் வீடியோக்களையும், .:போட்டோக்களையும் நிறைத்துக் கொண்டு கிளம்பத் தயாரானோம் .

நாங்கள் கிளம்பியது முதல் எங்களுடன் ஒரு நாய் வந்து கொண்டிருந்தது. டிக்கெட் கவுன்ட்டர் இருக்கும் பகுதியில் உள்ள வனத்துறை அலுவலகக் குடியிருப்புகளில் இருப்பவர்கள் அல்லது கைடு யாராவதுடைய வளர்ப்பு நாயாக இருக்க வேண்டும் என நினைக்கிறேன். மிக அற்புதமாக எங்களை அந்த நாய்தான் வழிநடத்தியது. 5 வருடம் நாம் அதை வளர்த்து இருந்தாலோ அல்லது ஐந்து வருடம் பயிற்சி அளிக்கப்பட்ட நாயாக இருந்தாலோ அது எப்படி நடந்து கொள்ளுமோ அது போல இ மிக ஆச்சரியமாக இருந்தது அதனுடைய ஒவ்வொரு அசைவும் .

சட்டென அந்த நாய் அங்குமிங்கும் ரெஸ்ட்லெஸ்ஸாக ஓடி எச்சரிக்கைக் குரலில் குரைக்க ஆரம்பித்தது.பார்த்தால் நான் அமர்ந்திருந்த பாறையின் அடியில் இருந்து கிட்டத்தட்ட 8 அடி நீளப் பாம்பு ஒன்று உலக்கைப் பருமனில் கடந்து சென்றது .விலங்குகளின் பேட்டையில் நாம்தான் அத்துமீறி வந்திருக்கிறோம். எனவே அதைப் பார்த்து முறைப்பது, அஞ்சுவது போன்றவை பொருளற்ற செயல் என வந்த வழியே திரும்பத் தொடங்கினோம். இம்முறை பாதைகளின் குறுக்காய்ப் பாறைகளின் மீது கால் பதித்து நடந்து தொலைவைக் கொஞ்சம் குறைத்துக் கொண்டோம். யானைகளுக்குப் பயிற்சி அளிக்கத் தனியாக இடம் ஒதுக்கப்பட்டிருந்தது.

டிக்கெட் கவுண்டருக்கு சற்று முன்பாக மிகப்பெரிய தூண்களில் கட்டப்பட்டிருந்த யானைகள் சுவாரசியமாக லன்ச் சாப்பிட்டுக் கொண்டிருந்தன .

பக்கத்தில் செல்ல அனுமதியில்லை. அவ்வப்பொழுது தின்ற ஸ்டார் பழங்கள் தாகத்தைத் தணித்ததோடு மட்டுமல்லாமல்

நடப்பதற்கு ஏதுவாக எளிமையாகவும் இருந்தன. முக்கால் தொலைவு திரும்பி வருகையில் எதிரே நண்பகல் பேட்ச் வந்து கொண்டிருந்தது. அந்தக் குழு பத்து இருபது ஆண்களும் பெண்களுமாகக் கலகலவென இருந்தது. இன்னும் எவ்வளவு தூரம் என அவர்கள் எங்களைப் பார்த்து கேட்டனர். எங்கள் பொருள் பொதிந்த புன்னகையை புரிந்து கொண்டு உற்சாகமாகக் கையசைத்துச் சென்றனர்.

பார்க்கிங்கில் சில நிமிடங்கள் ஓய்வெடுத்துக் கொண்டு மலம்புழ அணையை நோக்கிக் கிளம்பினோம். காலையில் மழம்புழ ஏரியின் தென் மற்றும் கிழக்குப் பகுதிகளை ஒட்டி ஏறத்தாழ 18 கிலோமீட்டர் தொலைவு ஓர் அரைவட்டம் அடித்து இருந்தோம். மாலையில் வடக்கு மற்றும் மேற்குப் பகுதியை ஒர் அரைவட்டம் அடிக்கப் புறப்பட்டுப் போகையில் எதிர்ப்பட்ட ராக் கார்டன் உள்ளே புகுந்து வெளியே வந்தோம்.

கற்கள், உடைந்த ஓடுகள், பீங்கான் துண்டுகள் போன்றவற்றைக் கொண்டு வடிவமைக்கப்பட்ட குகை போன்ற அமைப்பு உள்ளே புகுந்து மறுபக்கம் வெளிவர அரை மணி நேரம் ஆகும். போட்டோ பிரியர்களுக்கும், குழந்தைகளுக்கும் பொருத்தமான இடம்.

ஏரியின் கரை யோரம் கிட்டத்தட்ட 7 கிலோமீட்டர் டிரைவ் செய்யலாம். சாலையின் இடதுபுறம் காடுகள் அடர்ந்து ஓங்கி உயர்ந்த மலைத்தொடரும் மறுபுறம் சாலையின் விளிம்பைத் தொட்டபடி நீர்நிறைந்த, பரந்து விரிந்த ஏரியின் மறு கரையில் நீண்ட மலைத்தொடர்களுமாகக் கிட்டத்தட்ட ஒர் ஓவியம் போலத் தெரியும் காட்சி கண்களை விட்டு அவ்வளவு விரைவில் அகலாது. இடை இடை யே சின்னச் சின்ன ஸ்நாக்ஸ் பாயின்ட்களும், கடைகளும் ரெஃப்ரெஷ் செய்து கொள்ள வசதியாக இருக்க, ஃபோட்டோ எடுக்க வருபவர்களின் ஃபேவரைட் ப்ளேஸ் இந்தப் பாதை.

மலம்புழா கார்டன் வருபவர்களில் பெரும்பாலானோர்க்கு இப்பாதை தெரிய வாய்ப்பில்லை. கார்டன், மற்றும் கார்டனைச் சுற்றிலுமே ஒரு முழு நாளையும் செலவிட முடியும், என்பதால் இந்தப் பகுதிக்கு வருவதற்குப் பெரும்பாலும் நேரமும் இருக்காது. இருள் கவியத் தொடங்கும் போது ஏரிப்பரப்பின் அலைகள் கண்களுக்கும், காதுகளுக்கும் பெரிய ∴பீஸ்ட்டாக இருக்கும்.

காலை 6 மணி முதல் மாலை 7 மணிவரை ஒரு முழுப்பகலையும் இனிமையான நினைவுகளாக கன்வெர்ட் செய்து கொண்டு இரவு 9 மணிக்கெல்லாம் வீடு வந்து சேர்ந்து விட்டோம்.

காலமும் இடமும் கண்முன்னே கட்டற்ற பெருவெளியாய்க் கிடக்கிறது.... காலடியில் கிடக்கும் பாதை முடிவில்லாமல் நீள்கிறது.....

தொடங்கும் இடமும் முடியும் இடமும் தெரியாத மனித வாழ்வினைப் பார்த்துக் காலமும் இடமும் கண்ணடிக்கும்போது நாமும் பதிலுக்குப் புன்னகைத்து வைப்போம்.....!

நெடுந்தொடர் மலையின் பேரெழில் நெல்லியம்பதி

ஒரு நாள் வீக் எண்ட் பிக்னிக், இரண்டு பகல்கள் ஓர் இரவு தங்கல், குடும்பச்சுற்றுலா, நண்பர்களுடன் ஒரு ஜாலி அவுட்டிங், பைக் ரைடிங், சோலோ, தேனிலவு என எல்லாவற்றுக்கும் செட்டாகக் கூடிய, ஆனால் அதிகம் அறியப்படாத, அற்புதமான ஒரு மலைவாழிடம் தான் இந்த நெல்லியம்பதி.

கேரள மாநிலத்தின் பாலக்காட்டு மாவட்டத்தில், மேற்குத் தொடர்ச்சி மலையில் அமைந்துள்ள நெல்லியம்பதி கோயம்புத்தூரில் இருந்து 100 கிலோமீட்டர் தொலைவிலும் பொள்ளாச்சியில் இருந்து 70 கிலோ மீட்டர் தொலைவிலும் அமைந்துள்ளது. தமிழகத்தில் எங்கிருந்து வந்தாலும் கோவை அல்லது பொள்ளாச்சியை அடைந்து அங்கிருந்து நெல்லியம்பதி செல்லவேண்டியிருக்கும். கோயம்புத்தூரில் இருந்து செல்வதாக இருந்தால் வேலந்தாவளம் சென்று, அங்கு மாநில எல்லை கடந்து சித்தூர்-தத்தமங்கலம் கொல்லங்கோடு எனவும், பொள்ளாச்சியிலிருந்து செல்வதாக இருந்தால் பாலக்காட்டுப் பாதை தவிர்த்துத் திருச்சூர்ச் சாலையில் கோவிந்தாபுரத்தில் மாநில எல்லை கடந்து கொல்லங்கோடு எனவும் வந்து அங்கிருந்து திருவிழாவிற்குப் பேர்போன நென்மாற எனும் நகரில் இருந்து இடப்புறம் திரும்பி நெல்லியம்பதிக்கு ரூட் பிடிக்கலாம்.

நென்மாற செல்லும் வழி, வயலும் தோப்பும் நீர்நிலைகளும் சூழ்ந்த மலைத்தொடர் ஓரமாக நம்மை அழைத்துச் செல்கிறது. நென்மாறவில் இருந்து 8 கிலோமீட்டர் பயணித்தால் மலையடிவாரத்தில் போதுண்டி என்ற அழகான அணைக்கட்டு

வருகிறது .மிகத் தூய்மையாகப் பராமரிக்கப்படும் கார்டன் அமைந்துள்ள இந்த நீர்த்தேக்கம் குடும்பத்துடன் பிக்னிக் செல்ல மிக அருமையான இடம் .அணையின் மீது ஏறி நாலாப்புறமும் இயற்கையின் அழகை ரசிக்கலாம். குழந்தைகள் விளையாடவும், பெரியவர்கள் அமர்ந்து ஓய்வெடுக்கவும் தோதான இப்பூங்காவினுள் நொறுக்குத்தீனி, தேநீர் மற்றும் குளிர்பானங்கள் விற்கும் ஒர் அங்காடி உள்ளது. வெளியே சிறு குடில்களில் உணவகங்களும் கடைகளும் உள்ளன ஒரு ஆம்னி வேனில் பார்சல் செய்து 100 ரூபாய்க்கு விற்கப்பட்டுக் கொண்டிருந்த பிரியாணி அதிருசியாக இருந்தது.

போதுண்டி அணையின் மறு புறத்தில் இருந்து நெல்லியாம்பதி செல்லும் மலைப்பாதை தொடங்குகிறது . மலைப்பாதை தொடங்கும் இடத்தில் உள்ள செக்போஸ்டில் நம்மை விசாரித்து அனுப்புகிறார்கள். ஒருநாள் பயணம் எனில் மாலை 4 மணிக்குத் திரும்பிக் கீழே இறங்கி விடுமாறு அறிவுறுத்துகிறார்கள். ஊட்டி, மூணார், கொடைக்கானல், வால்பாறை போல் அல்லாமல் நெல்லியம்பதிக்கு ஏறவும் இறங்கவும் இந்த ஒரே ரூட்தான்.

மலைப்பாதையில் பயணிக்கத் துவங்கியதிலிருந்து போதுண்டி அணைக்காட்சி வழி நெடுக நமக்கு அழகாகக் கிடைக்கிறது .மிகக்குறுகிய கடினமான வளைவுகள் இல்லை எனினும் சற்றுக் கவனத்துடனேயே வாகனத்தை ஓட்ட வேண்டிய மலைச்சாலை இது . டூ வீலர்ஸ் பேரடைஸ் எனச் சொல்லுமளவு அதிக அளவு பைக் பிரியர்கள் விரும்புகின்ற இடம் நெல்லியம்பதி .குட்டி குட்டியாக க்யூட்டான அருவிகளும், ஓடைகளும் நம்முடன் வந்து கொண்டே இருக்கின்றன.

மலைப்பாதை தொடங்கியதுமே இயற்கை மோடுக்கு மாறிக்கொள்வது இனம் புரியாத ஒரு புத்துணர்ச்சியைத் தரும். வெளியே சிலுசிலுக்கும் குளிர்காற்று, பறவைகள்,

சிறுசிறு உயிரினங்கள், தாவரங்கள் அசையும் ஒலிகள், மலைப்பகுதிக்கே உரிய நறுமணம் ஆகியவற்றோடு ஒன்றிவிடலாம்.

மலைச்சாலையில் எந்த ஆங்கிளில் திரும்பினாலும் 360 டிகிரியில் நமக்கு போஸ்ட் கார்ட் பிக்சராகக் கண்களில் அழகான காட்சிகள் விழுந்து கொண்டே இருக்கின்றன. செல்ஃபி எடுக்க வண்டியை நீங்கள் குறிப்பிட்டு எந்த ஓர் இடத்திலும் நிறுத்தத் தேவையில்லை .நிறுத்துவதற்கு வாகாக உள்ள எந்த ஓரிடத்தில் வாகனத்தை நிறுத்தினாலும் அது செல்ஃபி எடுக்க ஆகச்சிறந்த இடமாகத்தான் இருக்குமாறு வழிநெடுக செல்ஃபி ஸ்பாட்டுகள்தான்.

குன்றச்சோலைப் பாலம் அகலமான ஒரு வளைவில் ஒருபுறம் உயரத்தி லிருந்து கொட்டும் அருவியையயும், மறுபுறத்தில் போதுண்டி அணைக்காட்சியையும் கொண்டு நம் காலை பிரேக்கை அழுத்த வைக்கிறது .அடுத்துச் சில நிமிடங்களில் லோயர் டெக், மிடில் டெக், அப்பர் டெக் என வியூபாயின்டுகள் வரிசைகட்டி வருகின்றன.மிடில் டெக்கில் ஒரு நிழற்குடை இருக்கிறது.நல்ல அகலமான சாலையாதலால் நிறைய வாகனங்கள் நிற்கின்றன .ஆழமான பள்ளத்தாக்கு அற்புதமாக இருக்கிறது .முன்பு அந்த நிழற்குடையுள் ஒரு தேநீர்க்கடை இருந்தது.மழைச்சாரலில் இறங்கி வேகவேகமாக நிழற்குடைக்குள் தஞ்சம் புகுந்து, பச்சை மிளகாய்த்துண்டுகள் பொதிந்த பிரெட் ஆம்லெட்டுடன் சூடு பறக்கும் கருந்தேநீரைப் பருகிய படியே பள்ளத்தாக்கினைப் பார்க்கும் அனுபவம் வாய்க்கப் பெற்றவர்கள் பேறு பெற்றவர்கள். அடியேனுக்கு மூன்று நான்கு முறை அந்த அனுபவம் வாய்த்திருக்கிறது.

நெல்லியம்பதிக்குள் நுழையும் முன் கைகாட்டி எனும் இடத்தில் சாலை இரண்டாகப் பிரிகிறது .வலப்புறம் திரும்பினால் கேசவன் பாற, காரப்பாற, பாடகிரி, பக்குத்தி

பாலம் போன்ற இடங்களுக்கும், இடப்புறம் திரும்பினால் சீத்தார் குண்டு, மின்னாம்பாற, மாம்பாற, புளியம்பாற போன்ற இடங்களுக்கும் செல்லலாம். காரப்பாறை செல்பவர்கள் அருவியையும், ஆற்றையும், தொங்கும் பாலத்தையும் கண்டு ரசிக்கலாம். கைகாட்டியில் இருந்து நூறடி எனும் இடத்தை அடைந்தபின் அங்கிருந்து மிகக் குறுகலான பாதையில் கிட்டத்தட்ட 20 கிலோமீட்டர் தொலைவு செல்ல வேண்டும். டிரைவிங்கில் அனுபவம் குறைந்தவர்கள் இச்சாலையில் செல்வதைத் தவிர்த்து விடுதல் நலம். நூறடியில் இருந்து இடப்புறம் திரும்பி உள்ளே செல்லச் செல்லப் பாதை நீண்டு கொண்டே போகும் . உள்ளடங்கிய, ரசனையான ரிசார்ட்டுகள் உள்ள பகுதி இது.

கைகாட்டியில் இருந்து இரண்டு கிலோ மீட்டர் தூரத்தில் கேசவன் பாற வருகிறது .நமது வாகனத்தை பார்க் செய்துவிட்டு மலை உச்சி வரை நடந்துசென்று பார்க்கும் பொழுது நாலாப்புறமும் சொக்க வைக்கும் பேரழகைக் காணலாம். போதுண்டி அணையின் காட்சி இங்கிருந்து காணும்பொழுது ஓர் ஓவியம் போல் கண்களுக்குள் விரிகிறது.மாலை வேளைகளில் மலை உச்சியில் தட்டையான இடங்களில் அமர்ந்து மாலைத் தென்றலைஅனுபவிப்பது சுகமான ஒன்று.

கைகாட்டியில் இருந்து இடப்புறமாகச் சென்றால் புளியம்பாற என்னும் இடம் வருகிறது.இவ்விடத்தைப் பூர்விக நெல்லியம்பதி மக்கள் கொலியம்பாற எனப் பேச்சு வழக்கில் சொல்கிறார்கள். இங்கிருந்து சீதார்குண்டு என்ற வியூ பாயின்ட் செல்லலாம்.போப்ஸ் எஸ்டேட் வரை நமது வாகனத்தில் சென்று அங்கிருந்து நடந்து இந்த வியூ பாயின்ட்டை அடையலாம் .ராமபிரான் சீதையுடன் இலங்கையிலிருந்து வரும் வழியில் ஓய்வெடுத்த இடம் என இது நம்பப்படுவதால் இப்பெயரால் அழைக்கப்படுகிறது. அழகான ஆபத்து நிறைந்த

இந்த இடத்தில் மலையின் விளிம்பில் இருந்து பார்க்கும் பொழுது பாலக்காட்டு மாவட்டத்தின் பசுமை கொஞ்சும் சமவெளிப்பகுதி மலையடிவாரத்தில் நமது கண்களுக்கு விருந்தாக விரிகிறது .மிகக் கவனமாக இருக்கவேண்டிய இவ்விடத்தில் அண்மையில் கூடப் பாலக்காட்டில் இருந்து வந்து வீடியோ எடுத்துக் கொண்டிருந்த இரு இளைஞர்கள் கால் தவறிப் பள்ளத்தாக்கில் விழுந்து இறந்து போயிருக்கிறார்கள் .மலை விளைபொருட்கள் விற்கும் அங்காடி ஒன்று இங்கு இருக்கிறது. பர்சேஸ் செய்யவும் ரெஃப்ரெஷ் செய்யவும் மிக அருமையான இடம் இது. இங்கு கிடைக்கும் இஞ்சிச்சாற்றை மிஸ் செய்து விடாதீர்கள்...!

சீதார்குண்டு வியூ பாயிண்டிலிருந்து நாம் திரும்பி வரும்போது வளைவு ஒன்றில் பெண்கள் நடத்தும் இன்ஸ்டன்ட் லஞ்ச் கடைகள் நான்கைந்து ப்ளாஸ்டிக் நாற்காலி- மேஜைகளுடன் முளைத்திருந்தன.வீட்டில் செய்து எடுத்து வந்திருந்த பிரியாணியை செராமிக் தட்டில் நிரப்பித் தருகிறார்கள். நடந்து திரிந்த களைப்பிலும், மெல்லிய குளிரிலும் பசி கனன்று கொண்டிருந்த அந்த வேளையில் மசாலாவில் தோய்த்து நன்கு வெந்திருந்த கோழிக்கறித் துண்டுகள் நிரம்பிய கேரளத்து வெண் பிரியாணி, சுள்ளென்ற எலுமிச்சை ஊறுகாயுடனும், நறுக்கிய வெங்காயப் பச்சடியுடனும் சாலையோரமாக மரங்களின் அடியில் வயிற்றுக்கும் நாவின் சுவையரும்புகளுக்கும் இதமாக, நிறைவாக இருந்தது.

புளியம் பாறையிலிருந்து சீதார்குண்டு செல்லும் வழியில் உள்ள மின் பகிர்மான அலுவலகத்திலிருந்து வலப்புறமாகச் சென்றால் நெல்லியம்பதியின் ஹைலைட் எனச் சொல்லக்கூடிய மின்னாம்பாறையையும் காரா சூரியையும் அடையலாம்.ஆனால் இங்கு செல்ல நமது வாகனங்களுக்கு அனுமதியும் இல்லை... நமது வாகனங்கள் செல்லக்கூடிய விதத்தில் அந்தச் சாலையும் இல்லை.

நெல்லியாம்பதி முழுக்க ஏறத்தாழ 100 ஃபோர் வீல் ட்ரைவ் ஜீப்புகள் இருக்கின்றன. அவற்றில் ஒன்றை வாடகைக்கு அமர்த்திக்கொண்டு இவ்விடங்களுக்குச் செல்லலாம். ஐந்து பேர் பயணிக்க 1500 ரூபாய் கட்டணமாகக் கேட்கிறார்கள். ஜீப் சஃபாரி களிலேயே இந்த ஜீப் சஃபாரி என்னால் வாழ்நாளில் மறக்க முடியாது. மெயின் ரோட்டிலிருந்து திரும்பி இரண்டு கிலோமீட்டர் கரடுமுரடான பாதையில் பயணித்த பிறகு வனத்துறை அலுவலகம் வருகிறது. அங்கு கட்டணம் செலுத்தி அனுமதி பெற்று செக்போஸ்ட் தாண்டினால் அடுத்த மூன்றரை மணி நேரத்துக்கு கொண்டாட்டத்துக்கும் த்ரில்லுக்கும் குறைவில்லை.

நீங்கள் இயற்கைப் பிரியர்கள் எனில் இந்தப் பயணத்தையும் இங்கு கிடைக்கும் பேரின்பத்தையும் நினைத்து நினைத்துப் புளகாங்கிதம் அடைவீர்கள். கண்முன்னால் சாலை என்று ஒன்றுமே தெரியாத இடத்தில் தான் நமது ஜீப் சென்றுகொண்டிருக்கும். இத்தோடு பாதை முடிந்து விட்டது இனித் தொடர்ந்து செல்ல முடியாது என நாம் நினைக்கும் இடங்களில் எல்லாம் ஜீப் சர்வ சாதாரணமாக கடந்து செல்வது திரில்லிங்கின் உச்சகட்டம்.

கரடுமுரடான சாலையில் தொடர்ந்து ஜீப் முன்னேறிக் கொண்டிருக்க சடாரென இடப்புறம் திருப்பி வண்டியை நிறுத்தி இறக்கி விடுகிறார்கள். அற்புதமான வியூ பாயின்ட் ஒன்றைல் இறங்கிச் சற்றுத் திரும்பிப் பார்க்கிறீர்கள். இயற்கையின் பிரம்மாண்டத்தில் தொலைந்து போகிறீர்கள். இந்தப் பயணத்தில் இதுதான் உச்சம் என நினைக்கிறீர்கள். குளிர்ந்த காற்றையும் மெல்லிய பனிப்புகையையும் உள்வாங்கி ஆனந்தமாக அனுபவக்கிறீர்கள். அழகின் பிரும்மாண்டத்தில் திளைத்து ஆழ்கையில் அடுத்த இடத்துக்கு மீண்டும் ஜீப்பில் அழைத்துப் போகிறார்கள். 30 நிமிடம் மீண்டும் சாலையல்லாத

சாலையில், பாதையல்லாத பாதையில் பயணித்து அடுத்து ஓர் இடத்தில் இறக்கி விடப்படுகிறீர்கள் .இறங்கி நடக்கிறீர்கள்..... கால் போன பாதையில் செல்கிறீர்கள்... அழகின் உச்சம் என்றால் என்ன எனத் தெரிந்து கொள்கிறீர்கள். ஏன் இவ்வளவு நாட்களாக நாம் இப்படி ஒரு இடத்தை மிஸ் செய்தோம் என வருத்தப்படத் தொடங்குகிறீர்கள். செல்போனை எடுத்து செல்:.பிகளும், வீடியோக்களும், பனோரமாப் படங்களுமாக எடுத்துத் தள்ளுகிறீர்கள் .அதுவும் நீங்கள் சென்றிருப்பது பருவமழை முடிந்த காலம் என்றால் அங்கு கிடைக்கும் சிலுசிலுப்பும், பசுமைச்செறிவும், பனிச்சாரலும், மலை முகடுகளும் உங்களில் ஏற்படுத்தும் அதிர்வுகள் மிகப் புதிதென உணர்வீர்கள்.

பொள்ளாச்சி- திருச்சூர் நெடுஞ்சாலையில் இருந்து விலகி, எட்டு கிலோமீட்டர் பயணித்து, அங்கிருந்து மலைப்பாதையில் 22 கிலோமீட்டர் பயணித்து, பிறகு ஜீப் ஒன்றை வாடகைக்கு எடுத்து, ஒன்றரை மணிநேரம் அடர்ந்த வனத்துக்குள் மலைமீது சாலையே இல்லாத இடத்தில் பயணித்து, அங்கிருந்து பத்து நிமிடம் நடந்து ஆள் அரவமற்ற மலை உச்சியில் பள்ளத்தாக்குகளும், நெடும் மலைத்தொடர்களும், ஆறுகளும், அருவிகளும், பனியும், மேகமும் அரிய பல நூறு உயிரினங்களும் அடர்வனமும் சூழ நிற்கும் போது ஏற்படும் பேரின்பம் எல்லை இல்லாதது.

கிழக்குப் பக்கமாக நம் முன்னால் பரந்து விரிந்த மலைத்தொடர்களில் தான் தமிழகத்தின் டாப் ஸ்லிப் பகுதியும் கேரளத்தின் பரம்பிக்குளம் பகுதியும் இருக்கின்றன. கண் முன்னால் தெரிகின்ற இவ்விடங்களுக்கு நாம் சாலை வழியாகச் செல்ல வேண்டுமென்றால் நெல்லியாம்பதி, நென்மாற, கொல்லங்கோடு, முதலமட, வேட்டைக்காரன்புதூர், சேத்துமடை, டாப்ஸ்லிப் என மலைச்சாலையிலும்,

சமவெளியிலும் மீண்டும் மலைச் சாலையிலும் ஏறத்தாழ 100 கிலோமீட்டர் பயணிக்க வேண்டியிருக்கும். ஆனால் இங்குள்ள பழங்குடி மக்கள் மலைத் தொடர்களின் ஊடாகப் புகுந்து இருபத்து நான்கு மணிநேரத்தில் பரம்பிக்குளத்தை அடைந்து திரும்புகிறார்கள் என இங்குள்ளவர்கள் சொல்லக் கேட்கும்பொழுது வியப்பாக இருக்கிறது.

இதற்கப்புறமும் இங்கிருந்து 15 நிமிடம் இன்னும் உள்ளே சென்றால் ஒரு ரிசார்ட் வரும் என்று சொன்னால் மலைத்துப் போய் விடுவோம். அங்கு தங்கி அனுபவித்துப் பார்த்துவிட்டுச் சொல்லுங்கள், முற்றிலும் புதிய அனுபவமாக இருக்கும். முன்பே புக்கிங் செய்வது அவசியம்.

இயற்கையில் திளைத்து விட்டு வர நெல்லியாம்பதி செல்லும்முன் சில டிப்ஸ்கள் ....

#ஒரு நாள் பிக்னிக் எனில் அதிகாலையிலேயே கிளம்பி விடுவது நல்லது.

#எரிபொருள் (டிசல், பெட்ரோல்) நென்மாறவிலேயே நிரப்பிக் கொள்வது நலம் .எனக்குத் தெரிந்து இங்கு எரிபொருள் கிடைப்பது கடினம்.

#காரப்பாற செல்பவர்கள் கைகாட்டியில் இருந்து நூறடி என்னும் இடம் தாண்டினால் மிகக் குறுகிய பாதையில் 25 கிலோமீட்டர் பயணிக்க வேண்டியிருக்கும் .டிரைவிங்கில் அதிக அனுபவம் இல்லாதவர்கள் கட்டாயம் தவிர்த்து விடவும்.

#நெல்லியம்பதிப் பயணத்தில் மாலை ஆறு மணிக்கு மேல் என்றால் ஏதாவது ரிசார்ட்டில் தங்கி விடுதல் நல்லது அல்லது அதற்கு முன்பே கீழே இறங்கி விடத் திட்டமிட்டுக் கொள்ளுங்கள்.

இங்குள்ள எல்லா இடங்களுக்கும் சுற்றிப்பார்க்க எப்போதும் அனுமதி இருக்கும் எனச் சொல்ல முடியாது .காட்டு விலங்குகள் நடமாட்டம், நிலச்சரிவு, வெள்ளம், , கானுயிர்ப் பாதுகாப்பு, கவனக்குறைவால் உயிரிழப்பு போன்ற காரணங்களால் அவ்வப்போது சில இடங்களுக்கு அனுமதி கிடைப்பது இல்லை .மாம்பாற என்னும் பிரமிப்பூட்டும் இடத்துக்கு நீண்ட காலமாகவே சூழலியல் காரணங்களால் அனுமதி மறுக்கப்பட்டு வருகிறது.

ப்ளாஸ்டிக் பொருட்கள் தவிர்ப்பு, நெருப்புப் பொறித் தவிர்ப்பு, நீர்நிலைகள், மலைச்சரிவுகள் போன்ற இடங்களில் கவனம், வனவிலங்குகட்கு இடையூறு செய்யாமை ஆகியவற்றை மனதில் இருத்தி, நெல்லியாம்பதியை நெஞ்சில் நிறைத்து வர இனிய பயண வாழ்த்துகள்.....!

மனத்தைக் கட்டிப்போடும் கட்டிக்கயம் அருவி

"சுற்றிலும் உள்ள அடர்ந்த மரங்களில் இருந்து இலைகள் கூட உதிர்ந்து விழுந்துவிடாதவாறு பூக்களாலான மலைகள் சூழ்ந்த ஏரி" ஒன்று கடவுளின் சொந்த நாட்டில் இருப்பதாகவும், அதன் பெயர் "இலைவீழாப்பூஞ்சிற" என்றும் கேள்விப்பட்டதுமே பயண வெறி ஊறிக் கிடந்த நமது நாடி நரம்புகள் எல்லாம் முறுக்கேறி, டெலிவரி எடுத்து 2000 கிலோ மீட்டர்களே ஓடி இருந்த நிசான் மேக்னைட்டைத் தட்டிக் கிளப்பினோம்.

எழிலொழுகும் பெயர் கொண்ட இலைவீழாப் பூஞ்சிறயுடன் அதன் அருகில் உள்ள இல்லிக்கல்கல்லு என்ற மலை முகடு, கட்டிக்கயம் அருவி என மொத்தம் மூன்று இடங்களைக் குறிவைத்துக் கோயம்புத்தூரில் இருந்து இதமான காலை ஒன்றில் 250 கிலோ மீட்டர்ப் பயணம் தொடங்கியது.

கேரளத்தில் பாலக்காடு, திருச்சூர் கடந்து அங்கமாலி வரை நான்கு வழிச்சாலையில் பெட்ரோல் இன்ஜினின் ஜிவ்வென்ற ரெவ்வில், ஜில்லென்ட கிளைமேட்டில் நிசான் மேக்னைட் சொகுசாக மிதந்தபடி சென்றுகொண்டிருந்தது. நான்கு பெரியவர்களுக்கும், ஓர் ஏழு வயதுச் சிறுவனுக்கும் போதுமான இடவசதியுடன், பூட்ஸ்பேஸும் எங்களது லக்கேஜுக்குத் தாராளமாக இருந்தது.

கேரள நெடுஞ்சாலைகளில் கார்களுக்கு விதிக்கப்பட்டிருக்கும் உச்சவேகம் மணிக்கு 90 கிலோ மீட்டர் என்பது, சென்ற மாதம் நாம் 100 கிலோமீட்டர் வேகத்தையும் தாண்டிச் சென்று 1500 ரூபாய் பைன் கட்டிய போது தெரிந்திருந்தால் நெடுஞ்சாலைகளில் ஆங்காங்கு தலைக்கு மேல் தொங்கிக்

கொண்டிருந்த கேமராக் கத்திகளைக் கண்டு அடக்கி வாசித்தபடியே செல்ல வேண்டி இருந்தது. பாவம்... பென்ஸ், ஆடி, பி. எம். வி . வகையறா ஓனர்கள்.

திருச்சூருக்கும் பாலக்காட்டுக்கும் இடையே குதிரான் மலையைக் கடப்பது முன்பெல்லாம் வாகன ஓட்டிகளுக்கு பெருந் தலைவலியாக இருக்கும். சோறு, தண்ணி இல்லாமல், பாத்ரூம் போக முடியாமல் மணிக்கணக்கில் அவதிப்படும் அளவுக்கு சர்வசாதாரணமாக டிரா:பிக் ஜாம் ஆகக்கூடிய ஏரியா என்பதால், ஒவ்வொரு முறையும் அவ்விடத்தை நெருங்கும் போது, "இன்று டிராபிக் ஜாம் ஆகக்கூடாது...!" என வண்டியை நிறுத்தி சில நொடிகள் மனம் உருகி வேண்டிக்கொண்டதெல்லாம் நடந்திருக்கிறது. ஆனால் தற்போது மலைகளைக் குடைந்து 1.3 கிலோ மீட்டர் தொலைவுக்கு நான்கு வழிச் சுரங்கச் சாலை அமைத்துப் பயணிகளின் மனம் குளிரப் பண்ணியிருக்கிறார்கள்.

அங்கமாலி என்ற அழகிய நகரத்தில், நான்கு வழி நெடுஞ்சாலையிலிருந்து விலகித் தொடுபுழ செல்லும் வழி சபரிமலைப் பயணிகளுக்குப் பழக்கமான ஒன்று . ஆதிசங்கரர் பிறந்த ஊரான காலடி இந்த ரூட்டில் அடுத்த சில நிமிடங்களில் இருக்கிறது. காலடியில், "பெருமலை விலங்கிய பேரியாறு" என இளங்கோவடிகளால் சிலப்பதிகாரத்தில் புகழப்பட்ட பெரியாறு இச்சாலையைக் கடந்து அரபிக் கடலில் நோக்கிப் பாய்கிறது.

காலடிப் பகுதியிலும் சமீப காலங்களில் வழக்கமாகிவிட்ட ஒன்றான டிராபிக் ஜாமில் இம்முறை நாங்கள் மாட்டித் தப்பித்து வெளியேறிய போது பசி எங்களைப் பாடாய்படுத்தத் தொடங்கியிருந்தது.

பெரும்பாவூரில் நல்லதொரு கோழிக்கோட்டுச் சமையல் கொண்ட ஹோட்டலில் வண்டியை நிறுத்தினோம்.

மிருதுவான கோழிக்கறித் துண்டங்களால் நிரம்பி இருந்த மலபார் வெண் பிரியாணிக்குச் சுள்ளென்று நடுநாட்டில் உறைக்கும் எலுமிச்சை ஊறுகாயும், கேரட் துண்டுகளும் வெள்ளரிக்கீற்றுகளும் ஊற வைக்கப்பட்ட வெங்காயத் தயிர்ப் பச்சடியும் அத்தனை பொருத்தமாக இருந்தன.

மூவாற்றுப்புழ நகரைக் கடந்து சபரிமலை ரூட்டில் தொடுபுழைக்கும் ஈராட்டுப்பேட்டைக்கும் இடையே முட்டம் என்ற இடத்திலோ மேலுக்காவு என்னும் இடத்திலோ இடப்புறமாகல் பிரிந்து வாகமன் செல்லும் சாலையில் 12 கிலோமீட்டர் பயணித்தால் காஞ்ஞூர் என்ற இடத்தை அடையலாம். அங்கிருந்து ஜீப் சஃபாரி மூலம் இலைவிழாப்பூஞ்சிறை செல்லலாம். ஆஃப் ரோடு என்பதால், ஃபோர்வீல் டிரைவ் அல்லது பைக்குகள் என்றால் நமது வாகனத்திலேயே சென்று விடலாம். ஜீப்புக்கு 800 ரூபாய் கட்டணம் கேட்கிறார்கள். நியாயமான தொகை தான்.

கிளம்பியதில் இருந்தே பசுமையும் குளுமையும் நம்மைச் சுற்றிப் பரவி இருக்க, காஞ்ஞூரிலிருந்து மலைச் சாலையில் திரில்லும் நம்முடன் கூடிக் கொண்டது.

ஜீப்பில் இருந்து இறங்கிப் பார்க்கும் போது, நாலாப்புறமும் விரியும் காட்சியானது நீண்ட நேரத்துக்குக் கண்களை மூடினாலும் ஸ்கிரீன் சேவராக இமைகளுக்குள் ஒட்டிக் கொள்கிறது.

மலைவாசனையும், செழும்பசுமையும், இளங்குளிரும், மலைமுகட்டுக் காற்றின் இசையும் நமது நான்கு புலன்களை நிறைவாக்க, அங்கிருந்த பூஞ்சிற ரிசார்ட் என்ற அழகிய சிறுகுடிலில் அமைந்திருந்த பேக்கரியில் ஆளுக்கொரு குவளை இதமான கருந்தேநீர் பருக ஐந்தாவது புலனும் ஆனந்தம் அடைந்தது.

பாண்டவர்கள் இங்கும் சிலகாலம் வனவாசம் இருந்ததாகவும், அப்பொழுது திரௌபதி இந்த ஏரியில் குளிக்கச் சென்றபோது அவளது அழகில் மயங்கிய தேவர்கள் சிலர் அவள் குளிப்பதைப் பார்க்க மறைந்து நிற்க, இந்திரன் பூக்களாலான மலைகளை அரணாக அமைத்து அவர்கள் பார்வையிலிருந்து ஏரியை மறைத்ததாகவும், பூக்களால் ஆன மலைகளால் சூழப்பட்டதால் இலைகள் எதுவும் அதைத் தாண்டி இந்த ஏரியில் விழுவதில்லை என்றும் நம்பப்படுகிறது.

சூரியனை மேற்குத் திசை விழுங்கத் தொடங்க, அழகிய மலைச்சாரலில் அமைந்த ரிசார்ட்டை அடைந்தபோது இரவு கவிழத் தொடங்கி இருந்தது. செமத்தியான கேரள அசைவு உணவு வகைகளுடன் இரவு உணவு இனிதே கழிய, மறுநாள் காலை இளம் மழைத்தூறலுடன் புத்துணர்ச்சியுடன் விடிந்தது.

காலைச் சிற்றுண்டி ஆவி பறக்கக் காத்துக் கொண்டிருந்தது . வெண்ணப்பங்களும் புட்டும், கடலைக்கறியுடன் இயல்பாகப் பொருந்திப் போகின்றன. முட்டைக் கறி, மீன்கறி, மாம்பழச் சாறு, தர்ப்பூசணிப் பழத் துண்டுகள், ப்ரட் சாண்ட்விச், கப்கேக்குகள், உருளைக்கிழங்கு குல்ச்சா, பூரிக் கிழங்கு, கட்டங்காஃபி என அட்டகாசமான காலை உணவு.

அங்கிருந்து ஐந்து கிலோமீட்டர் தொலைவில் அமைந்துள்ள கட்டிக்கயம் அருவி தான் நமது முதல் தேர்வு. செங்குத்தான வளைவுகளில் ஏறி இறங்கிச் செல்லும் மலைச்சாலைகளில் மேக்னைட்டின் ஒரு லிட்டர் இன்ஜின் அவ்வப்போது திக்கித் திணறிக் கொண்டிருந்தது. ஆனால் இதன் 205 மி.மீ. கிரவுண்ட் கிளியரன்ஸ் மேடு பள்ளங்களை அசால்ட்டாக டீல் செய்து கொண்டிருந்தது.

உள்ளடங்கிய அடர்ந்த மலைவனப்பகுதி என்பதால் இணைய வசதி அலைபேசியில் துண்டிக்கப்பட, GPS உதவியுடன் கட்டிக் கயம் அருவியை அடைந்தோம்.

நுழைவுக் கட்டணம், சோதனைச் சாவடி என எதுவும் இல்லாத, ஆள் நடமாட்டமுமற்ற அதிரவைக்கும் அழகு அது. கார் பார்க்கிங்கிலிருந்து இரண்டு குறுகிய பாதைகள் உள்நோக்கிச் சென்றன. எதில் செல்வது எனத் தெரியாமல், சிற்றாறு ஒன்று ஓடிக்கொண்டிருக்க அதன் கரையோரம் சென்றால் அருவியை அடைந்துவிடலாம் எனக் கணித்து செடிகொடிகள், மூங்கில் புதர்கள் அடர்ந்த பாதையில் கவனமாக நடந்து சென்று கொண்டிருந்தோம்.

ஓரிடத்தில், பாறைகளுக்கு இடையில் சரிந்து கொட்டிக் கொண்டிருந்தது ஆறு. பாதையும் அத்துடன் முடிந்தது போலத் தெரிந்தது. இதுதான் அருவி என நினைத்து கேமராக்களை அலெர்ட் செய்தோம். மலைச்சரிவின் கீழிருந்து நடைபாதைக் கல் தூண் ஒன்றின் மேல்முனை லேசாகத் தெரிய இன்னும் பாதை இருக்கிறது என உணர்ந்து போய்ப் பார்த்தால் அங்கிருந்து இன்னும் நீண்ட தூரத்துக்குக் கீழே இறங்கிப் போய்க்கொண்டிருந்தது பாதை.

ஒவ்வொரு அடியையும் நிதானித்து வைத்துக் கீழே செல்லச் செல்ல அருவியின் இரைச்சல் கொஞ்சம் கொஞ்சமாகப் பெரிதாகிக் கொண்டே வந்தது. சில நிமிடங்களில் அமைதியின் உருவாக எங்களுடன் பாதை ஓரம் மெல்ல நகர்ந்து கொண்டிருந்த ஆறு 200 அடி உயரத்தில் பேரிரைச்சலும், பெரு முழக்கமுமாக ஆக்ரோஷத்துடன் அருவியாகக் கொட்டிக் கொண்டிருந்ததைக் கண்டோம்.

நேரடியாக அருவியில் குளித்தால், நீரின் வேகத்தில் முதுகெலும்பு முறிந்துவிடும் என்பதால் சற்றுத் தள்ளி நீந்திக் குளிக்கலாம்.

அருவியாக விழும் நீர் மீண்டும் ஆறாக ஓடி ஐம்பதடி தொலைவில் மீண்டும் கீழே அருவியாகக் கொட்டுகிறது

இப்படியே அதல பாதாளம் வரை அருவியாகவும் ஆறாகவும் மாறி மாறி ஓடிக் கொண்டிருப்பதை மேலிருந்து பார்க்கத்தான் முடிந்தது. அதற்கும் கீழாக நடந்து செல்ல வாய்ப்பே இல்லை.

ஏறத்தாழ 3 கிலோமீட்டர் சுற்றளவில் வேறு மனித நடமாட்டமே இல்லாத ஏகாந்த வெளியில் நாங்கள் மட்டுமே இயற்கையின் பேரழகில் திளைத்து மெய்மறந்து நெடுநேரம் அமர்ந்திருந்தோம். அஃது ஒரு ஜென் நிலை.

அடுத்த லொகேஷன் இல்லிக்கல் கல்லு. அழகான மலைகளின் ஊடாக 5 கிலோமீட்டர் பயணித்தால் என்ட்ரி பாயிண்ட் வருகிறது . அங்கிருந்து தலைக்கு 30 ரூபாய் கொடுத்து ஜீப்பில் செல்லலாம். நடந்தும் செல்லலாம் . ஜீப்பும் ஒரு குறிப்பிட்ட இடத்துடன் நின்று விடுகிறது .அங்கிருந்து இரும்புக் கம்பிகளால் அமைக்கப்பட்ட தடுப்புகளைப் பிடித்துக் கொண்டு கவனமாக மேலே ஏறினால் இல்லிக்கல்கல்லு மலைமுகடு நம்மைப் பிரும்மாண்டமாக வரவேற்கிறது.

கூன்கல்லு, குடைக்கல்லு, சாத்தான்கல்லு என மூன்று மலை உச்சிகள் நெடிதுயர்ந்து நிற்கின்றன.

சாத்தான்கல்லை கொல்லியம்பாறை என்றும் சொல்கிறார்கள். மின்னல் அடிக்கடித் தாக்குதாலும், இதன் அபாயகரமான தன்மையாலும் இப்பெயர்கள் வழங்கப்படுகின்றன.

இந்த மூன்றாவது மலை உச்சி செங்குத்து வாக்கில் இரண்டாக உடைந்து நிற்பதால் சிங்கம் ஒன்று ஆக்ரோஷமாக வாயைப் பிளந்து கொண்டு நிற்பது போலத் தோற்றமளிக்கிறது. கூன்கல்லையும். குடைக்கல்லையும் அந்தரத்தில் ஒன்றரை அடி அகலத்தில் ஒரு பாலத்தால் இணைத்து வைத்திருந்திருக்கிறார்கள். அதற்கு நரகப் பாலம் என்று பெயர். பெயர்க் காரணம் சொல்ல வேண்டியதில்லை. இப்பொழுது அந்தப் பாலம் இல்லை.

சுற்றிலும் தடுப்பு அமைக்கப்பட்டிருப்பதால், பாதுகாப்பாக மலையுச்சியில் இருந்து அழகின் உச்சத்தை அனுபவிக்க முடிகிறது. நண்பகல் பொழுதில் பனிப் புகையும், இளவெயிலும். மென்மழைச்சாரலும் மாறி மாறிக் கண்ணாமூச்சி ஆடிக்கொண்டிருந்தன.

சுற்றி 360 டிகிரியிலும் இயற்கையின் அசுரத்தனமான அழகு வியாபித்திருந்தது. பச்சையான வெல்வெட் போர்வை போர்த்தினாற்போல மலைத்தொடர்கள் ஒளிவீசுகின்றன.

காலையிலிருந்து நடையோ நடையென நடந்து கொண்டிருந்ததால் பசியும் பற்றியெரிய ஆரம்பித்திருந்தது. மெல்லக் கீழே இறங்கி வந்து சேர்ந்தோம்.

மீண்டும் கோவையை நோக்கி மேக்னைட் பறக்கத் தொடங்கியது. தொடுபுழயில் ஆற்றங்கரையோர ரெஸ்ட்ரராண்ட் ஒன்றில், ஆர்டர் செய்து விட்டுக் காம்பவுன்ட் சுவரில் மோதி முத்தமிடும் நீரலைகளைப் பார்த்த வண்ணம் காத்துக் கொண்டிருந்தோம்.

அக்மார்க் கேரளச் சமையலில் தயாராகிப் பரிமாறப்பட்ட மட்டை அரிசிச் சோறும் மீன் குழம்பும் நிறைந்த தட்டுகள் வேகமாகக் காலியாகிக் கொண்டிருந்தன. வயிறும் மனமும் நிரம்பிக் கொண்டிருந்தன.

வெளியே மழையும் வேகம் பிடிக்கத் தொடங்கியிருந்தது.

பார்க்க வேண்டிய இடங்கள் :

(இல்லிக்கல்லில் இருந்து)
கண்ணாடிப்பாற : (5 கி.மீ.)

சூரியக் கதிர்களை கண்ணாடிபோல எதிரொளிக்கும் பாறைகளக் கொண்ட வியூபாயின்ட். கழுகன்குளிமலையருவி என்னும்

அருவி இங்கு பார்க்கவேண்டிய ஒன்று . உச்சியிலிருந்து எர்ணாகுளம், திருச்சூர், இடுக்கி, கோட்டயம், ஆலப்புழ, பத்தனம்திட்ட என ஆறு மாவட்டங்களைப் பார்க்க முடியும்.

மர்மல அருவி: (15 கி.மீ.)

மீனச்சில் ஆற்றில் உள்ள இந்த அருவியில் குளிக்க வாய்ப்பில்லை. ஆனால் இஃதொரு மறைந்து கிடக்கும் பொக்கிஷம். ஃபோட்டோகிராபர்களின் சொர்க்கம். ட்ரெக்கர்களின் ஃபேவரைட்.

அய்யம்பாற: (15 கி.மீ.)

காலாற நடந்து சென்று சூரியன் மறைவதைப் பார்க்க இதமாக மலைமேல் அமைந்துள்ள தட்டையான பரப்பு . செல்ஃபி பிரியர்களுக்கு நல்ல சாய்ஸ் .

அருவிக்கரச்சல்: (26 கி.மீ.)

குடும்பத்துடன் பிக்னிக் சென்று குளித்து மகிழ வேண்டிய அருவி.

உலுப்பூனிப் புல்வெளிகள்: (15 கி.மீ)

மலைமுகட்டில் இருந்து சூரியன் உதிப்பதை அதிகாலை ட்ரெக்கிங் மூலம் பார்ப்பது ஆகப்பெரும் அனுபவமாக இருக்கும். அட்டகாசமான ஆஃப் ரோட் அனுபவத்துக்கு கண்ணை மூடிக் கொண்டு டிக் அடிக்கலாம்.

வாகமன்: (15 கி.மீ.)

நேஷனல் ஜியோகிராஃபிக் ட்ராவலர்ஸ் டைரக்டரியின் இந்தியாவில் பார்த்தே ஆகவேண்டிய வசீகரமான 50 இடங்களின் பட்டியலில் வாகமன் இடம் பெற்றுள்ளது. ஆண்டு முழுவதும் இதமான காலநிலை நிலவும் இந்த

மலைவாழிடம் ஹனிமூனர்ஸ் பேரடைஸ் எனவும், க்வீன் ஆஃப் த மிஸ்ட் எனவும் செல்லமாக அழைக்கப்படுகிறது . முழுவதும் அனுபவித்துப் பார்க்க குறைந்த பட்சம் மூன்று நாட்களாவது தேவைப்படும்.

உரும்பிக்கர: (25 கி.மீ)

மிரட்டும் அருவிகளும், முரட்டு ஆஃப்ரோடுகளும், மயக்கும் வியூ பாயிண்ட்டுகளும் கொட்டிக் கிடக்கும் இடம் . ஒரு முழுநாள் தேவைப்படும் . ஃபோர் வீல் ட்ரைவ் கொண்ட எஸ் யூ வி களில் மூன்றரை மணிநேரம் ஆஃப் ரோடில் அவ்வப்போது இறங்கி பாதையை நாமே சரிசெய்து பயணிக்க வேண்டிய அட்டகாசமான அட்வென்ச்சர் லொகேஷன்.

இலைவீழாப்பூஞ்சிற- இல்லிக்கல்கல்லு

சில டிப்ஸ்

ஜூலை - ஆகஸ்ட் மாதங்களில் கடுமையான மழை, நிலச்சரிவு, வெள்ளம் போன்றவற்றுக்கு வாய்ப்புகள் அதிகம். ஒருமுறைக்கு இருமுறை செக் செய்துவிட்டுப் போவது நல்லது.

குடை, நல்ல க்ரிப்பான ஷூக்கள், குடிநீர் பாட்டில்கள் எப்பொழுதும் கைவசம் வைத்துக் கொளவது நல்லது.

சரிவும், செங்குத்துமான மலையேற்றங்களில் செல்ஃபி ட்ரை பண்ண வேண்டாம்.

ஃபேமிலியோடு வந்து என்ஜாய் பண்ணவும், ஃப்ரெண்ட்ஸோடு வந்து அதகளம் செய்யவும் ஏகத்துக்கும் இங்கு டூரிஸம் அட்ராக்ஷன்கள் இருக்கின்றன.

எல்லாத் திசைகளிலும் அதிகபட்சம் அரைமணிநேரத் தொலைவில் எல்லா விலைகளிலும் ரிசார்ட்டுகளும், ரெஸ்ட்ராண்ட்டுகளும் கொட்டிக் கிடக்கின்றன.

கோட்டயம் - குமுளி சாலைக்கு வடக்கிலும், இடுக்கி - தொடுபுழ சாலைக்குத் தெற்கிலும் இருக்கும் இந்த மலைத்தொடர்களில் விலங்குகள் கிடையாது.

(மோட்டார் விகடன் -செப்டம்பர் 2022 - கிரேட் எஸ்கேப்)

வாஸ்கோடகாமா கால் பதித்த மண்ணில்

பசும்பாலின் அடர் வெண்ணிறத்தில் பிராண்ட் நியூ கிராண்ட் விட்டாரா டெலிவரி எடுத்து 800 கிலோமீட்டர் ஓடி முடித்த பின் ஆயிரமாவது கிலோ மீட்டரை அரபிக் கடலோரத்தில்தான் கிராஸ் செய்ய வேண்டும் என அடம்பிடித்துக் கொண்டிருந்த நண்பர் லியோராஜை அள்ளிப் போட்டுக்கொண்டு கோழிக்கோட்டின் பேப்பூர் பீச்சைக் குறி வைத்துக் கோவையிலிருந்து கிளம்பிய போது அடுத்த இரண்டு நாட்களுக்கு மழை பெய்ய வாய்ப்பு இருப்பதாக எஃப் எம் இல் அறிவித்துக் கொண்டிருந்தார்கள்.

லக்கேஜுகளுக்கு எக்கச்சக்கமான பூட் ஸ்பேஸுடன் நான்கு பேரைச் சுகமாகச் சுமந்து கொண்டு பாலக்காட்டு நான்கு வழிச்சாலையில் பதமாகப் பறந்து கொண்டிருந்தது இன்றைய நாளில் மாருதி சுஸூகியின் விலை உயர்ந்த காரான கிராண்ட் விட்டாரா.

ஆக்ஸிலரேட்டரை டிரைவர் தொட்டாரா, கிளட்சில் இருந்து காலை எடுத்து விட்டாரா எனத் தெரிந்து கொண்ட நொடிகளில் அடுத்தடுத்து முன்னேறுகிறது இந்த கிராண்ட் விட்டாரா.

ஸ்மூத்தான மூவ்மென்ட்டுடன் ஓட்டுவதற்குச் சொகுசாக இருக்கிறது.

கோவை- பாலக்காடு- மன்னார்காடு- மலப்புர-ம் கோழிக்கோடு இதுதான் நமது ரூட். 170 கிலோமீட்டர் தொலைவும் மலைகளும், காடுகளும், வயல்களும், டவுன்களும் வெரைட்டியாக நமது ட்ராவலை ஃப்ரெஷ்ஷாக வைத்திருக்கின்றன.

அழகிய கடற்கரைகளைக் கொண்ட கோழிக்கோட்டின் தென்முனையில் பேரழகுடன் கிடக்கிறது பேப்பூர் பீச். 28 ஆவது கிலோ மீட்டரில் வடமுனையில் இருப்பது காப்பாட் பீச். இந்த இரண்டு பீச்சுகளையும் கடற்கரையோரமாகவே கவர் செய்வதுதான் நமது பிளான்.

ஆண்டு முழுவதும் வற்றாத நதியான சாலியாறு, நீலகிரி மலைகளில் உருவாகி ஓடிவந்து பேப்பூரில்தான் அரபிக் கடலில் கலக்கிறது. ஆற்றின் முகத்துவாரத்தில் இரு கரைகளிலும் ஒன்றரை கிலோ மீட்டர் தொலைவிற்கு இருக்கும் பாதைகள்தாம் இங்கு ரொம்ப ஸ்பெஷல்.

இரண்டு பக்கமும் கடல், ஒரு புறம் ஆறு என இருக்கும் இந்த ரோடுகளில் தென்கரையில் உள்ள ரோட்டில் கார்கள் கார்களும் செல்ல முடியும். வடகரையில் நடந்து சென்று பார்க்க முடியும். கருங்கற்களால் கடலின் மீது அமைக்கப்பட்டுள்ள செ:ப்டியான இந்தப் பாதையில் மாலை நேரங்களில் கடற்காற்றை அனுபவித்துக் கொண்டு சன்செட் பார்க்கக் கூட்டம் குவிக்கிறது.

கடலின் உள்ளே செல்ல மிதவைல் பாலம் ஒன்றும் தனியாக இருக்கிறது. செம :பன்னாக இருக்கும் இந்த மிதவைப் பாலம் தற்பொழுது பேப்பூர் பீச்சில் வேகமாக நடைபெறும் புதுப்பிப்புப் பணிகளால் தற்காலிகமாக மூடப்பட்டுள்ளது . இதற்காகவே இங்கு குழந்தைகளுடன் வரும் பலரும் ஏமாற்றும் அடைந்து உச் கொட்டிக் கொண்டிருந்தனர்.

20 ரூபாய் கொடுத்தால் கார்கள் பைக்குகள் எல்லாவற்றையும் ஒரு பெரிய :பெர்ரி படகில் ஏற்றி மறு கரையில் இறக்கி விடுகின்றனர்.

கி.மு.காலத்திலேயே கிரேக்க, ரோமானிய வாணிகத்தில் பேப்பூர் துறைமுகம் சிறந்து விளங்கியதற்குக் குறிப்புகள்

இருக்கின்றன. அதன் பின்பும் 2000 ஆண்டுகளாக பாரசீகர்கள், அரேபியர்கள், சீனர்கள், ஐரோப்பியர்கள் ஆகியோருடன் அயல்நாட்டு வாணிகம் செழித்து விளங்கி இருக்கிறது.

இப்பொழுதும் மிகப்பெரிய மீன்பிடி துறைமுகம் பரபரப்பாக இயங்கிக் கொண்டிருக்கிறது. தொழில்நுட்பத்தில் நிபுணத்துவம் மிக்கவர்களால் 1500 ஆண்டுகளாக இப்பகுதி கப்பல் கட்டும் தொழிலில் சிறந்து விளங்கி இருக்கிறது. மேற்காசியாவில் இங்கு கட்டப்படும் உரு என்ற அகன்ற வகைக் கப்பல்களுக்கு நல்ல டிமாண்ட் இருந்திருக்கிறது. ஆங்கிலேயர்கள் இங்கு கட்டப்பட்ட கப்பல்களைத் தங்களது கடற்படைகளில் வெற்றிகரமாகப் பயன்படுத்தி இருக்கிறார்கள். இப்பொழுதும் மிகப்பெரிய படகு ஒர்க் ஷாப் மீன்பிடித் துறைமுகத்தில் பிசியாக இயங்கிக் கொண்டிருக்கிறது.

பீச்சுக்கு இரண்டு கிலோமீட்டர் முன்பாகவே சாலியாற்றங்கரையில் ஒரு போட் ஹவுஸ் இருக்கிறது. 6 பேர் செல்லக்கூடிய ஸ்பீட் போட், 50 பேர் அமரக்கூடிய பான்டூன் வகை போட்டுகள் அரை மணி நேரம், ஒரு மணி நேரம் என ட்ரிப்புகள் அடிக்கின்றன. படகுச் சவாரியில் கடலின் முகப்பு வரை அழைத்துச் சென்று காட்டுகிறார்கள். மீன்பிடித் துறைமுகத்தில் சிறிது நேரம் நிறுத்துகிறார்கள். நூற்றுக்கணக்கான மீன்பிடிப் படகுகள் வண்ணமயமாக ஆற்றையும் கடலையும் அலங்கரித்துக் கொண்டிருக்கின்றன. மிகப் பெரிய படகுகளின் ரிப்பேர் சரி செய்யப்படுவதையும், புதிய படகுகள் கட்டப்படுவதையும் அங்குள்ள ஒர்க் ஷாப்புகளில் லைவாகப் பார்ப்பது இங்கு இன்ட்ரஸ்டிங் மேட்டர்.

2018 ஆம் ஆண்டில் கேரளா சந்தித்த ஊழிப் பெரு வெள்ளத்தில் நீலகிரியை ஒட்டிய நிலம்பூர் மலைப்பகுதிகளிலிருந்து சாலியாற்றில் அடித்து வரப்பட்ட ராட்சத மரம் ஒன்று

தரையில் ஆழப்பதிந்து மிதந்து கொண்டு இருந்தது. நமக்கு ஓகே என்றால் அங்கு படகை நிறுத்தி மரத்தின் மேலே ஏற்றி விடுகிறார்கள். வினோதமான அனுபவம் அது. இன்ஸ்டா பக்கத்துக்கு செமத்தியான செல்.·பிக்கள் கேரன்டி...!

போட் ஹவுஸ் அருகில் ஒரு சிறிய கடல் உணவு மெஸ் இருக்கிறது . காத்திருந்து மேசை கிடைத்தபின் அமர்ந்தால் அரிசிச் சோறும் மீன் வகைகள் மட்டுமே தான் உள்ள மெனு. ரசம், மோர் கூடக் கிடையாது . ஐக்கோரை, அயிலை, மாந்தை, இறால் என மீன் வறுவல்களும் குழம்புமாக வயிறு நிறையாமல் தொண்டை வரை நிறைத்துக் கொண்டு வண்டியைக் கிளப்பி கோழிக்கோடு பீச்சை நோக்கிக் கடற்கரையோரமாகச் செல்ல ஆயிரமாவது கிலோ மீட்டரை கிராண்ட் விட்டாராவின் ஓடோமீட்டர் பளிச்செனக் காட்டியது.

Mission accomplished என லியோராஜ் எதுவும் ஆனந்தக் கண்ணீர் வடிக்கிறாரா எனப் பார்த்தோம். இன்ஸ்ட்ருமென்ட் கிளஸ்டரைக் குதூகலமாக ·போட்டோ எடுத்துக் கொண்டிருந்தார் .

10 கிலோமீட்டர் தொலைவும் கடற்காற்று வாங்கியவாறே கடற்கரைச் சாலையில் வந்து கோழிக்கோடு பீச்சை அடையும்போது அது உச்சகட்டப் பரபரப்பில் இருந்தது பார்க்கிங்குக்கு வாய்ப்பே இல்லாமல் இரண்டு கிலோ மீட்டரும் கார்களால் நிரம்பியிருக்க, கார்களின் அணிவகுப்பிலும், கூட்டத்திலும் பிதுங்கிக் கொண்டிருந்தது கோழிக்கோடு பீச்.

அலைகளின் ஓசைகளை விட கேமராக்களின் கிளிக் சவுண்டுகள் அதிகமாக இருந்திருக்கும் என நினைக்கிறேன். ஆரஞ்சு, மஞ்சள், இளஞ்சிவப்பு, பிரவுன் நிறங்களை விசிறி அடித்தது போன்ற பேக்-ட்ராப்புடன் இருந்த சன்செட்- ஸ்கை அங்கு வந்தவர்களின் கேமராக்களை ஓவர்டைம் வேலை பார்க்க வைத்துக் கொண்டிருந்தது.

லைவ் ரிலேக்களும், ரீல்ஸ்களும், ஷார்ட்ஸ்களுமாக இன்ஸ்டாகிராமும், யூட்யூபும் குலுங்கிக் கொண்டிருந்தன .

சுருக்கென்ற ஒரே ஒரு லெமன் டியுடன் சுருக்கமாக ஈவினிங் ஸ்நாக்ஸை முடித்துக் கொண்ட நாம் கப்பக்கல், மாராட், இடக்கல், கோதீஸ்வரம், சார்லி, கோனாட், வரக்கல், ஏலத்தூர் என குட்டிக் குட்டி க்யூட் பீச்களின் வழியே காப்பாட் பீச் வந்து சேர்ந்தோம். நாம் காரில் வந்து சேர்ந்தது போல 525 ஆண்டுகளுக்கு முன்பாக இங்கு கப்பலில் வந்து இறங்கியவர் தான் வாஸ்கோடகாமா.

கிபி 1498 ஆம் ஆண்டு வாஸ்கோடகாமா கள்ளிக்கோட்டையில் வந்து இறங்கினார் என வரலாற்றுப் பாடப் புத்தகத்தில் நாம் வாசித்த கள்ளிக்கோட்டை தான் கோழிக்கோடு . கோழிக்கோட்டில் கப்பக்கடவு என்ற இந்த இடம் ஸ்டைலாக காப்பாட் என்று மாறிவிட்டது . இன்னமும் லோக்கல் மக்களுக்கு இது கப்பக்கடவு தான்.

கேரள அரசால் வாஸ்கோடகாமாவுக்கு அழகிய நினைவுத்தூண் ஒன்று அமைக்கப்பட்டு இருக்கிறது.

காப்பாட் பீச்சின் ஸ்பெஷாலிட்டி இங்குள்ள கார்டனும், கார்னிஷம், கருங்கல்பாறைகளும் தாம்.

குடும்பமாகக் குழந்தைகளுடன் வருபவர்கள் நிறைய என்ஜாய் செய்யலாம். பத்துப் பதினைந்து பணியாளர்கள் இடைவிடாமல் துப்புரவுப் பணிகளில் ஈடுபட்டுக் கொண்டே இருப்பதால் எந்நேரமும் பளிச்சென்று தூய்மையாக இருக்கும் இந்தக் கடற்கரைப் பூங்காவின் பப்ளிக் டாய்லெட் ஃபைவ் ஸ்டார் ரேஞ்சில் இருந்தது இன்ப அதிர்ச்சியாக இருந்தது.

சிறிய ஈட்டரி ஷாப்பில் சூடாக எதையோ பொரித்து அடுக்கிக் கொண்டிருந்தார்கள். மீன் என்று நினைத்துச் சென்று பார்த்தல்

அது மீன் அல்ல.... கிளிஞ்சல்களில் பொதித்த ஏதோ ஒரு மாவை எண்ணெயில் பொரித்து விற்றுத் தள்ளிக் கொண்டு இருந்தார்கள். என்னவென்று கேட்டதற்கு, எங்களுக்கு எதுவும் புரிந்து விடக்கூடாது என்கிற தொனியில் கவனமாகப் பதில் சொன்னார் கடைக்காரர். ரெசிபி சீக்ரெட்டைத் தெரிந்து கொண்டு பக்கத்திலேயே கடை போட்டு விடுவோமோ என்று பயந்திருப்பார் போல.

இருந்தாலும் வேற லெவலில் இருந்த அந்த வெஜிடேரியன் மீன் வறுவலின் சுவையை நாக்கில் சுமந்துகொண்டு, கோழிக்கோடு கடற்கரைகளுக்கு குட் நைட் சொன்னோம்.

ஸ்பெஷலான டிரைவ்-இன் பீச்சுகளையும், ஐரோப்பியர் காலக் கோட்டைகளையும் கொண்ட கண்ணூர்க் கடற்கரைகளை நோக்கி அடுத்த நாள் திட்டத்தை மனதில் அசைபோட்டவாறே, ஆறு வழிச்சாலை அமைக்கும் பணி தொடங்கி இருந்த கன்னியாகுமரி -கொச்சி -மும்பை பன்வெல் நெடுஞ்சாலையின் போக்குவரத்து நெரிசலில் இணைந்து கொண்டோம்.

துஷாரகிரி அருவி:

மிரள வைக்கும் இந்த அருவி கோழிக்கோட்டில் இருந்து ஒன்றரை மணி நேரப் பயணத்தில் வயநாட்டு மலைத்தொடர்களில் இருக்கிறது மிஸ் செய்யக்கூடாத ஸ்பாட்.

கக்கயம் : IUCN ஆல் சிறந்த உயிரியல் மண்டலமாக அறிவிக்கப்பட்ட கக்கயம் பகுதி ட்ரெக்கர்களுக்கும், அட்வென்சர் பிரியர்களுக்கும், வைல்ட் லைஃப் பிரியர்களுக்கும் உகந்த இடம்.

கரியத்தும்பாற, தோணிக்கடவு:

கக்கயம் பள்ளத்தாக்கில் உள்ள லவ்லியான இந்த இடம் இயற்கை விரும்பிகளுக்கு ஏற்ற இடம்.

உருக்குழி அருவி: கக்கயம் பள்ளத்தாக்கில் உள்ள உருக்குழி அருவி கோழிக்கோடு டூர் பிளானில் கட்டாயம் இருக்க வேண்டிய ஒன்று.

மானாஞ்சிற ஸ்கொயர்:

கோழிக்கோடு சிட்டியில் அமைந்துள்ள இந்தப் பூங்காவின் வண்ண ஊற்றுகளும், புல்வெளிகளும் மாலை நேரத்தைக் குடும்பத்துடன் செலவிட த் தோதான ஒன்று.

கடலுண்டி பறவைகள் சரணாலயம்; பேப்பூர் அருகில் கடலுண்டி ஆற்றங்கரையில் உள்ள இந்த சரணாலயத்தை ல் பேர்ட் வாட்சர்ஸ் பாரடைஸ் என்று சொல்லலாம்.

சர்காலயா கேரளா ஆர்ட்ஸ் அண்ட் கிராப்ட் வில்லேஜ்;

நுண்கலை- கைவினைப் பொருட்களுக்காகக் கேரளச் சுற்றுலாத் துறையால் தொடங்கப்பட்ட இது பாரம்பரியமான கலை- கைவினைப் பொருள் ஆர்வலர்களுக்கு மறக்க முடியாத இடமாக இருக்கும்.

மிட்டாயித் தெருவு:

ஸ்வீட் மீட் ஸ்ட்ரீட் எனப்படும் இந்த மிட்டாயித் தெருவு ஷாப்பிங்குக்கு ∴பேமஸான இடம். விதவிதமான அல்வா மற்றும் இனிப்பு வகைகளிலிருந்து எலக்ட்ரானிக் கேட்ஜெட்ஸ், ஆக்சசரீஸ், டிரஸ், ஷூஸ்களும் இங்கு கொட்டிக் கிடக்கின்றன.

தீபாஞ்சலி லேம்ப் மியூசியம், கக்காடம்போயில் அட்வெஞ்சர்ஸ், சரோவரம் சதுப்பு நிலக்காடுகள், ஆர்ட்கேலரி போன்றவையும் லிஸ்டில் கட்டாயம் நாம் சேர்க்க வேண்டிய இடங்கள்.

மோட்டார் விகடன் - ஏப்ரல் 2023 - கிரேட் எஸ்கேப்

கடலோரம் கார் ஓட்டலாம்

கோயம்புத்தூர் - பாலக்காடு நான்கு வழிச்சாலை, மன்னார்க்காட்டு மலைச்சாலை, கோழிக்கோட்டின் டிராஃபிக் மிகுந்த நெரிசலான நகரச் சாலை என கிராண்ட் விட்டாராவை வெரைட்டியாக விரட்டிப் பார்த்த பிறகு கண்ணூரில் கடல் அலைகளினூடே ஓட்டிப் பார்ப்பது தான் நமது செகண்ட்- டே பிளான்.

வாஸ்கோடகாமா முதன் முதலில் காலடி பதித்த காப்பாட் பீச்சில் இருந்து கண்ணூரை நோக்கிப் புறப்பட்டபோது இருள் கவியத் தொடங்கியிருந்தது. கடற்கரையோரமாகவே அரையிருளில் நாம் காரைச் செலுத்திக் கொண்டு வந்த சாலை ஆங்காங்கே அரிக்கப்பட்டு, பெரிய பாளங்களாகப் பிளந்து கிடந்தது. கடைசியில் பார்த்தால் அந்தச் சாலையின் பெயரே சுனாமி ரோடு என்பதுதான். எதிரே ட்ரேவீலர் வந்தால் கூட விலகிச் செல்வது பெரிய சவாலான காரியமாக இருந்தது.

ஆனாலும் மெல்லிய இருட்டில் கைக்கெட்டும் தொலைவில் வெள்ளைக் குழல்களைப் போலச் வீசியடித்துக் கொண்டிருந்த அலைகளைக் கடற்காற்று வாங்கியவாறே பார்த்தவண்ணம் வந்த அந்த ஈவினிங் ரைட் சுகமான ஒன்றுதான்.

இடையிடையே மீன்பிடிப் படகுத்துறைகளில் வலைகளுடனும், படகுகளுடனும், பிடிபட்ட மீன்களுடனும் மீனவர்கள் படு பிஸியாக இயங்கிக் கொண்டிருந்தார்கள். ஆடி அசைந்து குலுங்கியவாறே சுனாமி ரோட்டை ஒரு வழியாகக் கடந்து ஆறு வழிச்சாலையாக அகலப்படுத்தப்பட்டுக் கொண்டிருக்கும் கொச்சி- பன்வேல் -மும்பை தேசிய நெடுஞ்சாலையில் கொயிலாண்டி என்ற இடத்தில் இணைந்து கொண்டோம்.

கலை- கைவினைப் பொருள்களுக்கான இன்டர்நேஷனல் ∴பெஸ்டிவல் நடக்கும் சார்காலயா மியூசியம், பேக் வாட்டர் போட்டிங்குடன் அழகான கடற்கரைகள், தெய்யம் எனப் புகழ்பெற்ற காளியாட்டம் போன்ற லவ்லியான அட்ராக்ஷன்களைக் கொண்ட வடகரை டவுன் தாண்டியதும் மாஹி வருகிறது.

எங்கோ இருக்கும் பாண்டிச்சேரி யூனியன் பிரதேசத்தின் ஒரு பகுதியாக, ஒரு குட்டி மாவட்டமாக மாஹி கேரளாவில் ஒளிந்து கிடப்பது நிறையப் பேருக்குப் புதுமையாக இருக்கும் . கடற்கரையோரமாகவே வடகரையைக் கடந்த பிறகு டக்கெனப் பாண்டிச்சேரி உங்களை வரவேற்கிறது என்ற போர்டைக் கண்டால் எப்படி இருக்கும்...?

கேரளாவிலிருந்து கர்நாடகா வழியாக இந்தியாவின் வட பகுதிகளை இணைக்கும் சாலை மாஹி வழியே செல்கிறது. டீசல் விலை பாண்டிச்சேரியில் கேரளாவைவிடக் குறைவென்பதால் பெட்ரோல் பங்க்குகளும் அதை ஒட்டிய சாலைகளும் சரக்கு லாரிகளால் திணறிக் கொண்டிருக்கின்றன.

எல்லை முடிந்து மீண்டும் கேரளாவில் நுழையும் போது நம்மை வரவேற்பது பிரியாணிக்கும், கேக்குகளுக்கும் பெயர் பெற்ற தலச்சேரி. பசி வந்து பத்துமே பறந்து போனாலும் பரவாயில்லை, டின்னர் தலச்சேரியில்தான் எனத் திடமான, தீர்க்கமான, தீர்மானமான கொள்கை முடிவு கோவையிலிருந்து கிளம்பும்போதே எங்களால் எடுக்கப்பட்டிருந்தது . ஆடு வளர்ப்புக்குப் பெயர் போன தலச்சேரியில் மட்டன் பிரியாணி சாப்பிடாமல் போனால் அது ஒரு வாழ்நாள் பிழையாக, வரலாற்றுக் கறையாகப் படிந்து விடும் என்பதால் கிராண்ட் விட்டாரா நேராகத் தலச்சேரி ரெஸ்டாரண்ட் வாசலில் சென்று நின்றது. நின்றதுதான் தெரியும் ....யார் யார் எப்படி, எப்பொழுது காரில் இருந்து இறங்கினோம் என்பதெல்லாம் யாருக்கும்

தெரியவில்லை. அடுத்த நிமிடத்தில் டைனிங் டேபிளில் தயாராக அமர்ந்திருந்தோம்.

க்யூட்டான ரெஸ்டாரன்ட் அது. ஓபன் ஸ்பேஸ் டைனிங்கில் அமர்ந்து தற்செயலாகத் திரும்பிப் பார்த்தால், கீழே 50 அடியில் இருளைக் கிழித்துக் கொண்டு காம்பவுன்ட் சுவரில் மோதிக்கொண்டிருந்த கடலும், கீழே இறங்கிக் கடலின் விளிம்பு வரை செல்ல முடிகின்ற சிறிய கார்டனுடனான வளைந்த படிக்கட்டுப் பாதையும் அந்த இடத்தை ரொம்பவே ரொமான்டிக்காக மாற்றிக் கொண்டிருந்தன.

நெய்யொழுக, மிருதுவான கறித்துண்டங்கள் நிரம்பியிருந்த பிரியாணி கிண்ணத்துக்குள் பொதிந்து கிடந்த மசாலாவும் சிறுசிறு பைனாப்பிள் மற்றும் உலர் கருந்திராட்சைத் துருவல்களும் இரவுணவை இந்த ட்ரிப்பின் ஹைலைட்டாக்கிக் கொண்டிருக்க, குட்டிக் குட்டியான கிண்ணங்களில் வந்திருந்த புதினாத் துவையலும், வெங்காயத் தயிர்ப் பச்சடியும், எலுமிச்சை ஊறுகாயும் புளிப்பும், காரமுமாக இந்த டின்னரை ஸ்பெஷல் ஆக்கிக் கொண்டிருந்தன.

டின்னர் கொடுத்த திருப்தியில் ட்ரிப்பே நிறைவாகிவிட்டது போல் ஒரு ஃபீலிங் வந்து விட்டிருந்தது. அங்கிருந்து கண்ணூர் வந்து சேர்ந்து கடற்கரை ரிசார்ட் ஒன்றில் அலை ஓசையின் துணையுடன் தூங்கி எழுந்து நாம் விசிட் செய்த முதல் ஸ்பாட் கண்ணூர்க் கோட்டை எனப்படும் செயின்ட் ஏஞ்சலோ கோட்டை. முரட்டுத்தனமாக் கடல் அலைகள் மோதிக்கொண்டிருந்த கோட்டைச்சுவரின் மீது நடந்தவாறு முழுக்கோட்டையையும் பார்க்க முடியும். கிபி 1500 களில் போர்ச்சுக்கீசியரால் கட்டப்பட்ட இக்கோட்டை இன்று இந்தியத் தொல்லியல் துறையின் கட்டுப்பாட்டில் உள்ளது. வரலாற்று ஆர்வலர்களுக்கு மட்டுமல்ல, பிக்னிக் பிரியர்களுக்கும் கண்ணூர்க் கோட்டை பிடித்துப் போகும்.

கண்ணூரிலிருந்துகொண்டு கடலுணவு சாப்பிடாமல் இருந்தால் எப்படி....? வஞ்சிரமும், அயிலையும், கூந்தல் மீனுமாக செமத்தியான ∴பிஷ் கறி லன்ச்சை முடித்துவிட்டு பய்யம்பலம் பீச், பேபி பீச், நீர்க்கடவு பீச் என ஆன்- தி - வேயில் பீச்சுகளில் ஒரு அட்டெண்டென்ஸ் போட்டுவிட்டு மூன்று மணிக்கெல்லாம் முழப்பிளங்காடு டிரைவ் - இன் பீச்சை அடைந்தபோது அது அழகின் உச்சத்தில் இருந்தது.

ஆசியாவிலேயே நீளமான டிரைவ்- இன் பீச் எனக் கூறப்படும் முழப்பிளங்காட்டுக் கடற்கரையை பிபிசி உலகின் டாப்- டென் டிரைவ் - இன் பீச்சுகளுள் ஒன்று எனப் பட்டியலிட்டுள்ளது.

ஐந்து கிலோ மீட்டருக்கு தென்வடலாக நீண்டு விரிந்து கிடக்கும் இந்த பீச்சின் மொத்த நீளமும் தோப்புகளாலும், மரங்களாலும் கவர் செய்யப்பட்டிருக்கிறது.

நெடுஞ்சாலையிலிருந்து முழப்பிளங்காட்டுக் கடற்கரைக்கு மூன்று என்ட்ரி பாயிண்டுகள் உள்ளன. 40 ரூபாய் கட்டணம் செலுத்தி உள்ளே நுழைந்தால் எல்லா மேக்குகளிலும்., எல்லா வேரியண்ட்டுகளிலும் கார்களும், டூவீலர்களும் வெறித்தனத்துடன் கடலுடன் வ்ரூம்ம் வ்ரூம்ம் எனச் சீறியபடி விளையாடிக் கொண்டிருந்தன.

கூட்டத்தில் குலுங்கிக் கொண்டிருந்த இந்த பீச்சில் கால்கள் புதையப் புதைய நடப்பதற்கேற்ற மணல் கிடையாது. மாறாக, ஒரு விதமான கெட்டியாக மண்ணாலான தரையாக இருக்கிறது. ஆனாலும் நடக்கும் போதும், வாகனங்களை ஓட்டும் போதும் வழுக்குவதில்லை. பொதுவாக, கடற்கரையில் காலை நனைத்து விளையாடும் நமக்கு கார் டயர்களை நனைத்து விளையாடும் வாய்ப்புக் கிடத்தது வித்தியாசமாக இருந்தது.

வேகமாக உருண்டு திரண்டு ஓடிவரும் கடல் அலைகளைக் குறுக்காகக் கிழித்துக் கொண்டு காரின் டயர்கள் முழுவதுமாக

மூழ்கும் அளவு இங்கு ஓட்டித் திளைக்க முடியும். உணர்ச்சிவசப்பட்டு யாரும் ஓவர் ஆக்டிங் செய்து ஏதாவது வம்பை வாலண்டியராக வரவழைத்துக் கொள்ளக் கூடாது என்பதற்காக லை:ப் கார்டுகள் எனப்படும் கடற்காவலர்கள் விழிப்புடன் கண்காணித்து, அனுமதிக்கப்பட்ட அளவை விட அதிகமாகக் கடலுக்குள் வாகனத்தைச் செலுத்தினால் விசிலூதி விலகி வரச் சொல்லுகிறார்கள்.

ஐந்து கிலோ மீட்டரையும் அனுபவிக்க அரை நாளெல்லாம் போதாது. ......வடகோடியில் பெரும் பாறைகளுடனான காடும் தென்கோடியில் தர்மதம் தீவுக் கூட்டங்களும், கிழக்கில் தோப்புகளும் இந்த பீச்சை ஒரு கவர்டு கடலாகக் காட்ட, நீலமும் நீலப் பச்சையும் ஆரஞ்சும் மஞ்சளும் கலந்த நீரும் வானமும் இதை ஒரு கலர்டு கடலாகக் காட்டுகின்றன.

தென்கோடி மூலையில் மிதவைப் பாலம் ஒன்று உள்ளது. 120 ரூபாய் கட்டணம். மிதந்தவாறே கடலுக்குள் நம்மைச் சுமந்து செல்லும் இந்தப் பாலம் சுமார் 200 மீட்டர் நீளம் இருக்கும். உள்ளே சென்றதும் 20 க்கு 20 அளவில் ஒரு மிதவை மேடை. சம்மணமிட்டு அமர்ந்து கொண்டு 360° யிலும் நோட்டம் விடும் பொழுது கடவுளின் செல்லப் பிள்ளையாகத் தோன்றின இந்தக் கடலும் கடல் சார்ந்த இடமும். குழந்தைகள், இளைஞர்கள், முதியவர்கள், ஆண்கள், பெண்கள் என எந்த பேதமும் பார்க்காமல் அவ்வளவு விரைவில் யாரையுமே எழுந்து போக விடவில்லை அந்த மிதவை மேடை. கண்ணுக்குத் தெரியாத கயிற்றால் நம்மைக் கட்டிப்போட்டு வைத்து விடுகிறது கடல்.

ஆங்காங்கே கடற்கரையில் சிறுசிறு :புட் ஸ்டால்கள் உள்ளன. ரிசார்ட்டுகளும் உண்டு. சலிக்கச் சலிக்கக் காரை ஓட்டிவிட்டு கேலரி போலப் படிக்கட்டுகளாக அமைக்கப்பட்டிருந்த ஒரிடத்தில் அமர்ந்து கொண்டு சன்-செட் பார்க்கத் தயாரான போது டீ குடிக்க வேண்டும் எனத் தோன்றியது. அருகில்

இருந்த ஸ்நாக்ஸ் ஸ்டாலுக்குச் சென்ற பொழுது வாங்கியே ஆக வேண்டும் எனச் சில ஜட்டங்கள் நம்மைச் சுண்டி இழுத்துக் கொண்டு இருந்தன. கரும்பேரீச்சம் பழத்தை நன்கு மசித்து, கூட பீட்ரூட் சாஸ் போன்ற ஏதோ ஒன்றைக் கலந்து சிறுசிறு சப்பாத்தி போன்ற கோதுமைப் பரத்தல்களில் பொதித்துத் தருகிறார்கள். கூட, அவித்த முட்டையில் மசாலாவைத் திணித்து, கொத்துமல்லித்தழை தூவப்பட்ட கொழுக் மொழுக்கென்ற முட்டை சமோசாக்கள்......அதி ருசி போங்கள்! அந்தச் சமையல்காரரைக் கையோடு கூட்டி வந்து விடலாமா என ஒரு கணம் தோன்றியது.

முழுவதுமாக நம்மை ஆட்கொண்டு விட்ட முழப்பிளங்காடு பீச் மொத்தத்தில் ஒரு டிவைன் ட்ரீட்.

கண்ணூர் ட்ரிப்புக்கு சில டிப்ஸ் :

முழப்பிளங்காடு ட்ரைவ் இன் பீச்சில் சில நாட்கள் கடல் உள்வாங்கி கார்களை ஓட்ட மிகப்பெரிய இடம் இருக்கும். சில நாட்கள் கடலுக்கும் கரைக்குமான இடைவெளி குறைவாக இருக்கும். வடக்கு நோக்கிச் செல்லச் செல்ல இடைவெளி பெரிதாக இருக்கும்.

தர்ம்மடம் குட்டித்தீவுகளுக்குள் நீர்மட்டத்தை உறுதி செய்த பின்னரே செல்ல வேண்டும். மாலை நேரங்களில் திடீரென நீர்மட்டம் உயரக்கூடும் என்பதால் வெளியேற முடியாமல் போய்விடக்கூடும்.

கூகுள் மேப்பில் முழப்பிளங்காட் ட்ரைவ் இன் பீச் என நேவிகேட் செய்ய வேண்டும். முழப்பிளங்காடு எனத் தேடினால் 3 கிலோமீட்டர் முன்பாக உள்ள முழப்பிளங்காடு ஊரைக் காட்டிவிடும்.

கண்ணூரிலிருந்து பார்க்க வேண்டிய இடங்கள்:

பாலக்காயம் தட்டு :

கடல் மட்டத்திலிருந்து 3500 அடி உயரத்தில் உள்ள சில்லென்ற மலைவாழிடம் . ட்ரெக்கிங் பிரியர்கள் மிஸ் பண்ணக்கூடாத இடம்.

பைதல்மல: கடல்மட்டத்திலிருந்து 4500 அடி உயரத்தில் கர்நாடக பார்டரில் அமைந்திருக்கும் இந்த மலைப்பகுதி அமைதியையும் தனிமையையும் ரசிக்கும் ட்ரெக்கர்கள் அவசியம் பார்த்தே ஆக வேண்டிய ஒன்று.

மாடாயிப்பாற: பூக்கள் நடத்தும் ராஜாங்கத்தை இங்கு காணலாம். ஆண்டின் வெவ்வேறு பருவங்களில் விதவிதமாகப் பூக்கும் பூக்களின் வண்ணமயமான காட்சிகள் மிகப்பெரும் விஷுவல் ட்ரீட்டாக இருக்கும்.

கவ்வாயிக் காயல்: குட்டிக் குட்டியான தீவுகளை இணைக்கும் பேக்வாட்டர் போட்டிங்கும் வாட்டர் ஸ்போர்ட்ஸ் ஆப்ஷன்களும் இங்கு ஸ்பெஷல்.

ஆரளம் வைல்ட் லை∴ப்: வனவாழ்க்கை ஆர்வலர்களுக்கும் ∴பாரெஸ்ட் ட்ரெக்கர்களுக்கும் ஏற்ற அட்டகாசமான இடம்.

தலச்சேரிக் கோட்டை: வரலாற்று ஆர்வலர்கள் பார்க்க வேண்டிய ஆங்கிலேயர் காலத்துக் கடற்கரைக் கோட்டை.

மோட்டார் விகடன் - மே 2023 - கிரேட் எஸ்கேப்

மனிஷா உருகும் பேகல் கோட்டை

கடல் அலைகள் மோதும் பேகல் கோட்டை மதிலின் மீதிருந்து 'உயிரே.... உயிரே....!' என அரவிந்த்சாமி உருகும் பம்பாய்த் திரைப்படப் பாடலின் வசீகரத்துக்குக் காரணம், பிரிவுத் துயர் பொங்கும் பாடகர்களின் குரலா, மென் சோகம் வழிந்தோடும் இசையா, மனதைப் பிசையும் பாடல் வரிகளா, ரசனை ததும்பும் ஒளிப்பதிவா, மயக்க வைக்கும் கோட்டையின் பேரழகா என இன்று வரை கணிக்க முடியவில்லை.

கணிக்க முடியாத இன்னொன்றும் இருக்கிறது. மஹிந்திராவின் எக்ஸ்யூவி 300 ஒரு கம்ப்ளீட் பேக்கேஜ் ஆக இருப்பதற்குக் காரணம், அதன் உறுதியான கட்டுமானமா, நெடுஞ்சாலைகளில் அலைபாயாத நிலைத் தன்மையா, அதிராத ஆனால் அதிவேகமான டீசல் எஞ்சினா, நல்ல இடவசதியா, அலுப்பூட்டாத டிரைவிங் ப்ளெஷரா, அசர வைக்கும் மைலேஜா என்பதே அது.

இந்த இரண்டு கேள்விகளையும் இணைத்து எக்ஸ் யூ வி 300 வில் பேகல் கோட்டை வரை சென்று என்னவென்று பார்த்துவிடலாம் என ஒரு திட்டம் தீட்டப்பட்டது.

'இப்போ என்ன.... உங்களுக்கு எங்கேயாவது கிளம்ப ஒரு காரணம் வேணும் அதுதானே....!' எனச் சுற்றத்தார் வாழ்த்தி வழியனுப்பி வைக்க, மலைகள் சூழ்ந்த கோயம்புத்தூரில் இருந்து அரபிக் கடலின் மடியில், ஆர்ப்பரிக்கும் அலைகளின் அடியில் வீற்றிருக்கும் பேகல் கோட்டையை நோக்கி கோயம்புத்தூர் சுல்தான் பேட்டையைச் சேர்ந்த ஆசிரியர்

செல்வக்குமாரின் புத்தம் புது XUV 300 டீசல் வேரியன்டைத் தூக்கிக்கொண்டு கிளம்பும்போது இதமாக விடிந்திருந்தது.

டெலிவரி எடுத்து 2000 கிலோமீட்டர் ஓடியிருக்கும் 50 நாள் சில்வர் பேபி ஆன எக்ஸ் யூ வி 300 வில் பாலக்காட்டு நெடுஞ்சாலையில் பறக்கும் போது ஜிவ்வென்று இருந்தது.

கார் 90 கிலோ மீட்டர் வேகத்துக்கு மேல் செல்கிறதா, கோ-டிரைவர் ஸீட் பயணி ஸீட் -பெல்ட் அணிந்திருக்கிறாரா, எமிஷன் சான்றிதழ் அப்டேட்டடாக இருக்கிறதா, அனுமதி மறுக்கப்பட்ட எக்ஸ்ட்ரா ∴பிட்டிங்ஸ் ஏதாவது வாகனத்தில் பொருத்தப்பட்டிருக்கிறதா எனக் கண்கொத்திப் பாம்பாகக் கண்காணித்து ∴பைன் போடுவதில் கேரளக் காவல் துறையினர் வெகு தீவிரமாக இருக்கிறார்கள்.

சாட்டிலைட் மூலமாகக் கண்காணிக்கிறார்களோ எனும் அளவுக்கு நள்ளிரவில் மழை கொட்டும் மழைச்சாலையில் ஒரிரண்டு நிமிடங்கள் ஏதேனும் ஒரு காரணத்துக்காக சீட் -பெல்ட்டை கோ- டிரைவர் சீட் பயணி கழற்றி இருந்தால் கூட அந்த மைக்ரோ கேப்பில் ∴போட்டோ எடுத்து பெனால்டி லிங்கை எஸ். எம் .எஸ். இல் அனுப்பி அதிர வைக்கிறார்கள்.

அடுத்தடுத்து 500, 1000 ஆக இரண்டு, மூன்று முறை ∴பைன் கட்டிய நண்பர் ஒருவர், "இதுக்கு இல்லியா சார் ஒரு எண்டு.....?" என நம்மிடம் பரிதாபமாகக் கேட்க, " வெரி சிம்பிள்.... பேசாமல் அந்த எஸ்.எம்.எஸ். ஐ டெலிட் பண்ணிடுங்க ...!" என நாம் ஐடியா சொல்ல, ' இதற்கு பெனால்டியே தேவலாம் போல....!' என அவர் தலையில் அடித்துக் கொண்டது தட் கடுப்பேத்தறார் மைலார்ட் மொமென்ட்ஸ்.

கிளம்பி ஒரு மணி நேரமாயிற்று... அப்புறம் என்ன.... அடுத்தது அதுதானே...! ஆமாங்க ...பயணத்திட்டம் வகுக்கும்போது பாதி நேரம் உணவகங்களைத் தேர்ந்தெடுப்பதற்கே செலவழிக்கும்

நாம் இம்முறை காலை உணவுக்குப் பாலக்காட்டில் அதிபுகழ் பெற்ற ராமசேரி இட்லிக் கடையைக் குறி வைத்திருந்தோம்.

பல தலைமுறைகளுக்கு முன்பு தமிழ்நாட்டின் தஞ்சை, காஞ்சி, திருப்பூர்ப் பகுதிகளிலிருந்து பாலக்காட்டுப் பக்கம் வேலை தேடிப் போனவர்களில் சமையல் கைப்பக்குவம் வாய்த்த சிலர் பாலக்காட்டின் புறநகர்ப் பகுதியான ராமசேரியில் ஆரம்பித்து, தலை முறைகளைத் தாண்டி இன்று ராமசேரியின் அடையாளமாக மாறியுள்ள உணவகங்கள் இவை.

வெளியூரிலிருந்து கூட இட்லி சாப்பிட வருவதற்கு ஈர்த்துக் கொண்டிருக்கும் இந்த எளிமையான உணவகங்களின் சிறப்பே தனித்தன்மை வாய்ந்த அந்த இட்லிகள்தாம்.

இங்கு கிடைக்கும் இட்லிகளை ஆவியில் வேக வைக்கப்பட்ட தோசைகள் எனலாம்.

அதன் ஃப்ளஃபியான டெக்ஸ்ச்சர், தோசை சைஸில் இருக்கும் மெலிந்த வடிவம், தாமரை இலையில் ஊற்றப்பட்டு நார்த்தட்டுகளில் வார்க்கப்பட்டு இட்லியின் அடிப்பகுதியில் பதிந்திருக்கும் வரிவரியான பின்னல் கோடுகள் ஆகியவை இந்த இட்லிகளை ஸ்பெஷல் ஆக்குகின்றன.

'ஐஸிங் ஆன் த கேக்' என ஆங்கிலத்தில் சொல்வதைப் போல இங்கு கிடைக்கும் பச்சை வெங்காயச் சட்னியை 'சட்னி ஆன் த இட்லி' எனலாம். நானெல்லாம் சட்னி மட்டுமே கால் கிலோ சாப்பிட்டு இருப்பேன் போங்கள்....!

கூட சாம்பார், தேங்காய்ச் சட்னி, பொடி -எண்ணெய், பழ பஜ்ஜி, மெதுவடை வகையறாக்கள் .....! வெறும் இட்லியே விருந்துச் சாப்பாடு போல ஆகிவிடுகிறது இங்கு.

கோவையிலிருந்து 270 கிலோ மீட்டர் தொலைவில் இருக்கும் பேகல் கோட்டைக்கு பாலக்காடு, மலப்புரம், கோழிக்கோடு,

மாஹி, தலச்சேரி, கண்ணூர், காஞ்ஞாங்காடு என நீளும் வழியில் ஏகத்துக்கும் டூரிஸ்ட் அட்ராக்ஷன்கள் இருந்தாலும் நாம் கோழிக்கோட்டை அடுத்து வடகரை நகரின் கடலோரம் அமைந்திருக்கும் ஒரு யூனிக்கான ஸ்பார்ட்டை செலக்ட் செய்திருந்தோம்.

'சர்காலயா ஆர்ட்ஸ் அண்ட் கிராஃப்ட் வில்லேஜ்' எனப்படும் இந்த நிறுவனம் சுற்றுலாத்துறையில் ஒரு புதுமையான ஐடியா.

கலையையும், கலாச்சாரத்தையும் பிரதிபலிக்கும் வகையிலும், அவற்றைப் பாதுகாக்கும் நோக்கிலும் நாடெங்கிலும் உள்ள கலைநுணுக்கம் வாய்ந்த பல்வேறு கைவினைப் பொருட்கள் தயாரிக்கும் கலைஞர்களை ஒரே கூரையின் கீழ் ஒன்றிணைப்பதன் மூலம் அக்கலைஞர்களுக்கும் ஒரு தொழில் வாய்ப்பு, அவர்கள் மூலமாகவே அக்கலைகளை அடுத்த தலைமுறைக்குக் கற்றுத்தந்து அவற்றை அழியாமல் பாதுகாக்கும் தொலைநோக்கு, கைவினைத் தொழிலாளர்களின் லைவ் ஒர்க் ஷாப் மற்றும் ஷாப்பிங் எனச் சுற்றுலா நோக்கில் பார்வையாளர்களுக்கும் ஒரு புதிய அனுபவம் என செம ஐடியா அது.....!

மூராட் ஆற்றங்கரையில் 20 ஏக்கரில் அட்டகாசமாக அமைக்கப்பட்டிருக்கும் இந்தக் கலை -கைவினை மையத்தில் 27 வொர்க் ஷாப் கள் இயங்குகின்றன.

ஒவ்வொரு பணிமனையிலும் கைவினைஞர்கள் நுணுக்கமான வேலைப்பாடு வாய்ந்த கலைப் பொருட்களையும், வீட்டுக்கு அன்றாட வாழ்வில் பயன்படும் பொருட்களையும் அழகுறத் தயாரிக்கிறார்கள். அவற்றைப் பார்வையாளர்களுக்கு விளக்கிக் கூறுகிறார்கள். அவர்கள் அதை உருவாக்குவதை நேரடியாகப் பார்க்கும்போது பிரமிப்பாக இருக்கிறது. தேவையானதை அங்கேயே நாம் வாங்கிக் கொள்ளலாம்.

மொத்தமாக ஒரு பெரிய எம்போரியத்தில் அத்தனை விதமான பொருட்களையும் காட்சிப்படுத்தி அங்கும் விற்பனைக்கு வைத்திருக்கிறார்கள்.

தேங்காய் ஓடு, தேங்காய் நார், கிளிஞ்சல்கள், சிப்பிகள் ஆகியவற்றில் செய்யப்படும் ஆபரணங்கள்,

ஆகாயத்தாமரை, தாழம்பூ இலைகளில் செய்யப்படும் ஆர்கானிக் ஹேண்ட் பேக்குகள், வைக்கோலில் செய்யப்படும் ஸ்கிரப்புகள், கூடைகள், தட்டுகள்,

தட்டைகளில் இருந்து இழைக்கப்படும் விதவிதமான வண்ணமிகு மலர்ச்சாடிகள், தோல் பொருட்கள், விதவிதமான கேன்வாஸ், மெட்டல் மற்றும் வுட்டன் பெயிண்டிங்குகள், கல் மற்றும் மரச் சிற்பங்கள், களிமண் பொருட்கள், மூங்கில் பொருட்கள், ∴பர்னிச்சர்கள், மூலிகை பெயின்டிங் மற்றும் ஆர்கானிக் ஆர்ட்கள், பித்தளைக் கலைப் பொருட்கள், யானை நெற்றிப்பட்டங்கள் என அத்தனையும் இயற்கையான பொருட்களால் அங்கேயே கைகளால் தயாரிக்கப்படுகின்றன.

விதவிதமான பொருட்கள் ஒவ்வொன்றும் கலை நுணுக்கத்திலும், வண்ணச் சேர்க்கையிலும், வடிவத்திலும், விலையிலும் நம்மை வியக்க வைக்கின்றன.

சென்னையில் இருந்து இன்டர்ன்ஷிப்புக்காக வந்திருந்த கல்லூரி மாணவிகள் வெகு ஆர்வமாகக் கைவினைப் பொருட்கள் செய்யக் கற்றுக் கொள்வதைக் கூடப் பார்க்க முடிந்தது.

சிறுவர்களுக்கான பூங்காவும், சுவையான க∴பேயும், சொகுசான காட்டேஜ்களும், சொக்க வைக்கும் ஏரிப் படகுச் சவாரியும், கான்∴பரன்ஸ் ஹால்களும் இந்த வளாகத்தில் உண்டு.

முழுவதும் பார்க்க அரை நாளாவது தேவைப்படும் இந்த சர்காலயா அனுபவம் எல்லோருக்கும் மிகப் புதிதாக இருக்கும்.

நுழைவு வாயிலில் இருக்கும் செக்யூரிட்டி செல்லப்பன் என்பவருடன் சேர்ந்து செல்::பி எடுத்துக் கொள்ளுமளவு அவரது வரவேற்பும், வழிகாட்டுதலும், புன்சிரிப்பும், உபசரிப்பும் நம்மைச் சிலிர்க்க வைத்து விட்டன .

கடலோரத்தில் இருந்து கொண்டு மீன் உண்ணா விட்டால் நாளைய வரலாறு நம்மைக் குறை சொல்லிவிடும் என்பதால் OMEECHO என்ற கடலுணவகத்தில் மதிய உணவு என பிளான் போட்டு வைத்திருந்தோம்.

"அது என்ன ஓமீசோ.... அங்கு என்ன ஸ்பெஷல்.....?" என்று செல்வக்குமார் கேட்டுக் கொண்டிருந்தார்.

சட்டிச் சோறும், மீன்சாறும், வறுத்த மீனும் பொரித்த நண்டும் அவர்களது செல்லச் சமையல் என்றதும் செல்வகுமாரின் சுவையரும்புகள் கிறங்க ஆரம்பித்ததை உணர முடிந்தது.

கொச்சி- மும்பை ஆறு வழிச்சாலை விரிவாக்கத்தில் சாலையோரம் இருந்த அந்த மெஸ் அன்று மூடப்பட்டிருந்தது. சப்புக்கொட்டிக் காத்திருந்த எங்களுக்கு சப்பென்று ஆகிவிட்டது.

அடுத்து எதிர்ப்பட்ட உணவகத்தில் கிடைத்ததைச் சாப்பிட்டுக் கிளம்பிச் செல்ல, தர்மதம் பீச் நம்மை சன்-செட்டுக்குத் தயாராகிக் கொண்டே வரவேற்றது.

புகழ்பெற்ற மிக நீளமான டிரைவ்-இன் பீச்சான முழப்பிளங்காட்டின் தென்கோடி எல்லையில் தர்மதம் அமைந்திருக்கிறது.

கடல் நீரின் மட்டத்தைப் பொறுத்து உள்ளே செல்ல அனுமதிக்கிறார்கள்.

வெளியே வடகோடியில் நான்கரை கிலோமீட்டருக்கு நீண்டு கிடக்கும் கடற்கரையில் கார்கள் கடல் நீரில் நனைந்தபடி நான் ஸ்டாப்பாகத் திகட்டத் திகட்ட அட்வென்சரை அனுபவித்துக் கொண்டிருக்கின்றன.

அந்தி சாயும் நேரத்தில் அரபிக் கடல் இங்கு அபூர்வமான ஒரு நிறத்தில் தோற்றமளிக்கிறது.

உருக்கி ஊற்றப்பட்ட வெள்ளிக் குழம்பு போல ததும்பத் ததும்ப வெண்மையை அப்பிக்கொண்டு கடல் நீரின் மேற்பரப்பு தகதகத்துக் கொண்டிருந்தது.

அஞ்சரக்கண்டி ஆறும், தலச்சேரி ஆறும் அரபிக் கடலில் கலக்கும் முகத்துவாரத்தில் தென்னை மரங்களும் பல்வேறு குறு மரங்களும் நிறைந்த பெரிய ஒரு திட்டுக்குக் கடற்கரையிலிருந்து நீர்மட்டம் குறைவாக இருக்கும் போது சென்று பார்க்க முடியும் நீர்மட்டம் உயரும்போது அந்தத் திட்டு முழுவதும் நீரால் சூழப்பட்டுத் தனித் தீவு போல ஆகிவிடுகிறது.

தலச்சேரியை அடுத்து புதுச்சேரி மாநிலத்தின் ஒரு துண்டுப்பகுதியான மாஹி நம்மை சுறுசுறுப்புடன் வரவேற்கிறது.

டீசல் விலை குறைவு காரணமாக பெட்ரோல் பங்குகள் லாரிகளாலும், கார்களாலும் நிரம்பி வழிகின்றன. மாஹி பீச்சில் கலங்கரை விளக்கம் ஒளியை வீசியடித்துக் கொண்டிருக்கும் இரவு நேரத்தில் மய்யாழிப் புழ ஆறு கடலில் கலக்கும் இடத்தில் ஆற்றோரத்தில் ஆரம்பித்துக் கடலின் உள்ளே வரை நீளும் நடைபாதையும், பூங்காவும் அங்கே செலவழிக்கும் நிமிடங்களை மேஜிக் மொமென்ட்ஸ்களாக்கி விடுகின்றன.

இரவு 9 மணிக்கு மாஹி பீச் ரம்மியமாக ஒளிர்கிறது என்றால் நள்ளிரவு ஒரு மணி தாண்டியும் கோழிக்கோடு பீச் மக்கள் திரளால் அதிர்கிறது என்றே சொல்ல வேண்டும் ....!

இரண்டு கிலோமீட்டர் நீளத்துக்கும் கடற்கரைச் சாலையின் இரண்டு புறங்களிலும் கார்களும், டூவீலர்களும் பார்க்கிங் கிடைக்காமல் அல்லாட வேண்டி இருக்கிறது.

பீச் வெகு பிஸியாக இருக்கிறது.... மக்கள் அதிக ஆர்வத்துடன் வந்து குவிந்து கொண்டே இருக்கிறார்கள். க:பேக்களும், ரெஸ்டாரண்டுகளும் வண்ண விளக்கொளியாலும், மக்களாலும் நிரம்பி வழிகின்றன. குழந்தைகள் வெகு ஆர்வமாகக் கடலாடுகிறார்கள். பெண்கள் குழுவொன்று குட்டிகுட்டியாக அழகான மணற்சிற்பங்களை வடித்துக் கொண்டிருந்தது. பொம்மை விற்பவர்களும், கடலை விற்பவர்களும் கொண்டு வந்திருந்த சரக்குகளை விற்றுத் தள்ளிக்கொண்டிருந்தார்கள்.

நள்ளிரவு தாண்டியும் அந்த பீச் தரும் வைப் வார்த்தைகளுக்கு அப்பாற்பட்டது.

மத்தியக் கிழக்கு நாடுகளில் இருந்து அறிமுகமாகி இப்போது சக்கைப் போடு போட்டுக் கொண்டிருக்கும் டெசர்ட் வகைகளான பக்லவாவும், உம்ம் அலியும், குனா:பாவும் கோழிக்கோட்டில் கொடிகட்டிப் பறக்கின்றன. நாம் சுவைத்த சீஸ் -க்ரீம் குனா:பாவும், பிஸ்தா பக்லவாவும் வேற லெவல்.

குனா:பா அறிமுகமான புதிதில் ஒரு க:பேயின் கல்லாவில் இருந்தவரிடம் குனா:பா இருக்கா என்று கேட்டதற்கு, "அவன் இப்பதான் சார் டியூட்டி முடிஞ்சு வீட்டுக்குப் போனான்...!" என்று அவர் பவ்வியமாகப் பதில் சொன்னதெல்லாம் தக் -லை:பில் சேருமா என்று தெரியவில்லை .

மேற்குக் கடற்கரைச் சாலையோரமாகவே பயணித்து பேகல் கோட்டை அருகில் கடலலைச் சத்தத்துடன் கூடிய ரிசார்ட் ஒன்றில் தங்கியிருந்து விட்டு அடுத்த நாள் காலை 9 மணிக்கெல்லாம் பேகல் கோட்டை வாசலில் என்ட்ரி கொடுத்து விட்டோம்.

40 ஏக்கரில் பிரம்மாண்டமாக நிற்கும் பேகல் கோட்டையில் அரண்மனைகளோ வேறு அலுவலகங்களோகிடையாது......! முழுக்க முழுக்கத் தாக்குதலுக்கும் பாதுகாப்புக்கும் கட்டப்பட்ட இந்தக் கோட்டையின் மேலிருந்து பார்க்க, மூன்று பக்கங்களிலும் நீல நிறத்தில் அரபிக் கடல் அழகின் உச்சத்தில் இருக்கிறது.

கோட்டையிலிருந்து கடற்கரையின் விளிம்பு வரை செல்ல முடியும். இறங்க அனுமதி கிடையாது.

17ஆம் நூற்றாண்டில் கட்டப்பட்ட இந்தக் கோட்டை வெகு தூய்மையாகப் பராமரிக்கப்பட்டு வருகிறது. பார்வையாளர்கள் குவிந்த வண்ணம் இருக்கும் பேகல் கோட்டையை ∴போட்டோகிரா∴பர்களின் பேரடைஸ் என்று சொல்லலாம்.

பேகல் கோட்டையின் பேரழகும், XUV 3 OO வின் பெர்∴பாமன்ஸும் வீடு வந்த பிறகும் நமக்குள் வியாபித்து இருக்கின்றன.

கோழிக்கோட்டில் பார்க்க வேண்டிய இடங்கள்:-

மானாஞ்சிர ஸ்கொயர்:

கோழிக்கோட்டின் மையப்பகுதியில் உள்ள மிகப்பெரிய குளத்தைச் சுற்றி அமைக்கப்பட்டிருக்கும் இந்த அழகுமிகு பூங்கா மாலை நேரங்களில் ரிலாக்ஸ் செய்யப் பொருத்தமாக இருக்கும்

கடலுண்டி பறவைகள் சரணாலயம் :

கடலுண்டி ஆறு அரபிக் கடலில் கலக்கும் இடத்தில் அமைந்துள்ள இந்தப் பறவைகள் சரணாலயத்திற்கு ஆண்டு முழுவதும் வெவ்வேறு பருவங்களில் 60 வகைகளுக்கும் மேற்பட்ட அரிய பறவை இனங்கள் வந்து போகின்றன.

பேர்ட் வாட்சர்களின் பேரடைஸ் இது.

பேப்பூர் பீச்:

1500- 2000 ஆண்டுகளுக்கு முன்பிருந்தே மேற்காசிய, அரபு மற்றும் *சீன* வணிகம் நடைபெற்ற துறைமுகமான பேப்பூரில் உள்ள பீச் சன்-செட் பிரியர்களுக்குப் பிடித்தமான இடமாக இருக்கும் .உரு எனப்படும் பெரும்படகு மற்றும் கப்பல் கட்டும் தொழிற்சாலை பல நூறு ஆண்டுகளாகச் செயல்படும் இங்கு மிகப்பெரும் படகுப் பணிமனைகள் மிஸ் செய்யக்கூடாத ஒன்று.

காப்பாட் பீச்:

வாஸ்கோடகாமா முதன்முதலில் வந்து இறங்கிய இடமான கப்பக்கடவு தான் இன்று காப்பாட் பீச் . மிகத் தூய்மையான கார்டனுக்குள் இருந்து கிடைக்கும் கடற்கரை அனுபவம் பீச் பிரியர்களுக்கு இதை ஆல் டைம் ∴பேவரைட் ஆக்குகிறது.

மிட்டாயித் தெருவு;

ஸ்வீட் மீட் ஸ்ட்ரீட் எனப்படும் இந்த மிட்டாயித் தெரு ஹல்வாக்களுக்கும், இனிப்புகளுக்கும் பெயர் போன கோழிக்கோட்டின் பரபரப்பான பஜார்.

ஸ்வீட்டுகள், ஹல்வாக்கள், விதவிதமான தின்பண்டங்கள், டிரஸ் வகைகள், காலணிகள் கேட்ஜெட்டுகள் என ஷாப்பிங் ஸ்ப்ரீகளுக்குக் கொண்டாட்டமான இடம் இது.

கக்கயம்:

அணைகளும், அருவிகளும், ஆறுகளும், ஏரிகளுமாய் கக்கயம் மலைப்பகுதியில் கரியத்தும்பாற, உரக்குழி, தோணிக்கடவு ஆகிய இடங்கள் ∴பேமிலி பிக்னிக் ஸ்பாட்டுகள். சில லை∴ப் டைம் போட்டோ க்ளிக்குகள் இங்கே கியாரண்டி .

துஷாரகிரி அருவி:

அடர்ந்த காட்டுக்குள் சிறு ட்ரெக்கிங் மூலம் சென்று காணவேண்டிய பிரும்மாண்டமான அருவி. மழைக்காலங்களில் முழு வீச்சில் கொட்டும்போது கொள்ளை அழகாக இருக்கும் .

பேகல் கோட்டையிலிருந்து பார்க்க வேண்டிய இடங்கள்:-

கவ்வாயி பீச் - கப்பில் பீச் :

மிக நீளமான, மிக அழகான, மிகத் தனிமையான இந்த பீச்சுகள் புதுவிதக் கடற்கரை அனுபவத்தைத் தரும். இங்குள்ள

வலியப்பரம்ப பேக் வாட்டர் ஹவுஸ் போட்டுகள் இங்கு நமக்கு ஆலப்புழையையும், குமரகத்தையும் நினைவூட்டும்.

ராணிபுரம்:

கேரளத்தின் ஊட்டி எனப்படும் இராணிபுரம் கர்நாடக எல்லையில் குடகு மலைத் தொடர்களில் அமைந்துள்ள சில்லென்ற மலை உச்சி .

கிளைமேட், ட்ரெக்கிங், தனிமை.... இவை ராணிபுரத்தின் அடையாளங்கள்.

கொட்டஞ்சேரி- மாலம் :

கேரளத்தின் கூர்க் எனப்படும் இந்த மலைத்தொடர் வாழிடங்கள் ட்ரெக்கிங் பேக்கேஜ்களுக்கும், வைல்ட் -லை∴புக்கும் ஏற்ற இடங்கள்.

மோட்டார் விகடன் -ஜனவரி 2024 - கிரேட் எஸ்கேப்

கடற்கரையிலோர் ஒட்டகச் சவாரி

ஆண்டு முழுவதும் வற்றாத ஆறு, அந்த ஆற்றில் ஓர் அழகான படகுச் சவாரி, படகு செல்லும் வழியெல்லாம் பசுமை சூழ்ந்த தோப்புகள், திரும்பி வரும் வழியில் சதுப்பு நிலக்காடுகள், ஆறு கடலில் கலக்கும் இடத்தில் பொன்னிற மணல் கொண்ட பிரத்தியேகமான பீச், அங்கே ஓர் அட்டகாசமான ஒட்டகச் சவாரி, ஆங்காங்கே நீர்வழிப் பாதை முழுக்க மிதக்கும் ரிசார்ட்டுகள், ரெஸ்டாரண்டுகள், யானை வடிவில் ஒரு பெரிய பாறை, அடர்ந்த ஆரஞ்சு நிறத்தில் அப்பழுக்கற்ற சன்செட், அன்லிமிடெட் கடல் உணவு ஆப்ஷன்கள், இதமான மென்காற்று .....இது போன்றதொரு சூழலைக் கற்பனை செய்யும்போதே அடுத்த வீக்- எண்டில் அங்கே போக வேண்டும் எனத்தோன்றியிருக்குமே....! அப்படியானால் தமிழ்நாடு - கேரள எல்லையில் உள்ள பூவாருக்கு ஒரு நடை போய் வாருங்கள் ....அங்கிருந்து கிளம்ப மனம் இல்லாமல் திரும்பி வருவீர்கள்...!

இந்தப் பூவார் எங்கிருக்கிறது.....? தமிழ்நாடு - கேரள எல்லையில் மேற்குத் தொடர்ச்சி மலைகளில் அகத்தியர்கூட மலையில் உருவாகி ஓடிவரும் நெய்யாறு திருவனந்தபுரத்துக்கும் நாகர்கோவிலுக்கும் இடையில் அரபிக் கடலில் கலக்கும் இடம் தான் பூவார் . இங்கு படகுச் சவாரி செய்ய நூற்றுக்கணக்கில் சுற்றுலாவாசிகள் குவிகிறார்கள்.

நாம் நல்லதொரு ஞாயிற்றுக்கிழமையில் சென்றிருந்தோம். ஆற்றங்கரை ஓரமாக ஏராளமான படகுத் துறைகள் இயங்குகின்றன. தமிழா, மலையாளமா, ஆங்கிலமா,

இந்தியா எனக் கேட்டுவிட்டுத் தான் உரையாடலையே ஆரம்பிக்கிறார்கள் .

மூவராகச் சென்றிருந்த நாம், அழகான படகு ஒன்றை அமர்த்திக் கொண்டு ஆற்றில் மிதந்தவாறே மெல்ல நகர ஆரம்பித்தோம். நெய்யாறு சலசலவென நுரைத்துத் தளும்பிக் கொண்டு சிலுசிலுவென மென்காற்றை மேனியெங்கும் பூசிக்கொண்டு நம்மைச் சுகமாகச் சுமந்து சென்றது. குறுக்கும் நெடுக்குமாகப் பல சைஸ்களில், பல கலர்களில், பல டிசைன்களில் படகுகள் போய்க்கொண்டும் வந்து கொண்டும் இருந்தன. அத்தனை படகுகளிலும் உற்சாகமான முகங்கள், உற்சாகமான குரல்கள், உயர்த்திப் பிடித்த செல்ஃபோன்கள்....!

நமது ஓட்டுநர் இலகுவாக, இலாவகமாகப் படகைச் செலுத்திக் கொண்டு போக, இருகரைகளிலும் செழித்துக் கொழித்த தோப்புகளின் அடர் பசுமையும், நுரைத்தோடும் மெய்யாற்றின் கருநீலமும், மேகங்களற்ற வானின் இளநீலமும் நமக்குள் இருக்கும் போட்டோகிராஃபரை உசுப்பேற்றிக் கொண்டே இருக்கின்றன. நிழற்படக்கலையின் அடிப்படை தெரியாத ஒருவர் எடுக்கும் படங்கள்கூட ஓரளவு நல்ல படங்களாக அமைந்து விடுமளவு அழகு சொட்டும் பின்னணி அது.

சற்றுத் தொலைவு சென்றதும் கரையோரமாகப் படகை நிறுத்தினார் . நெடுஞ்சாலை மோட்டல் போல நீர்ச்சாலை மோட்டல் அது. மதிய உணவுக்கு மீன்களை ஒரு கை பார்த்து விட வேண்டும் என்ற வெறியில் இருந்த நண்பர் கணேசன் அரை டம்ளர் கருந்தேநீருடன் நிறுத்திக் கொள்ள, உஷாரான நாமும் பழம்பூரிகளைத் தியாகம் செய்துவிட்டு அவருடன் இணைந்து கொண்டோம்.

மீண்டும் படகு கிளம்பிச் செல்லக் கொஞ்சத் தொலைவில் எதிரில் கடல் அலைகள் கண்ணில் பட ஆரம்பித்தன.

கடலுடன் கலக்கும் இடத்தில் ஆறு இன்னும் பெரிய ஏரியாக விரிந்து கிடந்தது. ஆங்காங்கு இருக்கும் உணவகங்கள் பிஸியாக ஆர்டர்களை எடுத்துக் கொண்டிருந்தன . ஆர்டர் கொடுத்துவிட்டுச் சென்றால் நாம் திரும்பி வரும்பொழுது மதிய உணவு தயாராக இருக்கும் என ஓட்டுநர் கூறியதால் நாம் ஒரு ரெஸ்டாரண்டைத் தேர்ந்தெடுத்து என்னென்ன உணவுகள் இருக்கின்றன என நோட்டம் விட்டோம். பல வகை மீன்களை அடுக்கி வைத்திருக்கிறார்கள்.... நாம் செலக்ட் செய்து கொடுத்துவிட்டுப் படகை நகர்த்த ஆற்றின் அக்கரையில் மிதவை காட்டேஜ்கள் வரிசை கட்டி நிற்கின்றன .வெளிநாட்டுச் சுற்றுலாப் பயணிகள் நாள் கணக்கில் தங்கிக் கிடப்பார்கள் போல . ஐரோப்பிய, அரபுநாடுகளிலிருந்து வருபவர்கள் அரக்கப்பரக்கவெல்லாம் வருவதில்லை. ஆற அமர ஆமை வேகத்தில் சுற்றிப்பார்ப்பார்கள் எனப் படகுத்துறையில் சொன்னார்கள். நாம் மூன்று மணி நேரம் படகு புக் செய்தால் அவர்கள் எட்டுமணிநேரத்துக்கு புக் செய்கிறார்களாம். ஃபைவ் ஸ்டார் ரேஞ்சில் உள்ள இந்த காட்டேஜ்களில் தங்குவதற்குச் சாலை வழியாக வர முடியாது.

அங்கிருந்து படகைக் கிழக்குத் திசையில் செலுத்திக் கொண்டு சென்று சற்றுத் தொலைவில் இதுதான் தமிழ்நாடு- கேரளா பார்டர் எனக் காட்டிப் படகை யு-டர்ன் அடித்தார். அங்கு ஒரு பெரிய பாறை கம்பீரமாக ஆற்றில் நின்று கொண்டிருக்க, இதைப் பார்த்தால் உங்களுக்கு என்ன தோன்றுகிறது எனப் படகோட்டி கேட்டார்.

இரண்டு மூன்று நொடிகள் உற்றுப் பார்த்ததுமே அச்சு அசலாக ஒரு யானையைப் போலவே அந்த பாறை இருப்பது புரிந்தது. பிறகென்ன ....செல்ஃபோனை எடுத்து ஒரே க்ளிக் மழைதான்.

அடுத்துக் கடலை நோக்கிப் படகை இயக்கினார். இரண்டு நிலப்பரப்புகளுக்கு இடையே ஒரு நீண்ட கால்வாய் போல

ஆறு கடலுடன் சேர, அதன் மறுபுறக் கடற்கரை தான் இந்தப் படகுப் பயணத்தின் ஹைலைட்களில் ஒன்று.

ஆற்றங்கரை ஓரம் படகை நிறுத்தி இறக்கி விட்டார். ஏராளமான படகுகள் நிற்க, கோல்டன் பீச் எனும் அந்தக் கடற்கரை மக்களால் திமிலோகப் பட்டுக்கொண்டிருந்தது . படகில் மட்டுமே இந்த பீச்சுக்கு வர முடியும் . பூவார்ப் படகுச் சுற்றுலாப் பயணிகளுக்கான இந்த எக்ஸ்க்ளூஸிவ் பீச்சுக்கு வேறு யாரும் வர முடியாது . லைஃப் கார்டுகள் தொடர்ந்த கண்காணிப்பில் இருக்கிறார்கள்.

டன் கணக்கில் ரவையை எடுத்து, டால்டா சேர்த்து இளந்தீயில் பொன்னிறமாக வறுத்தெடுத்துக் கொட்டி வைத்தது போன்ற பொன்மஞ்சள் நிற மணலால் தகதகவென ஜொலித்துக் கொண்டிருந்தது கோல்டன் சாண்ட் பீச். மாசுமறுவற்றுப் பொலபொலவெனக் க்ரிஸ்டல் துகள்களாகக் கிடந்த மணலில் கால்கள் புதையப் புதைய நடந்து, சிறிய மேடேறி அந்தப் பக்கமாக இறங்கிப் பார்த்தால் நீலப்பச்சை நிறத்தில் வசீகரமாகக் கடல் நம்மை வரவேற்கிறது.

அலைகள் ஒன்றை ஒன்று துரத்திக் கொண்டு வந்து நமது காலடியில் கரைந்து காணாமல் போக, உச்சிப் பொழுதிலும் கடற்காற்று ஏசி போட்டது போலக் குளுமையைக் கொட்டித் தீர்க்க, ஒரு குடிசையைப் போட்டுக் கொண்டு வாழ்நாளின் மிச்சத்தை இங்கேயே கழித்து விட்டால்தான் என்ன என்று ஒரு நொடி மனதின் ஓரத்தில் தோன்றியது உண்மை.

சின்ன சின்ன ஸ்டால்களில் இளநீரும், நன்னாரியும் இன்ன பிற ஃப்ரூட்ஸ், ஸ்நாக்ஸ், டீ, காபி வகையறாக்களையும் விற்றுத் தீர்த்துக் கொண்டிருந்தார்கள். ஒரு நன்னாரி சர்பத்தை வாங்கிப் உறிஞ்சியவாறே அப்படியே ஒரு சாய்வு நாற்காலியில் அமர்ந்து கொண்டு மெல்ல நோட்டமிட்டால்,

ஒருபுறம் கடல், மறுபுறம் ஆறு, இடையில் குதூகலத்துடன் குழந்தைகுட்டிகளுடன் குடும்பங்களும், கூட்டம் கூட்டமாக நண்பர்கள் குழாமும் உச்சபட்ச உற்சாகத்தில் கடற்கரையை அணு அணுவாக அனுபவித்துக் கொண்டிருந்தார்கள். நூறு ரூபாயில் குதிரைச் சவாரிக்கு ஒரு கூட்டம் முண்டியடித்துக் கொண்டிருக்க, எல்லோரையும் பாகுபாடின்றி ஈர்த்துக் கொண்டிருந்த ஒரு விஷயம் ஒட்டகச் சவாரி.....!

அழகாகக் குனிந்து இரண்டு பேரை ஏற்றிக்கொண்டு அன்னம் போல மென்னடை புரிந்த ஒட்டகத்தின் மீது இருந்துகொண்டு கடலைப் பார்ப்பதெல்லாம் அவ்வளவு எளிதில் கிடைத்து விடாத அனுபவம் என நாம் நினைக்க, நண்பர் சதாசிவன் இதை ஒரு வரம் என்று சிலாகித்துக் கொண்டிருந்தார்.

ஒட்டகத்துக்குச் செல்லமாக ஒரு டாடா சொல்லிவிட்டுப் படகில் ஏறி ∴ப்ளோட்டிங் ரெஸ்டாரன்ட் வந்து சேர்வதற்குள் பசி கப கப வெனப் பற்றி எரிய ஆரம்பித்திருந்தது.

படகை ரெஸ்டாரண்டின் கால் தூண்களில் கயிற்றால் பிணைத்துக் கட்டி வைத்து நம்மைக் கவனமாகப் படிக்கட்டில் ஏற்றி விட்டார். மென்மையான அதிர்வுகளுடன் மிதந்து கொண்டிருந்த அந்த அழகிய மிதவைக் குடிலின் மேசையில் நமக்குத் தயாராக இருந்த மதிய உணவு பரிமாறப்பட்டது. ஒன்றுடன் ஒன்று ஒட்டிக் கொள்ளாத பருக்கைகளைக் கொண்ட பாஸ்மதி அரிசிச் சோறு ஆவியில் அவிக்கப்பட்டு, மூன்று அழகிய கிண்ணங்களில் நிரப்பி மேசையில் வைக்கப்பட்டன . வெறும் சோற்றையே எடுத்து உண்டு விடலாம்போலக் கிண்ணமும், அன்னமும் கண்ணைப் பறிக்கும் வெண்மையில் எங்களை டெம்ப்டாக்கிக் கொண்டிருந்தன. ரெட் ஸ்னாப்பர் எனப்படும் சங்கரா வகை மீனை நாம் தேர்ந்தெடுத்து இருந்தோம். நீள் செவ்வக மரத்தட்டத்தில் அழகாக நறுக்கி அடுக்கப்பட்ட வெங்காய, வெள்ளரி, கேரட் துண்டுகளுக்கு

மத்தியில் அடர் பிரவுன் நிறத்தில் வறுத்த மீன் துண்டங்களும், நீள் வட்டமான உலோகப் பாத்திரம் ஒன்றில் பார்த்த உடனே நாவில் நீர் ஊறச் செய்யும் மசாலாவில் ஊறி மிதந்து கொண்டிருந்த குழம்பு மீன்களும் எப்படிக் காலியாகின என்று இன்று வரை எங்களுக்குப் புரியவில்லை. கூட்டு, பொரியல், அவியல், துவையல், அப்பளம், மசியல், உப்பு, ஊறுகாய், ரசம், மோர், பாயசம் என்று எதுவுமே இல்லை . சோறும், மீனும் மட்டும்தான். ஒரு கட்டத்தில் சோற்றைக் கூட ஒதுக்கி வைத்து விட்டு மீனை மட்டுமே உண்ண ஆரம்பித்து இருந்தோம்.

சங்கரா மீனுக்கும் நமது நாவுக்கும் ஏதோ பிறவிப் பிணைப்பு இருந்திருக்க வேண்டும் . வீட்டில் ஒரு மீன் பண்ணை அமைத்து சங்கரா மீன் வளர்க்க வேண்டும் என நண்பர் கணேசன் சொல்லிக் கொண்டிருக்க, இந்த மீன் வறுவலை ஜெராக்ஸ் எடுத்துச் சாப்பிட்டால் கூட சுவையாகத்தான் இருக்குமோ என்று கன்னாபின்னாவென எண்ணங்கள் நமக்குள் ஓடிக்கொண்டிருந்தது.

ஸ்வீட் சோம்பு கூடச் சாப்பிடத் தோன்றாமல் படகில் ஏறினோம். ஆயுளுக்கும் மறக்காத லஞ்ச் அது.

திரும்பி வரும் வழியில் குறுகலான நீர்ப்பாதையைக் கொண்ட மாங்குரோவ் காடுகளுக்குள் படகு சென்று கொண்டிருந்தது. ஆங்காங்கு கிளைகிளையாகப் பிரிகின்ற நீர்வழிகளுள் எப்படி ரூட் கண்டுபிடிக்கிறார்கள் என வியப்பாக இருந்தது. போகும் போது இருந்த அதே உற்சாகமும் ஆர்வமும் திரும்பி வரும் போதும் இருந்தது.

விரைவில் மேகமூட்டமாகிவிட்டதால் சன்-செட் பார்க்கும் வாய்ப்பு எங்களுக்கு இம்முறை கிட்டவில்லை. ஆனால் மெல்லிய ஆரஞ்சுத் தகடாய் மெல்ல மெல்லக் கடலில் விழுந்து, தொடுவானத்துக்குள் சூரியன் இறங்கிக் கொண்டிருக்க,

வண்ணக் கலவையான வானத்தின் பின்னணியில் பறவைகள் கூடுதிரும்ப, அலைகளின் ஓசைகளைச் செவியில் நிரப்பிக் கொண்டு சன்-செட் பார்க்கும் வாய்ப்புக் கிடைத்தவர்கள் உண்மையிலேயே பேறுபெற்றவர்கள்.

ஒரு வழியாகப் படகுத்துறை வந்து சேர்ந்தோம். அரபிக் கடலுக்கும் நெய்யாற்றுக்கும் ஒரு ஃப்ளையிங் கிஸ் கொடுத்து விட்டு ஷாலிமார் எக்ஸ்பிரஸ் ரெயிலைப் பிடிக்கத் தயாரானோம். அந்தப் படகிலேயே வீடுவரை வரமுடிந்தால் எப்படி இருக்கும் என்ற கற்பனையே சுகமாக இருந்தது.

பூவார் செல்வோர்க்கான சில குறிப்புகள்:

பெங்களூர், கோயம்புத்தூர் போன்ற மேற்குப் பகுதியில் இருந்து வருபவர்கள் திருவனந்தபுரம் வந்தால் பூவாருக்கு நிறையப் பேருந்துகள் கிடைக்கும். தமிழகத்தின் பிறபகுதிகளில் இருந்து வருபவர்கள் நாகர்கோவில் வழியாக வந்தால் களியக்காவிளையிலிருந்து பூவாருக்கு நிறையப் பேருந்துகள் உண்டு.

ரயில், விமானம், பேருந்து என இந்தியாவின் பெரும்பாலான பகுதிகளில் இருந்து திருவனந்தபுரத்திற்கு வர முடியும். மிதவை காட்டேஜ்கள், கரையோர காட்டேஜ்கள் எனப் பலவித ஆப்ஷன்கள் உண்டு. மிதவை காட்டேஜ்கள் சற்று காஸ்ட்லியானவை. வெஜிடேரியன் மெனு மட்டும் உள்ள ரெஸ்டாரண்டுகளும் உண்டு.

படகுச் சவாரிக்கு பலவித பேக்கேஜ்கள் உண்டு. இரண்டு மணி நேரத்திற்கு நான்கு பேருக்கு நான்காயிரம் ரூபாய் கட்டணம். நேரத்தை அதிகரிக்க அதற்கேற்றாற் போலக் கட்டணமும் உயரும். பேரம் கிடையாது. அரசால் நிர்ணயிக்கப்பட்ட கட்டணத்தை ஆங்காங்கு போஸ்டர் அடித்து ஒட்டி வைத்திருக்கிறார்கள். ஆன்லைன் புக்கிங் வசதியும் உண்டு.

எண்ணற்ற படகுத்துறைகள் உள்ளன. படகு ஓட்டுபவர்கள், படகு உரிமையாளர்கள் எல்லோருமே ப்ரொஃபஷனலாக இருக்கிறார்கள் .

திருவனந்தபுரத்தில் பார்க்க வேண்டிய சில இடங்கள்:

கோவளம் பீச், பொன்முடி ஹில்ஸ், லுலு மால், நெய்யார் வைல்ட்- லைஃப், நெய்யார் அக்வேரியம்- கார்டன், பேப்பாற வைல்ட்- லைஃப், மியூஸியம், விழிஞ்சும் துறைமுகம். சங்குமுகம் பீச், ZOO.

விகடன் ப்ளஸ்-17.04.2023

ராணிபுரம் என்றோர் அழகான ராட்சஸி

மலைகளின் ராணியான ஊட்டி எல்லாருக்குமே ஆல்டைம் ∴பேவரைட். ஆனால் கேரளாவின் ஊட்டியெனக் கூறப்படும் இடம் ஒன்று இருக்கிறது என்னும் தகவல் பலருக்கும் புதியதாக இருக்கும். பெயரிலேயே ராணியைக் கொண்ட ராணிபுரம் 'கேரளத்தின்டெ ஊட்டி' என்ற செல்லப் பெயருடன் நம்மைக் கொஞ்சி அழைத்துக் கூப்பிட்டுக் கொண்டிருந்தது.

அப்புறம் என்ன.... ஒரு நன்னாளின் பொன் மாலையில் ஒரு கான்∴பரன்ஸ் கால்....அவ்வளவுதான்....

அந்த வீக் - என்டின் அதிகாலை சிலப்பல துணிமணிகள், ரன்னிங் ஷூஸ், நாலு நல்ல உள்ளங்கள்... நின்னொடு ஐவரானோம் என்று கறுப்பு ∴பிகோவுடன் ஐந்து பேராக "இதோ வந்துட்டோம்....!" என்று மாட்சிமை தாங்கிய கேரளத்து மலைகளின் ராணியான ராணிபுரத்தை நோக்கி ராக்கெட் வேகத்தில் கிளம்பினோம்.

கேரளத்தின் வடகோடி மூலையும் கர்நாடகத்தின் தென்கோடி மூலையும் கைகுலுக்கிக் கொள்ளும் கார்னரில் ராணிபுரம் வீற்றிருக்கிறது.

கோயம்புத்தூரிலிருந்து 350 கிலோமீட்டர் தொலைவு, என்றாலும் 9 நேரம் பயணிக்க வேண்டும். மைசூர்- மடிக்கேரி என ஒரு ரூட்டும் கோழிக்கோடு -கண்ணூர் என ஒரு ரூட்டும் ராணிபுரத்துக்கு உண்டு. தமிழ்நாட்டின் எந்தப் பகுதியில் இருந்தும் மங்களூருக்கு ரயில் வசதி உண்டு. ரயிலில் வந்து காஞ்ஞாங்காடு என்ற ஸ்டேஷனில் இறங்கிப் பேருந்து மூலம்

பானத்தடி என்ற இடத்திற்கு ஒரு மணி நேரப் பயணம் செய்து, அங்கிருந்து ராணிபுரத்துக்கு வாடகை ஜீப்புகளை அமர்த்திக் கொள்ளலாம்.

நாம் கண்ணூர் வழியைத் தேர்ந்தெடுத்தோம். ராணிபுரத்துக்கு முன்பாக ராஜாபுரம் என்றோர் ஊர் இருப்பது செம டச்....

ராஜாபுரத்துக்கு முன்பாகவே நகரச் சந்தடி குறைந்துவிடுகிறது. புல்வெளி படர்ந்த உயரமான மலைமேடுகள் மீது பெரும்பாலும் ஆளரவமற்ற சாலைகள் ஆரம்பிக்கின்றன. நிறைய இடங்களில் இன்ஸ்டாக்ராமில் நாம் பார்த்த ஸ்விட்சர்லாந்துப் புகைப்படங்கள் பலவும் நினைவுக்கு வந்தன.

பானத்தடி வந்ததும் நாம் வலப்புறச் சாலையில் பிரிகிறோம். நேராகச் சென்றால் அடுத்த 15 ஆவது கிலோமீட்டரில் பானத்தூர் என்ற இடத்துடன் கேரள மாநில எல்லை முடிந்து கர்நாடக எல்லை ஆரம்பிக்கிறது. அங்கிருந்து 50 கிலோமீட்டரில் தலைக்காவிரியை அடையலாம்.

நாம் செல்லும் வழியை விண்ட் -ஸ்கிரீன் வழியே பார்க்கும் போது ஏதோ ஹாலிவுட் மூவியைப் பார்ப்பது போல பிரமிப்பாக இருந்தது.

ஊட்டி என்பது மிகப்பெரிய சிட்டியாகி ரொம்ப நாள் ஆகிவிட்டது. ஆனால் ராணிபுரத்தை ஊட்டியைப் போல் மட்டுமல்ல, வேறு எந்த ஹில்ஸ்டேஷன் போலவும் கற்பனை செய்து கொண்டு விடாதீர்கள். ஏனென்றால், இராணிபுரம் என்பது உண்மையில் ஓர் ஊரோ, டவுனோ கிடையாது. பானத்தடியில் இருந்து 20 கிலோ மீட்டர் தொலைவும் வளைந்து நெளிந்து, ஏறி இறங்கி, நீண்டு குறுகும் மலைச்சாலையில் அவசரத்துக்குக் கூட ஆட்களைப் பார்க்க முடியாது.

ராணிபுரத்தில் நான்கைந்து காட்டேஜ்களும், வனத்துறை அலுவலகம் ஒன்றும் உள்ளன. அவ்வளவுதான் . 40 கிலோமீட்டர்

சுற்றளவுக்குப் பாதை கூடக் கிடையாது. ராணிபுரம் ஒரு டெட் -எண்ட். மனித நடமாட்டம் என்பது மருந்துக்குக் கூடக் கிடையாது.

பிறகென்ன இங்கே ஸ்பெஷல் என்கிறீர்களா.....?

அந்தத் தனிமை தான் இங்கு ஸ்பெஷல்.

கூடவே, ஊட்டியின் குளிரை விஞ்சும் சில்னெஸூம், கூடவே, இன்ச் அளவு இடைவெளி கூட இல்லாமல் பசுமையைப் போர்த்துக் கொண்ட Grasshillsகளும், வஞ்சனை இல்லாமல் வளர்ந்து செழித்த மரங்கள் அடர்ந்த காடும், கூடவே, பனிப்புகையும், இளவெயிலும் மாறி மாறி ஆடும் கண்ணாமூச்சி ஆட்டமும், கூடவே எப்பொழுது வேண்டுமானாலும் பெய்வேன்; எப்பொழுது வேண்டுமானாலும் சாரலாய்த் தூவுவேன்; எப்பொழுதும் வேண்டுமானாலும் நிறுத்திக் கொள்வேன் என்ற முன்னறிவிப்பு இல்லாத மழையும், கூடவே, திடீர்த் திடிரென எதிர்பட்டு சர்ப்ரைஸ் கொடுக்கும் சில்வர் லைன் அருவிகளும், கூடவே, ராணிபுரத்துக் காடுகளை ராஜாக்கள் போல அரசாளும் அளவற்ற யானைக் கூட்டங்களும், எண்ணற்ற விலங்கு வகைகளும், கூடவே, கண் முன்னால் விரிந்துபரந்து கவர்ந்திழுக்கும் கர்நாடகக் குடகுமலை முகடுகளும், எல்லாவற்றுக்கும் மேலாக அந்த ∴ப்ரெஷனெஸ்ஸூம், தூய்மையும்.....!

வேறென்ன ஸ்பெஷல் வேண்டும் என்பவர்களுக்கு இன்னொன்றும் இருக்கிறது.

ட்ரெக்கிங்.....!

ஐந்து கிலோமீட்டர் தொலைவுக்குக் காட்டிலும், மலையிலும் மேலே சொன்ன அத்தனையையும் அனுபவித்தவாறே நடந்து செல்வது என்பது அப்படியொரு....... இல்லை... இல்லை...

வாய்ப்புக் கிடைக்கும்போது நீங்களே அனுபவித்து உணர்ந்து கொள்ளுங்கள்.

பானத்தடியில் இருந்து வரும் சாலை வனத்துறை அலுவலகத்துடன் முடிவடைகிறது. எங்கும் எவரையும் கேட்க வேண்டியதில்லை. பார்க்கிங் ஏரியாவில் வண்டியை நிறுத்திவிட்டு ட்ரெக்கிங் செல்ல டிக்கெட் வாங்கிக் கொள்ளலாம். பிற்பகல் 3 மணிக்கு மேல் அனுமதி இல்லை. பார்க்கிங்கில் ஒரு சிறிய உணவகம் பேக்கரியுடன் இருக்கிறது. ட்ரெக்கிங் குறைந்த பட்சம் மூன்றரை மணி நேரம் பிடிக்கும் என்பதால் குடிநீர், ஸ்நாக்ஸ் போன்றவற்றைக் கையில் வைத்துக் கொள்வது நல்லது. பிளாஸ்டிக் பாட்டில்கள் கொண்டு போக வேண்டும் என்றால் 50 ரூபாய் டெபாசிட் செய்ய வேண்டும். திரும்பி வரும் பொழுது பாட்டிலைக் கொடுத்தால் பணத்தைத் திருப்பிக் கொடுத்துவிடுகிறார்கள்.

பேக்கரியில் ஸ்நாக்ஸ் வாங்கும் போது ட்ரெக்கிங்கில் சாப்பிடவா என்று கேட்கிறார்கள் . ஆம் என்று சொன்னால் பிளாஸ்டிக் உறைகளில் வரும் எந்தத் தின்பண்டமாய் இருந்தாலும் அவற்றைப் பிரித்து சாதாரணத் தாள்களில் ரீ-பேக் செய்து கொடுக்கிறார்கள். சாக்லேட், பாப்கான், எனர்ஜி பார் போன்றவற்றைத் தாளில் சுற்றி எடுத்துக் கொண்டோம். நாம் சென்றிருந்த அன்று ஆறேழு கார்கள் பார்க்கிங்கில் இருந்தன. செக் போஸ்டில் இன்ஸ்ட்ரக்ஷன் ப்ளஸ் செக்கிங் முடித்து ஏறத் தொடங்கினோம். இரண்டரைக் கிலோ மீட்டர் ஏற வேண்டும். Grass Hills களும் அடர்ந்த காடுகளும் மாறி மாறி வருகின்றன. இரண்டு சிறிய குடில்கள் மட்டும் இடையில் இருக்கின்றன. அட்டைப் பூச்சிகள் நிறைய இருக்கின்ற இந்தப் பாதைகளுக்கு ட்ரெக்கிங் ஷூஸ், குடை, தண்ணீர் பாட்டில், ஸ்நாக்ஸ் போன்றவை அவசியம்.

இளவெயிலும், மென்மழையும், பனிமூட்டமும் கலந்து கட்டி நம்முடன் கண்ணாமூச்சி ஆடுகின்றன.

மெல்ல மலையுச்சியை வந்து சேர எங்களுக்கு ஒன்றரை மணி நேரம் ஆயிற்று. சரசரவென நடந்து வந்தால் 50 நிமிடங்கள் போதும். ஆனால், அதிகாலையில் டெய்லி வாக்கிங் போவது போல அரக்கப் பரக்க நடந்து வருவதில் என்ன சுவாரசியம் உள்ளது...? ஆங்காங்கு செல்:பி ஷூட், டார்க் சாக்லேட் ஒரு பைட் என நின்று நிதானமாக ரசித்துப் பார்க்கப் பிரமிப்பான பாதையது.

மலையுச்சியில் ஒரு சிறிய கடை இருக்கிறது. சூடாக ஒரு டீ சொல்லலாம் என்று பார்த்தால் அதற்கெல்லாம் வாய்ப்பே இல்லை . கொஞ்சம் மோரும், சர்பத்தும் ஓரிரு பிஸ்கட் பாக்கெட்டுகளுமே இருந்தன. ஒரு பெரிய சாக்குப் பையில் போட்டுக் காலையில் மேலே தூக்கி வந்து விடுகிறார்கள். அவ்வளவுதான். ஆனாலும் அந்த இடத்தில் நாம் பருகியமோர் அமிர்தமாக இருந்தது.

மலையுச்சியில் இருந்து பார்த்தால் சுற்றிலும் தெரிவதெல்லாம் மலையுச்சிகள்தாம் . நாம் இதனை வெறும் வியூ பாயிண்ட் என்ற வரையறைக்குள் அடக்கி விட முடியாது. மூச்சுக் காற்றில் கூடப் பசுமையையும் ஈரத்தையும் உணர முடிந்தது.

ஓர் அரை மணி நேரம் அங்கேயே அமர்ந்து கிடந்தோம் . யாரும் யாருடனும் பேசிக்கொள்ளவில்லை . கிட்டத்தட்ட ஒரு ஜென் நிலை அது.

அந்த ஊர் மொழியில் சொல்வதானால் மெய்யும், மனசும் குளிர, மெல்லத் திரும்பத் தொடங்கினோம் . பார்க்கிங்கில் வந்து காரை எடுத்துக் கொண்டு ஒரு கிலோ மீட்டர் தொலைவில் நாம் ஏற்கனவே புக் செய்திருந்த காட்டேஜ் வந்து சேர்ந்தபோது இரவு மணி ஏழாகி இருந்தது. இருளும், மழையும் இரண்டறக் கலந்த அந்த இரவின் இளஞ்சூடான :புல்காக்களும், மரக்கிளையில் அமைக்கப்பட்ட அறையும், விடியும் வரை அவ்வப்பொழுது

கேட்டுக் கொண்டிருந்த இனம் புரியாத ஒலிகளும் நம்மை என்னென்னவோ செய்தன. குறிப்பாக அந்தத் தனிமை...... அதுதான் நம்மை மீண்டும் மீண்டும் ராணிபுரத்துக்கு இழுத்துக் கொண்டே இருக்கிறது. அடித்துச் சொல்வேன், போய்விட்டு வந்தால் நீங்களும் சொல்வீர்கள்....ராணிபுரத்தில் ஏதோ ஒரு மேஜிக் இருக்கிறது ....!

விகடன் ப்ளஸ் -27.03.2023

அந்த அரபிக் கடலோரம்....

செம ஸ்பாட்டுங்க இந்த வர்க்கல பீச்.... மினி கோவா என்று செல்லமாக அழைக்கப்படும் வர்க்கல பீச் கேரளத்தில் திருவனந்தபுரத்துக்கும் கொல்லத்துக்கும் இடையில் அரபிக் கடலலைகளின் தாலாட்டில் சுகமாகக் கிடந்துகொண்டு நம்மை நீண்ட நாட்களாக அழைத்துக் கொண்டிருந்தது.

சட்டென ஒரு வியாழக்கிழமை மாலையில் முடிவெடுத்து, சனிக்கிழமை அதிகாலை 5 மணிக்குக் கோவையின் பாலக்காட்டுச் சுற்றுச்சாலையில் புஷ்டியான வறுத்த முந்திரிப் பருப்புகளையும், பதமான உலர் திராட்சைகளையும், சுண்டக் காய்ச்சிய பாதாம் பாலின் துணையோடு சப்புக்கொட்டிச் சுவைத்துச் சாப்பிட்டு முடித்துவிட்டு வண்டியைக் கிளப்பும் போது இருட்டு மெல்ல விலகிக் கொண்டிருந்தது;பொழுது மெல்லப் புலர்ந்து கொண்டிருந்தது.

கோவையிலிருந்து பாலக்காடு, திருச்சூர், கொச்சி, ஆலப்புழ, கொல்லம் - இதுதான் நமது ரூட். 350 கிலோ மீட்டர்- 7 மணிநேரம்.

சந்திரன் பிள்ளை ஸ்்புட் ரெஸ்ட்டாரண்ட் என்றொரு கடலுணவகம் கொல்லத்தில் கடற்கரையோரம் இருந்து கொண்டு அங்கு வருவோர் எல்லோரையும் அடிமையாக்கி வைத்துக் கொண்டிருக்கிறது என்ற தகவல் நம்மை நேராக அங்கே அழைத்துக் கொண்டு சென்றது.

மிகப் பழமையான ஓட்டுக்கட்டடம், விறகு அடுப்பு, ஐந்து மேசைகள், 20 -25 பேர் ஒரு நேரத்தில் சாப்பிடக்கூடிய அறை எனக் கடலில் இருந்து 200 மீட்டர் தொலேவில் குடியிருப்புப் பகுதிகளுக்குள் தன்னந்தனியாக அமைந்துள்ளது. வளைந்து

வளைந்து செல்லும் குறுகிய சாலைகளுக்குள் ஹோட்டல் இருப்பதற்கான எந்த அறிகுறியும் இல்லாமல் இருந்த எங்களுக்கு சற்றுக் குழப்பமாக இருந்தது. ஒரு திருப்பத்தில் 20- 30 கார்கள் ஒரு காலியிடத்தில் நெருக்கிப் பிடித்து அணிவகுத்து இருந்தன. ஜன்னல் கண்ணாடிகளை இறக்கும் முன்பே வாசனை மூக்கைத் துளைத்தது. இங்கு தான் இருக்கிறேன் என சந்திரன் பிள்ளை கட்டியம் கூறினார்.

விதவிதமாகக் குவித்து வைக்கப்பட்டிருந்த மீன்களுள் வேலா என்றொரு மீனைப் பொலிச்சுத் தரச் சொல்லித் தேர்ந்தெடுத்தோம். நான்கு பேருக்கு நாங்கள் தேர்ந்தெடுத்த மீனின் விலை 900 ரூபாய். மேசை நடுவில் வாழை இலையைப் பரத்தி மூன்று நான்கு வித மீன்குழம்பு வாளிகளை வைத்து அசத்திவிட்டார்கள். வஞ்சிரம் மீன் வறுவலுக்கு அடுத்ததாக நாம் சுவைத்த இறால் மீன் வறுவலைப் போல இதுவரை வேறெங்கும் சாப்பிட்டதில்லை. தெனாலி படத்தில் டெல்லி கணேஷ், தெனாலி என்ற பெயர் நினைவுக்கு வராமல் ஒவ்வொரு முறையும் விராலி, தக்காளி என்று விதவிதமாகக் கூப்பிடுவது போல சந்திரன் பிள்ளை ரெஸ்டாரன்டை நமது நண்பர்கள் கணேசனும், ரஃபியும் காரில் வரும்போது சாமி பிள்ளை, சண்முகம் பிள்ளை, சங்கரன்பிள்ளை, சந்தனம் பிள்ளை என மாற்றி மாற்றி ஏலம் போட்டதைச் சந்திரன் பிள்ளை கேட்டிருந்தால் சாப்பாடு இல்லை என்று எங்களை விரட்டி விட்டிருப்பார். நல்ல வேளை..!

தொண்டை வரை நிறைத்துக் கொண்டு கடற்கரை ஓரமாகவே அலைகள் பிற்பகல் கதிரவனின் ஒளியில் மின்னுவதைப் பார்த்தவாறே அடுத்த ஒரு மணி நேரத்தில் வர்க்கல பீச்சை அடைந்தோம்.

ஹெலிபேட் என்ற இடத்தில் காமன் பார்க்கிங் கடலை ஒட்டி அமைந்துள்ள மலையின் மீது ஹெலிபேடிலிருந்து

செல்லும் பாதை ஏதோ ஐரோப்பிய நாட்டுக்குள் நுழைந்தது போல இருக்கிறது. வெளிநாட்டுச் சுற்றுலாவாசிகளால் நிறைந்து காட்டேஜ்களும், ரெஸ்டாரண்டுகளும், ஷாப்பிங் ஸ்பாட்டுகளுமாகக் கலர்.ஃபுல்லாக வைப்ரேஷன் மோடில் வெகு பரபரப்பாக இருக்கிறது. எல்லாமே யானை விலை குதிரை விலை தான்... 150 ரூபாய்க்குக் குறைவாக காஃபி குடிக்க முடியாது.ஹெலிபேட் வரை நடந்து வந்தால் ஒரு சிறிய பேக்கரி இருக்கிறது .சாதாரண டி பத்து ரூபாய்க்குக் கிடைப்பதால் கூட்டம் குவிந்து கிடக்கிறது .நாங்களும் அங்கே சென்று சேர்ந்தோம். "நான் சொல்லல....அவங்க வருவாங்கன்னு...! என எங்களைப் பார்த்து சப்ளையரிடம் டி மாஸ்டர் கூறுவது போலவே இருந்தது. அது வேறு உலகம்.... இது வேறு உலகம்...!

மலையில் இருந்து ஆங்காங்கு கடற்கரையில் இறங்கப் பாதைகள் உள்ளன.மாலை நேரத்தில் கடற்கரை அமர்க்களப்படுகிறது என்றால் இரவு 11:30 வரை ஏரியா மொத்தமும் திமிலோகப்படுகிறது.

உண்மையிலேயே ஒரு குட்டி கோவா போலத் தான் இருக்கிறது வர்க்கல.பாண்டிய நாட்டுக்கும் சேர நாட்டுக்கும் இடையில் சேரர்களின் ஆளுகையிலிருந்த வேணாட்டின் தெற்கெல்லை இன்று தக்கலை எனவும், வடக்கெல்லை தான் வர்க்கல என்றும் மருவி வழங்கப்படுகிறது என்று தமிழ் ஆய்வாளர்களால் நிறுவப்பட்ட வரலாற்றுத் தகவல் வியப்பூட்டுவதாக இருக்கிறது.

நமது காட்டேஜின் பால்கனியில் இருந்து பார்க்கும்போது இரவு நேரக் கடல் மெல்லிய நிலவொளியில் மனதை ஏதேதோ செய்கிறது. நெடுநேரம் கடலைப் பார்த்தவாறு மெய்ம்மறந்து இருந்து விட்டு ஒரு வழியாகத் தூங்க சென்ற பிறகும்

கடலலைகளின் இடைவிடாத குரல் நம்மைக் கூப்பிட்டுக் கொண்டே இருக்கின்றது.

"கடலே, இரவெல்லாம் என்னைப் போலத் தூங்காமல் வருந்திப் புலம்பிக்கொண்டிருக்கிறாயே.யார் உன்னைக் காதல் மூட்டி வருத்தியது....?" எனக் கடலைப் பார்த்துத் தலைவி கேட்பது போல அம்மூவனார் எழுதிய குறுந்தொகைப் பாடலொன்று நினைவுக்கு வந்தது.

"யாரணங்குற்றனை கடலே...
நள்ளென் கங்குலுங் கேட்குநின் குரலே.....!"
165 ஆவது குறுந்தொகைப் பாடலிது.

ரொம்ப லேட்டாகத்தான் கண்விழிக்கிறது வர்க்கல .காற்று ஒத்துழைத்தால் பாராகிளைடிங், பாரா செய்லிங் செய்வது இங்கு அலாதியான என்டர்டெயின்மென்ட். வாட்டர் சர்: பிங், போட்டிங், ஸ்கூட்டர் ரைடிங் எனப் பல்வேறு ஆக்டிவிட்டிஸ் இங்கு கிடைக்கின்றன. அருகில் உள்ள ஓடயம் பீச், பிளாக் சாண்ட் பீச், இடவ பீச், காப்பில் பீச், பரவூர் பீச், பொழிக்கர பீச் ஆகியவற்றுக்கு ஸ்கூட்டர்களை வாடகைக்கு எடுத்துக் கொண்டு வெளிநாட்டுச் சுற்றுலாவாசிகள் இடைவிடாமல் போய் வந்து கொண்டு இருக்கிறார்கள்.

ஐரோப்பியர் ஒருவர் ஸ்கூட்டர்களை வாடகைக்கு விடும் ஒருவரிடம் வந்து வண்டி இருக்கா என ஆங்கிலத்தில் கேட்க, நம்மாள் "நோ.... :புல் கோயிங்.."! என்று அடித்துவிட, அவரும் ":புல் கோயிங்...? ஓ.....!" என்று நகர்ந்தார். இந்நாட்டு மொழியும் ஆங்கிலம் போலவே இருக்கிறது என வியந்திருப்பார் அல்லது ஆங்கிலம் இனி மெல்லச்சாகும் எனக் கவிதை இயற்றியிருப்பார் என நினைக்கிறேன்.

காலைக்கதிரவன் வெயிலைக் கஞ்சத்தனமில்லாமல் கொட்டத் தொடங்க, கும்பல் கும்பலாக :பாரின் டூரிஸ்டுகள் சுள்ளென்ற வெயிலில் சுகமாகச் சூரியக் குளியல் எடுத்துக்

கொண்டிருந்தனர். கொதிக்கின்ற மணலையும், காய்ச்சுகிற வெயிலையும் பொறுக்க முடியாமல் நாம் நிழல் தேடி ஓட, அவர்கள் இளநீரை ஸ்ட்ராவால் உறிஞ்சிக் கொண்டு கூடவே வெயிலையும் அள்ளிக் குடித்துக் கொண்டிருந்தனர்.

குளுமையைத் தேடிக் கோடைகாலங்களில் நாம் ஊட்டிக்கு ஓடுவது போல அவர்கள் வெயிலைத் தேடி இங்கு ஓடி வந்திருக்கின்றனர். இயற்கை அன்னை உண்மையிலேயே விந்தை மிகுந்த குறும்புக்காரிதான்.

இரண்டு நாட்களிலேயே நாவு இட்லிக்கு ஏங்கத் தொடங்கியிருந்தது. இட்லி, தோசை அவைலபிள் என்ற ஓர் அரிய போர்டு நண்பர் சதாசிவம் கண்களில் பட்டதும் புயல் வேகத்தில் பாய்ந்து சென்று இடம் பிடித்துப் போர்க்கால அடிப்படையில் இட்லியும், உப்புமாவும் ஆர்டர் செய்தார். சாப்பிட்டு முடித்து அவர் பில் செலுத்துவதைப் பார்க்கும் போது ஏதோ குலசாமிக்குக் காணிக்கை செலுத்துவது போல அவரது பாடி லாங்குவேஜ் இருந்தது.

இங்கிருந்து ஒரு மணி நேரப் பயணத் தொலைவில் அஞ்சுதெங்குக் கோட்டை, தங்கசேரிக் கோட்டை, அஸ்தமுடி ஹவுஸ் போட் லேக், மன்ரோத் தீவுகள், நெடுங்கோலம் சதுப்பு நிலக்காடுகள் போன்ற அட்டகாசமான லொகேஷன்கள் இருக்கின்றன.

காற்று ஒத்துழைக்காததால் அன்று பாராக்ளைடிங், பாரா செய்லிங் போன்றவை நிறுத்தி வைக்கப்பட்டிருந்தன. அதனால் ஸ்கூட்டரை வாடகைக்கு எடுத்துக்கொண்டு வர்க்கல க்ளிஃபின் வடமுனையில் இருக்கும் பிளாக் சேன்ட் பீச் வரை ஒரு ரைட் போய்விட்டு, சில்லென்ற இளநீர் மில்க் ஷேக் உடன் வர்க்கல பீச்சுக்குச் செல்லமாக ஒரு பை சொல்லிவிட்டுக் கிளம்பினோம்.

விகடன் ப்ளஸ் - 06.03.2023

ஜடாயு எர்த் செண்டர்:

வர்க்கல பீச்சிலிருந்து முக்கால் மணிநேரப் பயணத்தில் ஜடாயு சிலை இருக்கிறது. 800 படிகள் ஏறிச் சென்றால் பாறையில் செதுக்கிய மிகப்பெரிய ஜடாயுவின் சிற்பத்தைக் காணலாம். மலையிச்சியில் சுற்றிலும் காணக் கிடைக்கும் வியூ அட்டகாசமாக இருக்கிறது.படியேற முடியாதவர்களுக்கு ரோப்கார் வசதியும் உண்டு. முழுக்க ஏசி வசதியுடன் ∴புட் கோர்ட், ஷாப்பிங் மால் என ஏர்போர்ட் போல் ஜாலி ஜாலிக்கிறது எர்த் செண்டர்.

போ என்னும் வார்த்தையால் வா என்கிறாய்

என்று வாலிபக் கவிஞர் வாலி கோவாவைப் பற்றி ஒரு பாடலில் எழுதியிருப்பார்.

கோவா, ஆனாலும் ஒரு ஸ்வீட் லொகேஷன்.

ஏப்ரல் 28 கடைசி வேலை நாளில் மாலை 6 மணிக்கெல்லாம் கிளம்புவதாகத் திட்டம்.

மங்களூருவில் உள்ள பனம்பூர்க் கடற்கரை, காசர்கோட்டின் கப்பில் கடற்கரை, கண்ணூரின் கவ்வாயிக் காயல் படகு வீடுகள், வடகரயின் சர்காலயா ஆர்ட்ஸ் அண்ட் கிராஃப்ட் மியூசியம், தலச்சேரிக் கோட்டை....

மூன்று நாட்கள் பேருந்துப் பயணம் என முடிவு செய்து பாலக்காடு- மங்களூர் ஸ்விஃப்ட் சர்வீஸ் ஏசி பஸ் டிக்கெட் புக் செய்துவிட்டுக் காத்திருந்த அடுத்த நாளில் லியோராஜ் அந்த பவுன்சர் கேள்வியை வீசினார்.

"மங்களூர் வரைக்கும் போறதுன்னு ஆயிருச்சு... அப்படியே கோவா போயிட்டா என்ன....?"

பட் அந்த டிலிங் எங்களுக்கு ரொம்பப் பிடிச்சி இருந்துச்சு.

கடைசி நேரத்தில் ட்ரெயின் டிக்கெட் கிடைக்காதே எனத் திருப்பி அவரிடமே கேட்க, " கிரான்ட் விட்டாரா இருக்க, ட்ரெயின் எதற்கு....?" எனப் பன்ச் அடித்து மூன்று நாள்

பயணத்திற்கு முடிவுரை எழுதி, ஐந்து நாள் பயணத்திற்கு அடித்தளமிட்டார்.

அடுத்த நிமிடம் பஸ் புக்கிங் கேன்சல் செய்யப்பட்டது.

ஏற்கனவே கிராண்ட் விட்டாராவில் ஆயிரமாவது கிலோ மீட்டரை அரபிக் கடலோரம் கேரளாவில் க்ராஸ் செய்த நாம் 2000 மற்றும் 3000 கிலோமீட்டர் மார்க்குகளைக் கர்நாடகாவிலும், கோவாவிலும் க்ராஸ் செய்துவிடலாம் எனப் பயணத்திட்டம் வகுக்கப்பட்டது.

வெள்ளிக்கிழமை மாலை வீட்டில் வண்டியை எடுத்த இருபதாவது நிமிடத்தில் கேரளாவில் வாளையாரில் நமது ∴பேவரைட் ஆன கிரேஸ் ஹோட்டலில் வெங்காயச் சட்னியுடன் வீட்டுத் தோசைகளை விழுங்கி விட்டு, இதோ வந்துட்டோம் என கோவாவை நோக்கிக் கையசைத்தவாறே வண்டியைக் கிளப்பும்போது கோடை மழை தலைக்கு மேலே தயாராக இருந்தது.

கோழிக்கோட்டில் இருந்து கடற்கரைச் சாலையிலேயே கோவா வரை பயணம். கண்ணூரில் அதிகாலை 4 மணிக்கு சின்னதாய் ஒரு பிரேக் . 8 மணிக்கு எல்லாம் எழுந்து குளித்து மாலையில் கோவா போய்ச் சேர்ந்தாயிற்று.

இரண்டு முழு நாள்களும், இரண்டு இரவுகளும், மூன்று மாலைப் பொழுதுகளும் நம் கையில் இருந்தன.

சவுத் கோவாவில் போலம் பீச் சன் செட் பார்த்துவிட்டு Turquoise Blue வண்ணத்தில் ஜாலிஜாலித்துக் கொண்டிருந்த Palolem Beach இல் நைட் ஸ்டே.

அநியாயத்துக்குக் குறைந்த விலையில் ரிசார்ட்டுகள் கொட்டிக் கிடக்கின்றன. ஒரு நேர உணவை விட ஒரு நாள் தங்குவதற்கு ஆகும் ரிசார்ட் செலவு குறைவு. ரிசார்ட்டுக்கு 700

ரூபாய் கொடுத்தோம், ஆனால் ஆறே பீஸ் கொண்ட இறால் மசாலா 650 ரூபாய் .தன்னந்தனியே தோப்புகளுக்கு நடுவில் Palolem Beach சில்லென நம்முடன் ஒட்டிக்கொள்கிறது.

அங்கிருந்து அரை மணி நேரத்தில் பட்டர்:.பிளை பீச். இப்படி ஒரு பீச் இருப்பதே பலருக்கும் தெரிவதில்லை. மிக மோசமான மலைச்சாலையில் மிகக் கவனமாக கார் ஓட்ட வேண்டியிருந்தது . இரண்டு மூன்று இடங்களில் காரில் ஏதேனும் ஒரு வீல் அந்தரத்தில் தொங்கியபடியே கடக்க வேண்டியிருந்தது ஒரு வழியாக பட்டர்:.பிளை பீச் பார்க்கிங் ஏரியா வந்து சேர்ந்தால் அங்கிருந்து இரண்டு கிலோமீட்டர் நடக்க வேண்டும் என்றார்கள். உச்சிநேரத்துக் கொதிக்கின்ற வெயிலும், சுழன்றடிக்கும் செம்மண் புழுதியும் நம்மை மிரள வைத்தன. என்ன செய்யலாம் எனக் குழம்பி நிற்கையில் ஜீப் ச:.பாரி இருக்கிறது, அப் அன்ட் டவுன் 250 ரூபாய் என்று சொல்லி ர:.ப் அன்ட் ட:.பான ஆ:.ப் ரோடில் அழைத்துச் சென்று இறக்கி விட்டார்கள் . அங்கிருந்து 300 மீட்டர் மலைச்சரிவில் மரங்களூடே நடந்தால் குறுகிய மலைப்பிளவுகளுக்கு இடையே நீலப் பச்சை நிறத்தில் அரபிக் கடல் நம்மை அப்படியே அள்ளிக் கொள்கிறது.

ஜில்லென்ற நீரில் சுள்ளென்ற சூரியனின் வெம்மை தெரியவே இல்லை .களைப்பு தீரக் குளிக்க முடிவு செய்து குளித்துக் குளித்துக் களைத்துப் போய் நின்ற நம்மை 300 ரூபாய்க்குக் கடலுக்குள் படகு சவாரி கூட்டிப் போகிறார்கள் . அரை மணி நேரம் அட்டகாசமாக இருந்தது.

ஹனிமூன் பீச் என்ற இடத்தில் இறங்கினால் மீண்டும் குளிக்க விரும்புபவர் குளிக்கலாம். பட்டர்:.பிளை பீச் மிகத் தனிமையான, வேறு எந்த வழியிலும் வர முடியாத ஒரு பீச் .அதிலிருந்தும் உள்ளே இருக்கும் ஹனிமூன் பீச் என்ற இடம் இன்னும் ப்ரைவசியாக இருந்தது. Turtle Rock, Four Fingers Rock

என விநோதமான பாறைகளைக் காட்டித் திரும்பிக் கொண்டு வந்து விடுகிறார்கள்.

மலையடிவாரங்களில், தென்னந்தோப்புகளுக்கிடையில் மிகத் தனிமையான பீச்சுக்களைக் கொண்ட இடம் சவுத் கோவா என்றால் ஆரவாரமான கடற்கரைகளும், பளபளக்கும் பனாஜி சிட்டியும், கோலாகலமான நைட் லைஃபும், க்ரூஸ் கப்பல்களும், கேஸினோக்களுமாக நார்த் கோவா, சவுத் கோவாவிற்கு நேரெதிராக இருக்கிறது.

Calangute beach, Candolim beach, Baga beach போன்ற இடங்கள் 24 மணி நேரமும் ஜெ ஜெ என மக்கள் கூட்டத்தால் திமிலாகப்படுகின்றன.

கோவாவின் ப்ரைம் ஸ்பாட்டுகளான இந்த ஜாலியான பீச்சுகளுக்கு நிறைய டவுன் பஸ்கள் பனாஜியிலிருந்து வருகின்றன. ரயில், பஸ், ஃப்ளைட்டுகளில் வருபவர்கள் ஜாலியாக ஊர் சுற்ற நூற்றுக்கணக்கான யமஹா ஃபஸினோ ஸ்கூட்டர்கள் வாடகைக்குக் கிடைக்கின்றன.

டால்பின் க்ரூஸ், பார்ட்டி க்ரூஸ், டின்னர் க்ரூஸ், சன்செட் க்ரூஸ், ஜலன்ட் க்ரூஸ், பேக் வாட்டர் க்ரூஸ், சன் டவுன் க்ரூஸ் எனப் பலவித சொகுசுப் படகுச் சவாரி பேக்கேஜ்கள் கிடைக்கின்றன. கோவாவின் மெயின் அட்ரகூஷன்களுள் இதுவும் ஒன்று.

DJ, Folk dance, சைட் சீயிங் ஆகியவற்றைக் கொண்டு ஒரு மணி நேர பேக்கேஜில் இருந்து ஆரம்பிக்கும் இந்த க்ரூஸ் கப்பல்களுக்கு 400 ரூபாயிலிருந்து ஒரு லட்சம் ரூபாய் வரை கூட கட்டணம் இருக்கிறது.

பெரும்பாலான க்ரூஸ் கப்பல்கள் கிடைக்கும் மான்டோவி ரிவரில் கேஸினோக்களும் உண்டு. பணத்தை ஆற்றில் எறிந்து

விட்டுத்தான் படகில் ஏறுகிறோம் என்ற வகைச் சூதாட்டங்கள் விடிய விடிய உச்சகட்டப் பரபரப்பில் நடக்கின்றன.ஜலன்ட் க்ரூஸ் புக் செய்தால் SCUBA DIVING, Kayaking, Wind Surfing, Skiing, Para Sailing, Rafting என ஏகப்பட்ட வாட்டர் ஸ்போர்ட்ஸ்களை என்ஜாய் செய்யலாம்.

போர்ச்சுக்கீசியர் காலத்துக் கட்டடங்கள் நிரம்பிக் கிடக்கும் பனாஜி அல்ட்ரா மாடல் சிட்டியாக இருக்கிறது . அதிலும் மர்கவாவிலிருந்து பனாஜி வரும் வழியில் உள்ள அந்த நீளமான பாலம் மிகப் பிரம்மாண்டமான எக்ஸ்பீரியன்ஸ் தருகிறது . இரண்டு முறை அதில் போய் வந்து குதூகலப்பட்டுக் கொண்டோம் . இரவு நேரங்களில் பனாஜியின் ரிச்சான கலர்:.புல் ரோடுகளில் ரவுண்டு அடிப்பது செம :.பன்.

ஒல்டு கோவாவில் உள்ள 400 ஆண்டுகால பழமையான சர்ச்சுகளும் மியூசியமும் மிஸ் செய்யக்கூடாதவை.ஐரோப்பியக் கட்டடக்கலை நுணுக்கங்கள் கண்களுக்கு செம :.பீஸ்ட்.

கோயம்புத்தூரில் இருந்து பெங்களூர்- தேவநகரி வழி, கோழிக்கோடு- மங்களூர் வழி என இரண்டு வழிகள் கோவாவுக்கு உண்டு . இரண்டிலுமே நான் ஸ்டாப்பாகச் சென்றால் 18 மணி நேரத்தில் கோவா சென்று விடலாம். பெங்களூர் வழி நான்கு வழிச்சாலை. கோழிக்கோடு- மங்களூர் ஆறுவழிச்சாலையாக விரிவாக்கப் பணி நடந்துகொண்டிருக்கிறது. மங்களூருக்குப் பிறகு நான்கு வழிச்சாலை ஆரம்பிக்கிறது. மங்களூர் வழியை விட நிறைய டோல் கேட்டுகளைக் கொண்ட பெங்களூர் வழி 200 கிலோமீட்டர் அதிகம் என்றாலும் பயண நேரம் இரண்டு வழிகளிலுமே ஒன்றாகத்தான் இருக்கிறது .கடலோரமாகச் செல்லும் கோழிக்கோடு- மங்களூர் வழியை நான் தேர்ந்தெடுத்திருந்தேன்.

கடற்கரையோரமாகவே கோழிக்கோட்டிலிருந்து செல்லும் சாலையில்உடுப்பி தாண்டி டிராஸ் பீச், முருதேஸ்வர்

ஆகியவை முக்கியமான பாயின்ட்கள். கர்நாடகாவில் ஷிராவதி, ஹோனவார், பாட்கல், கோகர்ணா போன்ற இடங்களைக் கடக்கும்போது பண்டைச் சேர மன்னர்களின் ஆளுகையில் இவ்விடங்களுக்கு வழங்கப்பட்டிருந்த தூய தமிழ்ப் பெயர்களையெல்லாம் மனதுக்குள் அசைபோட்டபோது பெருமிதம் பொங்கியது.

தடுக்கி விழுந்தால் கூட ஒரு பேக்கரியில் தான் விழுவோம் எனும் அளவுக்கு பேக்கரிகள் சூழ்ந்த கோவை -திருப்பூர்ப் பகுதிகளுக்கு நேர் எதிராக கர்நாடகாவும் கோவாவும் இருந்தன. ஒரு வாய் டீ குடிக்கலாம் என்றால் மணிக்கணக்கில் தேட வேண்டி இருக்கிறது.

மங்களூரு - கார்வார் 4 வழிச்சாலை இரவு நேரங்களில் ஆளரவமற்றுப் பெரும்பாலும் ஓர் அமானுஷ்யத் தன்மையுடன் இருக்கிறது.

ஓல்டு கோவாவில் இருந்து வரும் வழியில் Benaulim Beach இல் Sunset with Kunafa என நான் போட்டிருந்த பிளான் நேரமின்மையால் கேன்சல் ஆகிப்போனது. நமது டேஸ்ட் buds அனைத்தும் Kuanafa Kunafa எனக் கூவத்தொடங்கியிருந்தன .இனி வாய்ப்பே இல்லை என நான் முடிவெடுத்திருந்த நிலையில் மங்களூருக்கும் காசர்கோட்டுக்கும் இடையே கர்நாடக - கேரள பார்டரில் இருக்கும் மஞ்சேஷ்வர் டவுனில் நள்ளிரவு 2 மணிக்கு Kunafa House என்ற Kunafa அவுட்லெட் ஒன்று திறந்திருந்தது.

ஹாட் வைப்ரேஷன் மோடுக்கு அடுத்த நொடியே மாறிவிட்டிருந்தோம் . ஆர்டர் செய்த ஐந்தாவது நிமிடம் சூடாக Cream Cheese Kunafa வை ப்ளேட்டில் வைத்து அதன் மீது Syrup ஊற்றுவதற்குள் நண்பர் கணேசன் ஒரு பெரிய பீஸை லபக்கியிருந்தார். நாங்கள் மூவரும் Kunafa வைப் பிய்க்கிற

வேகத்தைப் பார்த்து Kunafa மாஸ்டர் இன்னொன்று தரட்டுமா எனக் கேட்டார் என்றால் போட்டி எவ்வளவு கடுமையாக இருந்திருக்கும் எனப் பார்த்துக் கொள்ளுங்கள் .

வரும் வழியில் சந்திரகிரிக் கோட்டை, கப்பில் பீச் ஆகியவற்றை ஜஸ்ட் ஒரு விஸிட் அடித்து விட்டுக் கவ்வாயிக்காயல் பீச் வந்தடைந்தோம் . அதனைப் போலொரு தனிமையான, அவ்வளவு நீளமான, ஆழ்ந்த அமைதியான, பேரழகு வாய்ந்த இளஞ்சாம்பல் வண்ணம் கலந்த கருநீலக் கடற்கரையை நான் பார்த்ததில்லை.

குமரகம் போன்ற பேக்வாட்டர் ஹவுஸ்போட்டுகளைக் கொண்ட வலியப்பரம்பயில் இருந்து ஹவுஸ் போட்டில் வந்து மூன்று கிலோமீட்டர் சுற்றளவுக்கு ஒரு மனிதத் தலைகூடத் தென்படாத கவ்வாயிக் காயல் கடற்கரையில் இறங்கி யாரும் இல்லாத் தனிமையில் கடற்கரையில் இருக்கும் சிறு குடில் ஒன்றில் பரிமாறப்படும் அக்மார்க் கேரளக் கடலுணவுச் சமையலை ஒருமுறை ருசித்துப் பார்த்தோமானால்,

நமக்குள் நாம் தொலைந்தும் போவோம்....
நம்மை நாமே கண்டும் கொள்வோம்...!

ஊட்டிக்கு இப்படியும் ஒரு ரூட் இருக்கு...!

சிங்கிள் டிஜிட் சென்டிகிரேடில் நரம்புக்குள் ஊடுருவி நடுநடுக்கும் குளிரை அனுபவிக்கக் குளிர்காலத்தில், சுட்டுப் பொசுக்கும் சூரியனிடமிருந்து எஸ்கேப் ஆகி ஜில்லென்ற கிளைமேட்டை அள்ளித் தழுவக் கோடை காலத்தில், கொட்டும் மழையில் கோப்பைத் தேநீரைக் கொஞ்சம் கொஞ்சமாக உறிஞ்சி ரசிக்க மழைக்காலத்தில்........ இப்படி ஊட்டியை விதவிதமான காலநிலைகளில் ரசித்து வந்திருப்போம் . ஆனால் புதுவிதமான ஒரு ரூட்டில் ஊட்டியைப் பார்த்து வர விரும்பும் வாண்டர்லஸ்ட் களுக்கு ஜாலியான ஒரு ரோட்-ட்ரிப் பிளான் இதோ.....!

கேரளா, கர்நாடகா என இரண்டு மாநிலங்களுடன் எல்லைகளைப் பகிர்ந்து கொள்ளும் நீலகிரியில் உள்ள ஊட்டிக்குக் கேரளாவிலிருந்து நிலம்பூர் -வழிக்கடவ், மேப்பாடி-வடுவஞ்சால், சுல்தான் பத்தேரி- தேவர்சோலை என மூன்று ரூட்டுகளும், கர்நாடகாவில் இருந்து பந்திப்பூர்- முதுமலை ரூட்டும் உள்ளன. தமிழ்நாட்டில், மேட்டுப்பாளையத்தில் இருந்து குன்னூர்- கோத்தகிரி என இரண்டு ரூட்டுகள் மட்டுமே எல்லோருக்கும் தெரியும் .

யாரும் அதிகம் அறிந்திராத, ஆனால் அமர்க்களமான ஒரு ரூட் ஊட்டிக்கு இருக்கிறது . வெள்ளியங்காடு -முள்ளி-மஞ்சூர் என மூன்றாவதாக உள்ள இந்த வழி வேற லெவல் எக்ஸ்பீரியன்ஸ் ஆக இருக்கும்.

கோவையிலிருந்து மேட்டுப்பாளையம் வரும் வழியில் காரமடையில் இருந்து இடப்புறமாக மலைத்தொடரை

நோக்கித் திரும்பினால் 16 கிலோமீட்டரில் வெள்ளியங்காட்டை அடையலாம். காரமடைக்கு முன்பு பெரியநாயக்கன்பாளையத்தில் லெஃப்ட் எடுத்தால் கட்டாஞ்சி மலைக் குன்றில் ஏறி மறுபுறம் இறங்கியும் வெள்ளியங்காட்டை அடையலாம். வெள்ளியங்காடுதான் மனித நடமாட்டத்தை நாம் இந்த ரூட்டில் பார்க்கக்கூடிய கடைசி இடம். அடுத்து 40 கிலோமீட்டர் தொலைவிற்கு மலையும் காடும் அடர்ந்து நெருங்கிக் கிடக்கும் இடங்களில் வனத்துறையினர், போலீஸ் தவிர்த்து அவ்வப்போது அரிதாக எதிர்படும் ஏதாவது வாகனங்கள் அல்லது விலங்குகளைப் பார்க்கத்தான் வாய்ப்பு அதிகம். வெள்ளியங்காடு என்ற அந்தச் சிறிய ஊரில் வாட்டர் பாட்டில், ஸ்நாக்ஸ் போன்றவற்றை வேண்டுமானால் வாங்கி வைத்துக் கொள்வது நலம். ஒரிரண்டு சிறிய மெஸ்களும் உண்டு . எங்களுக்குக் காலை 7 மணிக்கெல்லாம் சுடச்சுட இட்லிகளும் ஆம்லெட்டுகளும் சுவையாகக் கிடைத்தன.

ஊரைத்தாண்டி உள்ள ஃபாரஸ்ட் செக்போஸ்ட்டில் இருந்தவர் ரொம்ப ஸ்ட்ரிக்ட் ஆஃபீசர் போல.... கடுகடு சிடுசிடுவென முறைப்பும் விறைப்புமாகவே எங்களை டீல் செய்தார். காருக்குண்டான டாகுமென்ட்ஸ், ட்ரைவிங் லைசென்ஸ், கஞ்சா, மது, எளிதில் தீப்பற்ற வைக்கக் கூடிய பொருள்கள் என்று முழுச் சோதனையிட்ட பிறகே அனுமதி அளித்தார்.

சற்றுத் தொலைவில் மலைப்பாதை தொடங்குகிறது. அத்திக்கடவு குடிநீர்த் திட்ட அணையையும் ஆற்றையும் கடந்த பிறகு மானார் என்ற சிற்றூரைத் தாண்டி முள்ளி செக் போஸ்ட் வருகிறது. இங்கு கேரளாவில் இருந்து வரும் சாலை நம்முடன் இணைந்து கொள்கிறது. இங்கும் சோதனைகள், கேள்விகள், ரெஜிஸ்டரில் என்ட்ரி, கையெழுத்து என பலவித ஃபார்மாலிட்டிஸ்..... எல்லாம் ஓகே ஆன பிறகு ஏகப்பட்ட இன்ஸ்ட்ரக்ஷன்ஸ், வார்னிங்குகள் கொடுத்து

அனுப்புகிறார்கள் .மாலை 4 மணிக்குப் பிறகு ஸ்ட்ரிக்ட்லி நோ என்ட்ரி.

கேரளாவில் மன்னார்க்காட்டில் இருந்து கோயம்புத்தூர் வரும் சாலையில் ஆனைகட்டிக்கு முன்பாகக் கோட்டத்துறையில் விலகி முள்ளி செக்போஸ்ட் வந்து சேர்கிற இந்தச் சாலையில் மன்னார்க் காட்டில் இருந்து முள்ளி வந்து சேர்வதே ஆகப்பெரும் அட்வென்சராகத்தான் இருக்கும். முக்காலியை அடுத்துத் தாவளத்தில் இருந்து முள்ளி வரும் பாதை இன்னும் ஜோராக இருக்கும்.

முள்ளி பார்த்தரில் இருந்து 100 மீட்டர் தொலைவில் பில்லூர் நீர்மின்நிலைய அணைக்குச் செல்லும் சாலை பிரிகிறது. இந்தப் பாதையில் தான் பரளிக்காடு சூழல் சுற்றுலா மையம் இருக்கிறது . கோவை மாவட்ட வனத்துறையினர் பரளிக்காடு பழங்குடி மக்களுடன் இணைந்து இந்தச் சூழலியல் சுற்றுலாவை டிசைன் செய்திருக்கிறார்கள்.

சுக்கு கா∴பி வெல்கம் ட்ரிங்கில் ஆரம்பித்துப் பவானி ஆற்றில் பரிசல் சவாரி, சலிக்கச் சலிக்க ஆனந்தமான ஆற்றுக் குளியல், மலைவனத்துக்குள் Guided ட்ரெக்கிங், கீரை மசியல், ராகிக்களி, நாட்டுக்கோழிக் குழம்பு என அசத்தலான கிராமத்துச் சமையலில் லன்ச் என செமத்தியான ஒன்- டே பேக்கேஜ் அது.....!

பில்லூர் அணைக்குச் செல்ல யாருக்கும் அனுமதி கிடையாது. நாம் மஞ்சூர்ப்பாதையில் திரும்பினோம் . மலைப்பாதை மெல்ல மெல்ல மேலேற, திரில்லும், திகிலும் ஏகத்துக்கும் எகிறி அடிக்கத் தொடங்குகின்றன. மலைச்சாலையின் விளிம்பில் இடது புறம் நாம் எதைப் போட்டாலும் அது விழுமிடம் கேரளாவாக இருக்கும். எல்லையை ஒட்டியே மலைச்சாலை நீள்கிறது.

வளைவு ஒன்றில் ஒரு பெரிய பாலத்தின் கீழ் மீண்டும் ஆறு குறுக்கிடுகிறது. பெருக்கெடுத்து ஓடும் ஆற்றை இறங்கிப் பார்க்க ஆசையாக இருக்கிறது. ஆனால் அச்சத்தின் முன் ஆசை தோற்றுப் போகிறது. மனதைச் சமாதானப்படுத்திக் கொண்டு காரைச் செலுத்த ஒரு மணி நேரத்தில் நிலப்பரப்பு..... சாரி.... மலைப்பரப்பு மாறத் தொடங்குகிறது. தேயிலைத் தோட்டங்கள் தென்படத் தொடங்குகின்றன. அடுத்து, கெத்தை என்ற நீர்மின் நிலையம் உள்ள அணை வருகிறது. அங்குள்ள செக் போஸ்டிலும் விசாரித்த பிறகுதான் திறந்து விடுகிறார்கள்.

தேயிலைத் தோட்டங்களும், சுற்றியுள்ள நெடிய மலைத்தொடரும், அமைதியும், தனிமையும் நம்மை என்னென்னவோ செய்கின்றன. இங்குள்ள கொண்டை ஊசி வளைவுப் பாதைகளில் சற்றுக் கவனம் தேவை. ரொம்பவே ஷார்ப்பாக இருக்கின்றன.

மஞ்சூருக்கு முன்பாக மூன்று, நான்கு காட்டேஜ்கள் இருக்கின்றன. சென்ற முறை நாம் தங்கிய வள்ளி வேலி வியூ காட்டேஜ் மறக்க முடியாத அட்டகாசமான அனுபவம். அவர்கள் சமைத்துப் போடுவதைச் சாப்பிட்ட பிறகு அங்கேயே குடி போய்விடலாம் போல அப்படியொரு கைப்பக்குவம்

மஞ்சூரில் இருந்து குன்னூர் வழியாக அல்லது லவ்டேல் வழியாக ஊட்டி போகலாம். ஆனால் அவலாஞ்சி வழியாக ஊட்டி போவதுதான் ஸ்பெஷல்.

ரோட்-ட்ரிப் பிரியர்களுக்கு மஞ்சூரில் இருந்து ஜாலியாக ஒரு ரைட் போக சூப்பரான ஒரு ஏரியா இருக்கிறது. தாய்சோலை, கிண்ணக்கொரை வழியாக டெட் - என்டான இரிய சீகை என்னும் இடம் வரை நிதானமாகச் சென்று வரலாம். கிண்ணக்கோரைப் பகுதியின் தென்புறம் இரவு நேரங்களில்

ஒளிக்கீற்றுகளாகப் பளிச்சிடும் ஆனைகட்டி, கோட்டத்துறை உள்ளிட்ட கேரளப் பகுதிகளைப் பார்ப்பது அலாதியாக இருக்கும்.

அப்பர் பவானி அணைக்குச் செல்லும் சாலை கிண்ணக்கொரைக்கு முன்பாக வலப்புறமாகப் பிரிகிறது . ஏதோ ஜுராசிக் பார்க்குக்குள் பயணிப்பது போல இருக்கும் இந்தப் பாதையில் கோரக்குந்தா என்னும் இடம் வரைதான் நமக்கு அனுமதி . செக்போஸ்டில் தடுத்து நிறுத்த, ஏக்கப் பெருமூச்சுடன் திரும்பினோம். காட்டெருமைகளும், மான்களும், யானைகளும் மிகச்சுதந்தரமாக உலவுகின்றன. வேறோர் உலகம் அது. ...!

மஞ்சூரில் 20 கிலோமீட்டர் தொலைவில் இருக்கும் அவலாஞ்சியை ஆஸ்திரேலியப் புல்வெளிகளுடன் ஒப்பிடுகிறார்கள். ஊட்டியில் பொட்டானிக்கல் கார்டன், தொட்டபெட்டா, போட் ஹவுஸ் போன்ற ரெகுலர் அட்ராக்ஷன்களைத் தாண்டி அவலாஞ்சி ஓர் அல்டிமேட் லொகேஷன்.

எமரால்ட் ஏரிக்கு முன்பாக உள்ளே தனியாகப் பிரியும் சாலையில் 7 கிலோமீட்டர் தொலைவில் அவலாஞ்சியின் என்ட்ரி பாயிண்ட் இருக்கிறது. அதுவரை தான் நமது வாகனத்திற்கு அனுமதி. அங்கு டிக்கெட் வாங்கிக் கொண்டு காத்திருந்தால் வனத்துறையின் ஜீப் அல்லது வேனில் அடர் வனத்துக்குள் அழைத்துப் போகிறார்கள். இரண்டரை மணிநேரப் பயணத்தில் அப்பர் பவானி அணையின் மறுகரை வரை செல்லலாம்.

அவலாஞ்சி சோலைக்காடுகள் நீலகிரியின் அணிகலன் என்று புகழப்படுகின்றன. இங்கு 5000 மில்லி மீட்டர் அளவு வரை மழை பெய்யும் என்று சர்வ சாதாரணமாகச் சொல்கிறார்கள்.

அதற்குப் பெயர் பெய்வதல்ல..., வானம் பொத்துக் கொண்டு ஊற்றுவது....! மேகப் பெருவெடிப்பு என்ற ஒரு விஷயத்தையே அவலாஞ்சி மூலமாகத்தான் தெரிந்து கொண்டோம்.

காலி:பிளவர்களை அடுக்கி வைத்திருப்பது போலத் தோற்றம் அளிப்பதால் இதனை காலி:பிளவர் சோலை என்றும் சொல்கிறார்கள். பெயரைக் கேட்டதுமே காலி:பிளவர் இங்கு நிறைய விளையும் போல என நினைத்துக் கொண்டோம். விஷயம் தெரிந்த பின் பப்பி ஷேம் ஆகி விட்டது.

எண்ணற்ற உயிரினங்கள் வாழும் இந்தச் சோலைக் காடுகள் தான் தமிழகத்தின் தண்ணீர்த் தொட்டிகள் என்கிறார்கள். மழைநீர், இங்குள்ள புல்வெளிகளிலும், சோலைக்காடுகளிலும் சேமிக்கப்பட்டுச் சிறுசிறு சுனைகளாகிப் பிறகு ஓடைகளாகிப் பின்னர் ஆறுகள் ஆகின்றன. இங்குள்ள சிறிய பவானி அம்மன் கோவிலில் ஆண்டுதோறும் திருவிழா சிறப்பாக நடைபெறுகிறது. பவானி ஆற்றின் ஊற்றுக்கண் இங்குள்ளதாக நம்பப்படுகிறது.

அவலாஞ்சியில் இருந்து கிளம்பி ஊட்டி வரும் வழியில் எமரால்டு ஏரி என்னைக் கொஞ்சம் எட்டிப் பார்த்து விட்டுச் செல்லுங்கள் என்பது போல ஏரியல் வியூவில் எழிலாகத் தெரிகிறது.

ரோட் -ட்ரிப்பின் செகண்ட் இன்னிங்ஸை ஊட்டியில் இருந்து நடுவட்டம், கூடலூர், தெப்பக்காடு, மசினகுடி, மாயார், கல்லட்டி மீண்டும் ஊட்டி என ஒரு ரவுண்ட் ட்ரிப்பாக ரவுண்டு கட்டி அடிக்கலாம்.

காமராஜர் அணை, பைக்கார அருவி, பைக்காரா போட் ஹவுஸ், ஷூட்டிங் ஸ்பாட், ஊசிமலை ட்ரெக்கிங் என ஊட்டி- கூடலூர் நெடுஞ்சாலையில் என்டர்டெயின்மென்ட்கள் ஏகத்துக்கும் கொட்டிக் கிடந்தாலும், நல்ல இதமான ஒரு

மழை நாளில் இந்தச் சாலையில் சும்மா டிராவல் செய்தாலே போதும். அதிலும் பைக் பிரியர்களுக்கு இந்தச் சாலை வெரி வெரி ஸ்பெஷல்.

கூடலூரில் இருந்து மைசூர் ரோட்டில் முதுமலை- தெப்பக்காடு வரை வந்து வலப்புறம் திரும்பினால் 8 கிலோமீட்டரில் மசினகுடி. மசினகுடியில் இருந்தும் 13 கிலோமீட்டர் உள்ளடங்கி ஒளிந்து கொண்டிருக்கும் மாயார் வரை சென்று வந்தால் நாமும் கிட்டத்தட்ட ஒரு வன உயிரியாகவே மாறியிருப்போம் . யானை, சிறுத்தை, புலி, கரடி, மான்கள், காட்டெருமைகள் என எப்பொழுது எவை எந்தத் திசையில் இருந்து வரும் எனத் தெரியாது. எங்குமே மறந்துகூட இறங்கிவிடக்கூடாது. மசினகுடி, பொக்காபுரம் பகுதிகளில் எண்ணற்ற ரிசார்ட்டுகள் இருக்கின்றன. முதுமலை ஜீப் ச:பாரி யாரும் மிஸ் செய்யக் கூடாத ஒன்று.

500 வகையான உயிரினங்களின் வாழ்விடமான முதுமலைக்காடு, உலகின் மிக முக்கியமான பல்லுயிர்க் கோளங்களுள் ஒன்றான நீலகிரிப் பல்லுயிர்க்கோளத்தின் செறிவான பகுதியாகும்.

மசினகுடியில் இருந்து ஊட்டிக்குத் திரும்ப மீண்டும் கூடலூர் சுற்றி 80 கிலோமீட்டர் பயணிக்க வேண்டியதில்லை . கல்லட்டி வழியாக 29 கிலோமீட்டரில் ஊட்டியை அடைந்து விடலாம் . ஆனால் ஊட்டியிலிருந்து கல்லட்டி வழியாக மசினகுடி வருவது தடைசெய்யப்பட்டு ஒருவழிப்பாதையாக மாற்றப்பட்டுள்ளது.

கல்லட்டிப்பாதையில் கார் ஓட்டுவது கண்ணைக்கட்டி ஓட்டுவது போல இருக்கும். அதனால் தான் இச்சாலையை ஒன் ஆஃப் த மோஸ்ட் டேஞ்சரஸ் ரோட்ஸ் இன் இந்தியா என்கிறார்கள் . விபத்துகள் மூலம் உயிர்ப்பலிகள் அதிகம்

நடக்கும் இந்த ஆபத்தான மலைச்சாலையில் தேர்ந்த ஓட்டுநர்களே திணற வேண்டியிருக்கும். த்ரில் வேண்டும்தான் என்றாலும் ஸ்கில் போதாதவர்கள் இந்த ரோட்டில் ரிஸ்க் எடுக்க வேண்டாம். முதல் இரண்டு கியர்களில் இறங்கினாலே வாகனம் கண்ட்ரோல் இல்லாமல் போகும் அளவு செங்குத்தான, குறுகிய வளைவுகளும், திருப்பங்களும் இங்கு அதிகம்.

காரோ, பைக்கோ .....இரண்டு நாள்கள் இந்தச் சாலைகளில் சுற்றித் திரிந்து விட்டு வந்தாலே போதும் .... ஊட்டியை வேறு புதிய கண்களால் பார்த்துவிட்டு வந்தது போல இருக்கும். உடலும் மனசும் ரெஃப்ரெஷாகி சரசரவென சார்ஜ் ஏறிவிடும்.

விகடன் ப்ளஸ் - 13.03.2024

மாமலக்கண்டம்

உடன் வந்தவர்கள் மாமலக்கண்டம் என்ற பெயரை மனப்பாடம் செய்வதற்குள்ளேயே மத்தியானம் ஆகிவிட்டிருந்தது .கேரளத்து மலைகளின் அரசனான மூணாரையும், அரபிக் கடலின் அருமையான கொச்சினையும் இணைக்கும் அழகு பொதிந்த சாலையில் ஆறாம் மைல் என்ற இடத்திலிருந்து வடக்கு நோக்கி வனப்பாதையில் மலையேறத் தொடங்கினால் பத்தாவது கிலோ மீட்டரில் மாமலக்கண்டம் என்ற இந்த அழகான மலைச்சிற்றூர் நம்மை வரவேற்கிறது.

இந்தப் 10 கிலோமீட்டரை யானைகளையோ அல்லது வேறு ஏதும் விலங்குகளையோ பார்க்காமல் கடந்தால்தான் அது ஆச்சரியமான செய்தியாக இருக்கும். காட்டுத்தனம் என்ற சொல்லுக்குப் பொருத்தமான பொருள் தரும் காட்டுப்பாதை அது .மாமலக்கண்டத்தில் உள்ள அரசு உயர்நிலைப் பள்ளியில் படிப்பவர்களை விட அதைப் பார்க்க வருபவர்கள் அதிகம் பேர். பல திரைப்படங்களிலும் இதைக் காட்டியிருக்கிறார்கள். வசீகரிக்கும் வெள்ளருவி ஒன்று வெகுவேகமாகக் கொட்டிக் கொண்டிருக்கும் பின்னணியில் அமைந்திருக்கும் இந்தப் பள்ளிக்கு முன்னால் சுற்றுலாவாசிகளை எதிர்பார்த்து நான்கைந்து சிற்றுண்டிச் சாலைகளே உண்டென்றால் பார்த்துக் கொள்ளலாம்.

சில்லென்ற க்ளைமேட்டில் பச்சைப் பசேல் என்ற பின்னணியில் ஆறுகளும் அருவிகளும் சூழத் தனிமையைத் துணைக்கு வைத்துக்கொண்டு அடக்க ஒடுக்கமாக ஆனால் அழகு கொப்பளிக்க நம்மைக் கட்டிப்போட்டு விடுகிறது மாமலக் கண்டம்.

ஆற்றங்கரையோரமாக, மலைச்சரிவுகளில், மரங்களுக்கு இடையில் என ஆங்காங்கே சில ரிசார்ட்டுகள் ஒரு நாள் பிளானில் வந்தவர்களைக் கூட ஓர் இரவு இங்கு தங்கி விடலாமா என யோசிக்க வைத்து விடுகின்றன.

தட்டெக்காட் என்ற பறவைகள் சரணாலயத்தில் இருந்து மாமலக்கண்டத்திற்கு ஒரு ரூட் இருக்கிறது. முரட்டு எஸ்யூவி வைத்திருப்பவர்களுக்கு செமத் தீனி கிடைக்கும் சவால் மிகுந்த ஆஃப் ரோடு அது.

அதுமட்டுமின்றி மாமலக்கண்டத்தில் நிறைய ஜீப்புகள் வாடகைக்குக் கிடைக்கின்றன. ஃபோர்வீல் டிரைவ் கொண்ட ஜீப்புகளில் முனிப்பாற என்னும் இடத்திற்கு ஒரு மணி நேர ஆஃப் ரோடு சஃபாரி செல்லலாம். பண்டைத் தமிழகத்தின் பாண்டிய நாட்டு மதுரையிலிருந்து சேர நாட்டு முசிறிக்கு மலைகளையும், காட்டையும் தாண்டிக் கால்நடையாகவே பல்வேறு காரணங்களுக்காக மக்கள் போய்க்கொண்டும் வந்து கொண்டும் இருந்திருக்கிறார்கள். பல வழித்தடங்களைக் கொண்டிருந்திருப்பார்கள் போலும். இங்கே முனிப்பாறையில் ஏறத்தாழ 2000 ஆண்டுகளுக்கு முற்பட்ட ட கற்பலகைக் குடில் ஒன்று அமைந்துள்ளது மதுரையில் இருந்து வரும் மக்கள் இங்கே தங்கிச் சென்றிருக்கிறார்கள். இது நிலம்பூர், வயநாடு, செந்தூரணி, மறையூர் போன்ற இடங்களில் இருக்கும் டால்மன் கேவ் எனப்படும் முனியறக் குகைகளுக்கும் இதற்கும் வேறுபாடு உண்டு. அவை இறந்து போன மக்கள் புதைக்கப்பட்ட இடங்கள். ஆனால் முனிப்பாறை மக்கள் தங்கிச் சென்ற இடம். அதன் பிறகு பழங்குடி மக்கள் இங்கு ஆண்டுதோறும் வழிபாடு செய்து வந்திருக்கிறார்கள். ரம்மியமான சூழலும் பழைமையின் அடையாளமும் கைகுலுக்கிக் கொண்டு நம்மைப் புளகாங்கிதம் அடைய வைக்கின்றன.

அங்கிருந்து பார்க்கத் தூரத்து மலைச்சரிவுகளில் பழங்குடியினரின் சில குடியிருப்புப் பகுதிகளும்

வெள்ளைக் கோடுகளாக அருவிகளும் தென்படுகின்றன. அவற்றுக்கெல்லாம் எங்கு பாதை என்பது புலப்படவே நமக்கு ஒரு நேரம் எடுத்துக் கொள்கிறது. மூணாரை ஆலுவாவுடன் இணைக்கும் பழைய பாதை ஒன்று இந்த மலைத்தொடர்களின் ஊடாகத்தான் சென்றிருக்கிறது. இப்பொழுதும் google மேப்ஸில் மூணார்- ஆலுவா ரூட் என்று காட்டிக் கொண்டுதான் இருக்கிறது. ஆனால் அந்தப் பாதை பயன்பாட்டில் இல்லை. பெரும்பாலான இடங்களில் பாதையே இல்லை. இங்கிருந்து பெரும்பாங்குத்து அருவி வழியாக ஆனக்குளத்துக்கும், இடமலையார் அணைக்கும் அங்குள்ள ட்ரைபல் செட்டில்மெண்ட் பகுதிகளுக்கும் மலைப்பாதைகள் உண்டு. ஆனால் பார்வையாளர்களுக்கும் சுற்றுலாவாசிகளுக்கும் அனுமதி இல்லை. அந்தப் பாதைகளும் அது சென்று சேர்க்கும் இடங்களும் புதியதோர் உலகமாகத்தான் இருக்கும்.

முனிப்பாறையில் இருந்து சிறிது தூரம் நடந்து மலையின் விளிம்பிலிருந்து கீழே பார்க்கும் பொழுது சலசலத்து ஓடிக் கொண்டிருக்கிறது கரிந்திரி ஆறு. ஆங்காங்கு அருவிகளாகக் கொட்டிக்கொண்டு இருப்பதை இங்கிருந்து பார்க்க முடிகிறது. ஆனால் பெரும்பாலான அருவிகள் அருகில் செல்ல நமக்கு அனுமதி இல்லை.

நம்மை ஜீப்பில் அழைத்து சென்று இருந்த டிரைவர் கண்ணனின் அப்ரோச் வெகு லவ்லியாக இருந்தது. முனிப்பாறையில் நாம் விரும்பும் வரை இருக்க அனுமதித்த அவர் அங்கிருந்து கிளம்பிய பின் அடுத்த வளைவில் நெட்டுக்குத்தாக ஒரு சரிவில் ஜீப்பைச் சரேலென்று கீழே இறக்கினார்.அதற்கு அப்பால் ஒன்றுமே இல்லை. நமக்கு திக் என்று தோன்றிய தருணத்தில் சடாரென இடப்பக்கமாக ஓடித்து ஓர் ஆற்றுக்குள் இறக்கினார். ஜீப்பின் முக்கால் சக்கரம் முழுகும் அளவு லாவகமாக ஆற்றைக் கடந்து நம்மைக் கீழே

இறக்கி விட்டார். அலுக்கவே அலுக்காத அளவு ஆனந்தமான குளியல் உத்தரவாதம். ஆற்றின் மறுகரையோரம் ரிசார்ட் ஒன்று ஒளிந்து கொண்டு இருக்கிறது. நைட் ஸ்டேவில் வனவிலங்குகளின் நடமாட்டத்தைத் தெளிவாகப் பார்க்க முடியும் என்றார் கண்ணன். மனதில் குறித்து வைத்துக் கொண்டோம்.

மாமலக்கண்டத்தின் ஹைலைட் கோயினிப்பாறையில் இருக்கிறது. 4500 அடி உயரத்தில் இருக்கும் மலை உச்சி கோயினிப்பாற. திகட்டத் திகட்ட நாலு மணி நேர ஆஃப் ரோடு அனுபவமும், குளிர்ந்த காற்று குவின்டால் கணக்கில் கொட்டிக் கொண்டிருக்க மலையுச்சியில் நின்று கொண்டு சுற்றுப்புறத்தை நாலாத் திசைகளிலும் பார்க்கக் கிடைக்கும் பரவசமும் மெமரியில் சேவ் ஆகிக் கொண்டு வாழ்நாள் முழுதும் நம்மெளடன் இருக்கும்.

கோதமங்கலத்தில் இருந்து ஒரு நாளைக்கு நான்கு முறை மாமலக்கண்டத்திற்குப் பேருந்து வருகிறது.

தட்டேக்காட் பறவைகள் சரணாலயத்தில் இருந்து மாமலக்கண்டத்திற்கு நாங்கள்த் தட்டு தடுமாறிக் கரடு முரடான சாலையில் வந்து சேர்வதற்குள் கண்ணன் ஆறேழு முறை அலைபேசியில் அழைத்திருந்தார். அப்டேட் கேட்டுக் கொண்டே இருந்தவர் எங்களை ரிசீவ் செய்த விதமே அலாதியாக இருந்தது. மாலை 7 மணிக்கு நாங்கள் பயணத்தை முடித்துக் கிளம்பத் தயாரான போது மூணார்-கொச்சின் மெயின் ரோட்டை அடையும் வரை உள்ள 10 கிலோமீட்டர் ரிஸ்க்கான மலைச்சாலையைக் கடக்க அச்சமாக இருந்தால் தனது ஜீப்பை எடுத்துக் கொண்டு எங்களுக்கு முன்பாக வழிகாட்டிக் கொண்டே வருவதாகச் சொன்னார். நீங்கள் பின்தொடர்ந்து வந்தால் போதும் பாதுகாப்பாக மெயின் ரோடு வரை கொண்டு வந்து விட்டு விட்டுத் திரும்பி விடுவதாகச் சொன்னவரிடம்

நாம் வேண்டாம் என மறுத்தும் கேட்கவில்லை. இதற்குத் தனியாக பணம் எதுவும் கொடுக்க வேண்டாம் என்று வேறு சொல்லி நம்மைத் திகைக்க வைத்தார். நாம் அன்புடன் மறுத்துவிட்டு இரவின் திரில்லைக் காட்டுக்குள் என்ஜாய் செய்து விட்டு மெயின் ரோடு வந்து சேர்ந்தோம். அடுத்த நாள் காலையும் ∴போன் கால் செய்து விசாரித்துக் கொண்டார். மறக்க முடியாத நபர் அவர்.

மாமலக்கண்டத்துக்கு முன்பாக உள்ள தட்டேக்காட் பறவைகள் சரணாலயம், பூதத்தான்தான்கெட்டு அணைத்தோட்டம், படகு சவாரி, மகாகனித் தோட்டம் பூயம் குட்டி ஆற்றங்கரை, குட்டம்புழ ஆற்றங்கரை ஆகியவை செம க்யூட்டான பிக்னிக் ஸ்பாட்டுகள். அதிலும் தட்டேக்காட் சரணாலயத்தை ஒட்டி ஆற்றுக்கும் காட்டுக்கும் இடைப்பட்ட புல்வெளி செம விஷுவலாக செல்∴பி ∴ப்ரேமில் விரிகிறது.

மொத்தத்தில் மாமலக்கண்டம் இயற்கையின் செல்லப்பிள்ளை... நாமும் கொஞ்சம் கொஞ்சி விட்டு வரலாம்..!

அஷ்தமுடிக்காயலில் ஒரு முழுநாள்

ஆலப்புழ, குமரகம் போலவே கொல்லத்தில் உள்ள அஷ்தமுடிக்காயலும் படகு இல்லங்களுக்குப் பெயர் பெற்ற இடம்.

வேம்பநாட்டு ஏரிக்கு அடுத்த மிகப்பெரிய ஏரியான அஷ்த முடியிலிருந்து ஆலப்புழ வரை தேசிய நீர்வழிப் பாதை வழியே நடக்கும் படகுப் போக்குவரத்து பல சிறுநகரங்களையும், சிற்றூர்களையும் இணைக்கிறது.

சிறு சிறு தீவுக் கூட்டங்களைக் கொண்டுள்ள அஷ்தமுடிக் காயலின் கரையோரங்களில் பல பேக்-வாட்டர் ரிசார்ட்டுகளும் ஹவுஸ் போட்டுகளும் உண்டு. கொல்லம் பேருந்து நிலையத்திற்கு எதிர்ப்புறமாக உள்ள படகுக்குழாமில் நாம் ஏற வேண்டிய படகுகள் அனைத்தும் வரிசை கட்டி நிற்கின்றன.

நாம் காலை 9:30 மணி முதல் மாலை 5 மணி வரை உள்ள ஒரு டே- பேக்கேஜை எடுத்திருந்தோம் .செங்கோட்டைக்கு அருகில் உள்ள கும்பாவுருட்டி அருவிக்கு முன்பாக உள்ள காட்டேஜ் ஒன்றில் குளித்து முடித்து அடித்துப் பிடித்துக் கிளம்பிச் சரியாக ஒன்பதரை மணிக்கு கொல்லத்தின் கே .எஸ் .ஆர். டி. சி. பேருந்து நிலையத்திற்கு முன்புள்ள கார்ப்பரேஷன் பார்க்கிங்கில் காரை நிறுத்துவதற்கும் க்ரூஸ் படகில் இருந்து அவர்கள் கால் செய்வதற்கும் சரியாக இருந்தது.

முழுக்க முழுக்க ஏசி செய்யப்பட்ட கீழ்த்தளத்தில் இரண்டு படுக்கை அறைகளும் பெரிய ஹாலும், மேல்தளத்தில்

அழகான கூரை வேலைப்பாடுடன் முப்புறமும் திறந்த ஹாலும் கொண்ட க்யூட்டான க்ரூஸ் அது.

வெல்கம் டிரிங்கான மாம்பழச் சாற்றில் ஆரம்பித்து மாலை 5 மணிக்கு ட்ரிப் முடிவில் கேக் -கட்டிங் ஈவன்டில் தரும் ப்ளூபெரி கேக் வரை நான்- ஸ்டாப்பாகச் சாப்பிட எதையாவது கொடுத்துக் கொண்டே இருக்கிறார்கள் .அட்டகாசமான மெனு... அதிலும் குறிப்பாக மிட் -டே மீல் எனக் காலை 11 மணிக்குத் தரப்படும் கப்பையும் மீனும்.... அடேங்கப்பா...!

பிஜிஎம், மேஜிக் ஷோ, லைவ் மியூஸிக், சின்னச் சின்ன ஆக்டிவிட்டிஸ் மற்றும் கேம்ஸ் என நமக்கு போர் அடிக்காமல் பார்த்துக் கொள்கிறார்கள். நாம் சென்றிருந்த நாளில் ஏறத்தாழ 50 பேர் வந்திருந்தார்கள். குழந்தைகள், பெரியவர்கள், இளைஞர்கள் உட்பட அனைவரையும் எம்.சி. தனது உற்சாகமான காம்பியரிங் மூலம் எங்கேஜ்டாகவே வைத்திருந்தார்.

வந்திருந்தவர்களில் ஒருவர் தானே எழுதி மெட்டமைத்த மலையாள நாட்டுப்புறப் பாடல் ஒன்றைப் பாடினார். நீளமான பாடலான அது மனதுக்குள் ஊடுருவி நம்மை என்னென்னவோ செய்தது .பாடி முடித்ததும் அத்தனை பேரும் எழுந்து நின்று கைதட்டினார்கள். தொடுபுழயிலிருந்து வந்திருந்த கல்லூரி மாணவியர் இருவரின் மெல்லிய நடனமும், பாடலும் வேற லெவல்.

கோடை வெயிலுக்கு இதமாகச் சில்லென்ற நீர்ப்பரப்பில் 52 கிலோமீட்டர் தொலைவு நம்மை அழைத்துச் செல்கிறார்கள். ஆங்காங்கு சிறு சிறு தீவுகள்.... தீவுகளில் நான்கைந்து வீடுகள்... இரண்டு படகுகள்....

கண்ணுக்கெட்டிய தொலைவு வரை நீல நிறத்தை அள்ளி விழுங்கிய நீர்ப்பரப்பும், பச்சைக் குவியலாகச் சிறுதிட்டுகள், என ரம்யமான சூழல் அது .கொச்சியில் இருப்பது போல

சைனீஸ் ∴பிஷ்ஷிங் நெட்கள் சிறிய சைஸ்களில் ஆங்காங்கு அமைக்கப்பட்டிருக்கின்றன. லோக்கல் மக்கள் இவற்றை சீனா வலை என்கிறார்கள். கல்லடையாறும் அச்சன் கோவில் ஆறும், குளத்துப்புழ ஆறும் ஆண்டு முழுவதும் அஸ்தமுடிக் காயலுக்கு நீரைக் கொண்டு வந்து சேர்த்துக் கொண்டிருக்கின்றன.

மன்றோத்துருத்து எனப்படும் மன்றோத் தீவுப் பகுதிக்குள் பெரிய படகுகள் செல்ல முடியாது என்பதால் இடையிலேயே சிறு படகுகளில் நம்மை ஏற்றி அழைத்துச் செல்கிறார்கள். வட்டத் தொப்பி அணிவித்து லை∴ப் ஜாக்கெட்டுகளுடன் கூட்டிப் போகும்போதே குதூகலம்ஆரம்பித்து விடுகிறது. சாம்பிராணிக் கொடி எனும் பகுதிக்கும் இதே போல அழைத்துப் போகிறார்கள். முழங்கால் வரை நீர்மட்டம் உள்ள இப்பகுதிகளில் ஆசை தீர நீரில் விளையாடலாம். சில்லென்ற நீரை விட்டு வெளியேற யாருக்குமே விருப்பமில்லை எனுமளவு அந்த இடம் நம்மை முழுமையாக ஈர்த்துக் கொள்கிறது.

பொதுப் போக்குவரத்துப் படகுகளும், மீன்பிடிப் படகுகளும் அவ்வப்போது நம்மைக் கடந்து செல்கின்றன.

பிற்பகல் 3:30 மணிக்கு ஆரம்பித்து ஓர் அரை மணி நேரத்துக்கு இதமான சாரல் வேறு .....படகின் முன்முனையில் நின்று கொண்டு முகத்தில் மென்மையாக அடிக்கும் சாரலை அனுபவிப்பதற்காகவே இன்னும் எத்தனை முறை வேண்டுமானாலும் செல்லலாம்.

பயணம் முடிந்து கரையை நெருங்க நெருங்க மழை வேகம் பிடிக்க ஆரம்பித்தது. இறங்கிக் காரை அடையும் வரை ஏரியையும், சொகுசுப் படகையும் நீர்த்திரையினூடே திரும்பித் திரும்பிப் பார்த்தவாறே செல்ல, அஷ்டமுடி ஏரி

பொழியும் மழைநீர்த்துளிகளைத் தனது மடியில் ஏந்திக்
கொண்டு மெல்லிய அலைகளின் மூலம் எங்களைப் பார்த்துப்
புன்னகைத்தபடி விடை கொடுத்தது.

அந்தி மழை பொழியும் அக்டோபர் மாதத்தில் கக்கடம்போயிலுக்கு ஒரு கலர்:ஃபுல் ட்ரிப்

அக்டோபர் மாதத்தில் அந்திமழை நேரத்தில் ....என ஒரு பாடலில் சங்கர் மகாதேவனும் ரஹ்மானும் நம்மை மெஸ்மரைஸ் செய்வார்கள். அது போன்றதோர் அக்டோபர் மாதத்தில் அந்திமழை பெய்து கொண்டிருக்கும் மாலை நேரங்களில் கக்கடம்போயிலின் வசீகரமும் நம்மை மெஸ்மரைஸ் செய்து விடுகிறது.

மாலை 4 மணிக்கெல்லாம் அலாரம் வைத்து ஸ்விட்ச் போட்டாற்போல கரெக்டாக ஆரம்பித்து விடுகிறது மழை. மழையில் நனைந்த பிறகு கக்கடம்போயிலும் அதன் சுற்றுப்புறமும் எப்படி இருக்கின்றன எனப் பார்த்துவிட்டு வரலாம் என்றுபுறப்பட்டோம்.

கோவையில் இருந்து காலை 6 மணிக்கெல்லாம் கிளம்பி பாலக்காடு, மன்னார்க்காடு, பாண்டிக்காடு, மஞ்சேரி வழியே கக்கடம்போயில் மலைத்தொடர்களுக்குச் சென்று சேரும்பொழுது காலை 11 மணி ஆகிவிட்டிருந்தது.

வெயில் பொலபொலவெனக் கொட்டிக் கொண்டிருந்தது. மழைக்கான அறிகுறியே இல்லை...!

ஆனால் முந்தைய நாள்களில் பெய்த மழையின் ஈரத்தையும், இதத்தையும் உணர முடிந்தது. முதலில் பெரிசுமலை, குரிசுமலை என்ற இரண்டு மலைமுகடுகளுக்குப் போகலாம்

என முடிவு செய்திருந்தோம். அதற்கு முன்பாகத் தொண்டைக்கு இதமாக ஏதேனும் அருந்தலாம் என்று பார்த்தால் அருகில் உள்ள ஒரு கடையில் பழச்சாறு விற்றுக் கொண்டிருப்பது தெரிந்தது. இரண்டு கிரேப் ஜூஸ் ஆர்டர் கொடுத்தோம்.

கணிசமான விட்டத்துடன், தாராளமான உயரத்துடன் இருந்த நீள் உருளை வடிவக் கண்ணாடிக் குவளைகளில் டார்க் பர்ப்பிள் நிறத்தில் வந்த கருந்திராட்சைக் கனிச்சாறு இனிப்பும் புளிப்புமாக நாவின் சுவை மொட்டுகளைச் செல்லமாகத் தீண்டித் தொண்டைக்குள் இறங்கும்போது நம்மை மொத்தமாகத் திராட்சைக் கொத்துகளும் பழச்சாறும் நிறைந்த தொட்டிக்குள் அமிழ்த்தி எடுத்ததைப்போல இருந்தது. இரண்டு நாள் மொத்தப் பயணத்தையும் இந்த ஜூஸ் மட்டுமே குடித்துக் கழித்து விடலாமா என ஒரு கணம் தோன்றியது... அடிப்பொலி..!

குரிசுமலைக்கும் பெரிசுமலைக்கும் போக வேண்டும் என்றால் 1 மணி நேரம் மலையேற வேண்டும். தட்டுத் தடுமாறி ஏறி நின்றால் அதன் உச்சி சற்றுப் புதுமையாகத் தட்டையாகப் பரந்து விரிந்து நம்மை வரவேற்றது. அங்குமிங்கும் மரம் விட்டு மரம் தாவுவது போல ஓரிடத்திலிருந்து மற்றொரு இடத்திற்கு நடந்தே செல்லலாம். ஒவ்வொரு கோணத்திலும் ஒவ்வொரு விதமான காட்சிகள் காணக் கிடைக்கும். நாம் மலைமீது ஏறத் தொடங்கும் போது வெயில் இறங்கத் தொடங்கியிருந்தது. நண்பகல் 12 மணிக்கெல்லாம் உச்சி வெயில் எப்படி இருக்குமோ என அச்சம் கொண்டிருந்த நமக்கு அது பெரிய சர்ப்ரைஸ் ஆக இருந்தது. உச்சி வெயில் ஏறுவதற்குப் பதிலாக இறங்கிக் கொண்டிருந்தது.

திருக்குறளில் அழகான ஒரு குறட்பா உண்டு.

பொதுவாகத் தீயானது நெருங்கும்போது சுடும் ;விலகும் போது குளிரும். ஆனால், நீங்கும்போது சூடும், நெருங்கும்போது குளிர்ச்சியும் உடைய இந்த அதிசயத்தீயை எங்கிருந்து பெற்றாள் இவள் என காதலியைப் பார்த்துக் காதலன் கேட்பது போல இருக்கும் அந்தக் குறள்.

"நீங்கின் தெறூஉம் குறுகுங்கால் தண்ணென்னும்

தீயாண்டுப் பெற்றாள் இவள்"

என்பது அந்தக் குறள்.

அதுபோல இங்கே உச்சிப் பொழுதை அடைய அடையக் காற்றில் குளிர்ச்சி கூடிக் கொண்டே வருகிறது ;வெயிலின் தாக்கம் குறைந்து கொண்டே வருகிறது. சற்று நேரத்தில் கருமேகம் சூழ்ந்து சில்லென்று காற்று மொத்தமாக மலைத்தொடர்களை மூடிக்கொண்டு விட்டது .

சிலு சிலுவெனக் காற்றைப் பருகியபடி அங்குமிங்கும் நடந்து நடந்து பிற்பகல் 2 மணிக்கு இறங்கத் தொடங்கியபோது மழையின் முதல் துளி நம்மை முத்தமிட்டிருந்தது.

அருகில் இருக்கும் கோழிப்பாறை எனும் அருவியை அடையும்போது எந்த நேரத்திலும் மழை வானைக் கிழித்துக் கொண்டு ஊற்றப் போகிறது என்பது தெரிந்தது. வயநாடு மாவட்டத்தில் உள்ள சிற்றூரான முண்டகையில் கண்ணிமைக்கும் நேரத்தில் திசை மாறிப் பாய்ந்து பல நூறு உயிர்களைக் காவு வாங்கிய சாலியாறு தான் கோழிப்பாறையில் அருவியாகப் பாய்ந்தோடிக் கொண்டிருக்கிறது. சாலியாற்றின் முரட்டுத்தனத்தை 2008 ஆம் ஆண்டுப் பெருவெள்ளத்திலேயே பார்த்திருக்கிறேன்.

கோழிப்பாற அருவியில் குளிக்க முடியாது. இதுபோல நூற்றுக்கணக்கான அருவிகள் கேரள மலைத்தொடர்களில்

உண்டு. அரை மணி நேரம் மட்டுமே செலவிடக் கூடியதாக இருந்தாலும் அதை ஒரு குட்டி பிக்னிக் ஸ்பாட் ஆக மாற்றி வைத்திருக்கிறார்கள். பாறைகளுக்கு மேலே வேலி அமைத்து, மூன்று வன ஊழியர்களை நியமித்து, டிக்கெட் கவுண்டர் உட்படச் சிறு அலுவலகம் ஒன்றைக் கட்டி, வாயில் கதவமைத்து, கழிப்பறைகள் கட்டி, குடிநீர் வசதி செய்து, பார்க்கிங் ஸ்பேஸ் உருவாக்கி, சிறு ஸ்நாக்ஸ் ஸ்டால் செட்டப் செய்து 30 ரூபாய் நுழைவுக் கட்டணம் வாங்கிக் கொள்கிறார்கள்.

நோ கேஷ் பேமெண்ட். ஒன்லி க்யூ ஆர் கோட். செல்ஃபோன் அலைவரிசை இல்லை என்றால் இன்டர்நெட்டுக்கு வைஃபை தருகிறார்கள்.

கோழிப்பாறையில் இருந்து நாம் தங்குவதற்காக மரவீடு புக் செய்திருந்த கோடஞ்சேரிக்கு 36 கிலோ மீட்டர் தான். ஆனால் இரண்டரை மணி நேரம் பிடிக்கிறது. அதில் கிட்டத்தட்ட ஒன்றரை மணி நேரம் மயிர்க்கூச்செறியும் மலைப்பாதைச் சவாரி. பெரும்பாலும் ஒரே ஒரு கார் மட்டுமே செல்லக்கூடிய அளவு அகலம் கொண்ட சாலை. நெட்டுக்குத்தாகச் சரேலென்று இறங்குகிறது; வளைகிறது ;திரும்புகிறது ;ஏறுகிறது நம்மைத் திக்கு முக்காட வைத்துவிடுகிறது. தேர்ந்த டிரைவிங் ஸ்கில் இல்லை என்றால் அந்தப் பக்கமே தலைவைத்துப் பார்க்க கூடாது. சற்றுச் சுற்றுப்பாதையாக இருந்தாலும் மெயின் ரோடு வழியாகக் கூடரஞ்ஞி என்ற ஊரின் வழியே சென்றுவிடுதல் நலம் .ஆனாலும் இந்த ரூட்டை நன்கு என்ஜாய் செய்ய முடிந்தது . ஆங்காங்கு குறுக்கிடும் ஓடைகளும், அருவிகளும், அடர்ந்த காடும், ஆள் நடமாட்டம் இல்லாத பிரைவசியும் அவ்வளவு எளிதில் வாய்த்து விடாது.

ஒரு வழியாகக் கோடஞ்சேரியில் உள்ள ரிசார்ட் செல்லும் மெயின் ரோட்டைப் பிடித்த போது சற்று ஆசுவாசமாக

இருந்தது. கோடஞ்சேரிக்கு ஆறேழு கிலோமீட்டர் முன்பாக வலப்புறம் திரும்பினால் ஒரு கிலோமீட்டர் தொலைவில் அரிப்பாற அருவி அமைந்திருக்கிறது. இரவலஞ்சி ஆறு அரிப்பாறையில் அருவியாகப் பாய்கிறது. பிரைவேட் பார்க்கிங்கில் காரை நிறுத்தி விட்டு நடந்தால் அந்தப் பகுதி ஏதோ மந்திர உலகத்துக்குள் நுழைவது போலத் தோற்றமளித்தது.

யாருமில்லாத நுழைவு வாயில்... ஒரே ஒரு செக்யூரிட்டி... கட்டணம் ஏதும் இல்லை. ஆற்றின் குறுக்கே அழகியதொரு நீளமான தொங்கு பாலம் அமைத்திருக்கிறார்கள். நடுப் பாலத்தின்மீது நின்று

ஆற்றின் ஆழ நீள அகலங்களையும், நீரின் வேகத்தையும், இரைச்சலையும்பார்த்தால் சற்றுத் திகிலாகத் தான் இருக்கிறது.

செல்:பி எடுக்கலாம் என செல்போனைத் தொடும்போது மணி நான்காகி விட்டிருந்தது. அப்படியெல்லாம் லேட் பண்ண மாட்டேன் என்று மழை ஆரம்பித்து இருந்தது .நார்மலாகத் தூரல், பிறகு சாரல் அதன் பிறகு பெருமழை எனப் படிப்படியாக கியர் மாற்றி எல்லாம் இங்கு பெய்யத் தெரியாத போலிருக்கிறது மழைக்கு .எடுத்த எடுப்பிலேயே டாப் கியர்தான்.

குடை கொண்டு போயிருந்தோம்தான்.... ஆனால் குடையை எல்லாம் அந்த மழை மதிக்கவே இல்லை... சொட்டச் சொட்ட நனைந்தவாறு காருக்குத் திரும்பினோம் .அப்போது ஆரம்பித்த மழை ரிசார்ட் வந்து சேர்ந்து இரவு உணவெல்லாம் முடித்து உறங்க ஆரம்பிக்கும் போதுதான் போனால் போகிறது என்று :பர்ஸ்ட் கியர்க்கு வந்து இருந்தது.. அப்படியும் விட்ட பாடில்லை.

கோழிக்கோடு -வயநாடு மாவட்ட எல்லையில் டெட் என்டில் மலைகளுக்கு நடுவில் அமைந்திருக்கும் இந்த

ரிசார்ட்டில் மரவீடு ஒன்றைத் தேர்ந்தெடுத்து இருந்தோம். மழைக்காலம் என்றாலும் தாங்கக் கூடிய உறுதியான வீடு அது .ரசகுல்லாவின் நடுவில் ஒரு சிறு குழி பறித்து செர்ரி ஒன்றைப் பதித்து வைத்தது போல மலைகள் சூழ நடுவில் பதிந்து இருக்கிறது இந்த ரிசார்ட்.

அங்கிருந்து 300 மீட்டர் தொலைவில் உள்ள அருவி ஒன்றில் பாதுகாப்பாகக் குளித்துக் குதூகலிக்கலாம். அதற்கு அப்பால் செல்ல முடியாது. கைடட் ட்ரெக்கிங் மூலம் மலை ஏறிச் சென்றால் அழகுமிகு அருவிகள் சிலவற்றைக் காண முடியும்.

அடுத்த நாள் காலை மழையுடன் விடிந்தது. மெல்லக் கிளம்பி அங்கிருந்து ஏழு கிலோமீட்டர் தொலைவில் உள்ள துஷாரகிரி அருவிக்குச் செல்ல, காலையிலேயே பார்வையாளர்கள் புடைசூழ அருவி ஒய்யாரமாக நம்மை வரவேற்றது. துஷார கிரியில் ஈராட்டுமுக்கு, தும்பி துள்ளும் பாற, மழவில்சாட்டம் என மூன்று அருவிகள் வெண்ணிறப் புகையாக வீழ்ந்து பாய்ந்து கொண்டிருக்கின்றன. காலையிலேயே அவ்வப்பொழுது மழை அட்டென்டன்ஸ் போட்டுக் கொண்டிருந்தது.

திரும்பி வீடு வந்த பிறகும் மழையின் ஒலியும், அருவியின் இசையும் வெகு நேரம் நமது காதுகளில் ஒலித்துக் கொண்டே இருந்தன.

பின்னுரை

கேரளச் சாலைகள் பயன்படுத்தத் தகுதியற்றவை என்ற ஒரு பேச்சு உண்டு. பத்துப் பதினைந்து ஆண்டுகளுக்கு முன்பு பெரும்பாலும் அப்படித்தான் இருந்தன. அதன் பிறகு சாலைகள் அனைத்தும் தரமாக அமைக்கப்பட்டு நன்கு பராமரிக்கப்பட்டு வருகின்றன. பெரு வெள்ளத்தால் அழிக்கப்பட்ட சாலைகள், பாலங்கள் கூட இரண்டொரு மாதங்களில் அதன் சுவடே தெரியாத வண்ணம் சீரமைக்கப்பட்டன.

மாநிலம் முழுவதும் நாம் கேஷுவலாகத் தமிழில் பேச முடியும். நாம் பேசுவதை எளிதில் புரிந்து கொள்கிறார்கள். அவர்கள் பேசுவதும் நமக்கு எளிதில் புரிந்து விடும். பெரும்பாலான இடங்களில் தமிழ் நன்கு பேசத் தெரிந்தவர்கள் இருக்கிறார்கள். சுற்றுலாத் தலங்களில் நிறையப் பேர் சரளமான அமெரிக்க ஆங்கிலம் பேசுகிறார்கள்.

விதிகளைச் சரியாகக் கடைப்பிடிக்கிறார்கள். நள்ளிரவுகளில் ஆளே இல்லாத சாலைச் சந்திப்புகளில் கூட ரெட் சிக்னலை மதித்து நிற்கிறார்கள்.

நாளேடுகள், செய்தித் தாள்கள் படிப்பதில் வெகு ஆர்வம் காட்டுகிறார்கள்.

வெற்றிலை எச்சில் துப்பிக் கறை படிந்த தரையைக் கொண்ட பேருந்து நிலையங்கள், பொது இடங்களைப் பார்க்க முடிவதில்லை. பெரும்பாலான சுற்றுலாத் தலங்களில் தூய்மையான தரம் வாய்ந்த கழிப்பறைகள் ஆச்சர்யப்படுத்துகின்றன.

வனக்காவலர், பேருந்து ஓட்டுநர், நடத்துநர் போன்ற பல்வேறு பணிகளிலும் பெண்கள் நிறைந்து இருக்கிறார்கள். கருவேல மரங்கள், பார்த்தீனியம் போன்ற வளமற்ற தாவரங்கள் எங்கும் இல்லை. கட்டுவதற்கான திட்டமிடலில் மரம் வளர்ப்பது முதலிடம் பெறுகின்றது. மரங்களுக்கு இடம் விட்டு மீதியிடத்தில் வீட்டுக்கு ப்ளான் போடுகிறார்கள். "வீடென்பது வசிப்பதற்கன்று... வாழ்வதற்கு!" என்பது கேரள நண்பரொருவர் அடிக்கடிச் சொல்லும் வாசகம்.

ஒவ்வொரு ஊராட்சியிலும் குறைந்தபட்சம் ஒரு சுற்றுலாத்தலம் என்ற திட்டமொன்றைக் கேரளீயம் என்ற பெயரில் அரசால் முன்னெடுக்கப்பட்டுள்ளது.

குடிப்பதற்குப் பதிமுகம் என்ற மூலிகை வேர்ப்பொடி கலந்த வெந்நீரையே பெரும்பாலும் பயன்படுத்துகிறார்கள். உணவகங்களில் பிங்க் நிறத்தில் கண்ணாடிக் குவளைகளில் வைக்கப்படும் குடிநீரை முதன்முதலில் பார்ப்பவர்கள் சற்று ஜெர்க் ஆவார்கள்.

பேருந்துகளில் நடத்துநர் ஊதல் ஒலியைப் பயன்படுத்துவதில்லை. மாறாகக் கயிற்றால் கட்டப்பட்ட மணியொன்றை மெதுவாக இழுத்து ஒலியெழுப்புகிறார்கள். கோயம்புத்தூரிலும் இம்முறை பின்பற்றப்படுகிறது.

உள்ளூர்ப் பேருந்துகளில் பயணச்சீட்டு தரப்படுவதில்லை. தனியார் பேருந்துகளுக்கும், அரசுப் பேருந்துகளுக்கும் தனித்தனியே பேருந்து நிலையங்கள் இருக்கின்றன.

கிரிக்கெட்டை விடக் கால்பந்தை அதிகம் விரும்புகிறார்கள். குடையும் கையுமாகவே திரிகிறார்கள். வேட்டி உடுத்துக் கல்லூரிக்கு வரும் மாணவர்களை எங்கும் பார்க்கலாம். தமிழ்த் திரைப்படங்களை வெகுவாக ரசிக்கிறார்கள்.

மக்கள் தொகையில் ஆண்களைவிடப் பெண்களே அதிகமாக இருக்கிறார்கள்.

வாட்டர் மெட்ரோ சேவை கேரளத்தில் உண்டு . தேசிய நெடுஞ்சாலைகள் போல தேசிய நீர்வழிப்பாதைகள் இருகின்றன. ஒரிடத்திலிருந்து இன்னோரிடத்துக்கு டவுன் பஸ்களில் செல்வது போலப் படகுகளில் செல்கிறார்கள். பேருந்து நிறுத்தங்களைப் படகு நிறுத்தங்கள் ஆங்காங்கு இருக்கின்றன. வீட்டில் கார், பைக் வைத்துக் கொள்வதைப்போலச் சிலர் படகு வைத்துக் கொள்கின்றனர்.

நாட்டிலேயே மிக அதிகமான செவன் ஸ்டார், ஃபைவ் ஸ்டார், ஃபோர் ஸ்டார், த்ரீ ஸ்டார் ஹோட்டல்களைக் கொண்டுள்ள கேரளம் கல்வி, சுகாதாரம், தனிநபர் வருமானம் உள்ளிட்ட பல்வேறு குறியீடுகளில் முன்னோடி மாநிலமாகத் திகழ்ந்து வருகிறது.

இன்றைய முழுக் கேரளமும் கர்நாடகத்தின் தென்பகுதியும்தான் மூவேந்தர்களில் முதலாவதாகக் குறிப்பிடப்படும் சேரவேந்தர்கள் ஆண்ட சேர நாடு என்ற வரலாற்றை மட்டும் அவர்களில் பலரும் அறிந்திருக்கவில்லை . அறிந்தவர்களில் சிலர் ஏற்றுக் கொள்வதில்லை.ஏற்றுக் கொள்பவர்களில் பலரும் அதை வெளிப்படுத்திக் கொள்வதில்லை.

பின்னிணைப்பு: பார்க்கத்தகுந்த இடங்களின் பட்டியல்

BACK WATER:

பூவார்

வலியப்பரம்ப

கவ்வாயி

குமரகம்

ஆலப்புழா

அஸ்தமுடி

செட்டுவ

கோடைவாழிடங்கள்:

மூணார்

ராணிபுரம்

வட்டவட

மறையூர்

ஆனக்குளம்

நெல்லியம்பதி

வாகமன்

தோட்டங்கள், பூங்காக்கள்:

மலம்புழா	வாகமன் மெடோஸ்
காஞ்சிரப்புழ	ப்ளாஸம் பார்க்
போத்துண்டி	சுபாஷ்போஸ் பார்க்
பீச்சி	மரைன் ட்ரைவ்
வாழானி	வாகமன் ஹில்ஸ்பார்க்
நெய்யார்	மானாஞ்சிற ஸ்கொயர்
காரப்புழ	தும்பூர்முழி
தூணக்கடவு	ஏழாற்றுமுகம்
பெருவாரிப்பள்ளம்	மங்கலம்
செறுத்தோணி அணை	மாடாயிப்பாற
மலங்கர	கக்கயம்
கொச்சரீக்கல் குகை	பெருவண்ணமுழி
மலரிக்கல்	ROCK GARDEN
கோவிச்சல்	குலமாவு
ஹில்வியூபார்க் செறுத்தோணி	இடுக்கி ஆர்ச் டேம்
தென்மல	

ட்ரெக்கிங், மலைமுகடுகள், வியூபாயின்ட்கள்:

ஆனமுடி
அகத்தியமலை
இல்லிக்கல்கல்லு
இலவீழாப்பூஞ்சிற
பொன்முடி
விளங்கம்குன்னு
கொட்டஞ்சேரி
கொடிகுத்திமல
ககாடம்போயில்
வெள்ளரிமல
சொக்ரமுடி
தோணிக்கடவ்
கரியத்தும்பாற
வைத்திரி வியூபாயிண்ட்
பருந்தும்பாற
பாஞ்சாலிமேடு
மஞ்சுமல
கல்வாரிமலை
முனிப்பாற
நீலிமல
பிரந்திப்பாற
சத்திரம்
மீனாம்பாற
காராதூரி
உலுப்பூனி
தங்ஙள் பாற

சாரல்குன்னு
மீசப்புலிமல
காற்றாடிப்பாற
ஃபாண்டம்ராக்
காற்றாடிக்கடவு
பொன்முடிக்கோட்டை
கப்பிமல
தொள்ளாயிரங்கண்டி
அட்டமல
கரிக்காடுவியபாயிண்ட்
புல்லுமேடு
குடுக்கத்துப்பாற
நாடுகானி பெவிலியன்
போதமேடு
வண்டன்மேடு
எக்கோபாயின்ட்
ராமக்கல்மேடு
கோயினிப்பாற
பானாசுர மலை
பரம்பிக்குளம்
தொண்டியார்
வட்டவட
கேசவன்பாற
உரும்பிக்கர
முருகன்மல
குரிசுமல

செம்பரபீக்,
பானாசுரமலை
ராணிபுரம்
தொண்டியார்
பிரண்டிப்பாற
கவி ∴பாரஸ்ட்
கவ
தோனிஅருவி
பைதல்மல
பாலக்காயம் தட்டு

வைல்ட்லைஃப் & உயிரியல் உய்வகங்கள்

தோல்பெட்டி	செந்தூரணி
எரவிக்குளம்	புன்னத்தூர்க்கோட்டை
பரம்பிக்குளம்	மாலோம்
முத்தங்ங	பரப்பை
அரிப்பா	கரீம்ஃபாரஸ்ட் பார்க்
ஆரளம்	நிலம்பூர் பயோ ரிசர்வ் பார்க்
அடவி	கடலுண்டி
	பறவைகள்சரணாலயம்
கவி	Conolly's Plot
தேக்கடி	சரோவரம் பயோபார்க்
சின்னார்	குமரகம் பறவைகள்
	சரணாலயம்
மங்களாவனம்	பேப்பாறவைல்ட்லைஃப்
பறவைகள்சரணாலயம்	
தட்டேக்காட்	பாம்பாடும் சோல
பறவைகள்சரணாலயம்	
சிறுவாணி	மதிகெட்டான் சோல
ஆனகட்டி	பூயம்குட்டி
சைலன்ட்வேலி	மாமலக்கண்டம்
சிம்மினி	கோன்னி யானை முகாம்
கரிம்புழ	மூடல்மல
காக்காத்துருத்து	

படகுக்குழாம்கள்:

மாட்டுப்பட்டி
பூவார்
குந்தலா
நெய்யார்
பொன்முடி
வலியப்பரம்ப
குமரகம்
கவ்வாயி
ஆலப்புழ
மலம்புழ
அஸ்தமுடி
பானாசுரசாகர்
வாகமன்
தேக்கடி
சார்காலயா
போல்காட்டி
NEFERTITI CRUISE
அகலாப்புழ
செங்குளம்
ஆனயிறங்கல்
வெள்ளயானி
வலந்தக்காட்
வாகமன் ஃப்ளோரிகல்ச்சர் லேக்
பூக்கோட்
செறுத்தோணி
கர்லாட் லேக்

கோட்டைகள்:

அஞ்சுதெங்கு,
தங்கசேரி
பாலக்காடு திப்புசுல்தான் கோட்டை
பேகல்
கண்ணூர் செயின்ட்ஏஞ்சலோ
தலச்சேரி
சந்திரகிரி

அருவிகள்:

தோனி
சீத்தார்குண்டு
வட்டப்பாறை
சிறுவாணி
வெம்ப்ளி,
வடக்கேமல
வெள்ளப்பாறை
பாப்பாணி
மர்மல
கட்டிக்கயம்
வளர
சீயப்பாறை
காந்தம்பாற
கரிமுட்டி
தூசிப்பாற
லக்கம்
சிலந்தியார் அருவி

வாழச்சால்
மீன்வல்லம்
மீன்முட்டி
சர்ப்பை
அடயன்பாற
கோழிப்பாற
வலஞ்சம் காணம்
தும்பி துள்ளும் பாற
கீழார்குத்து
தொம்மங்குத்து
காந்தளூர்அருவி
அருவிக்காச்சல்
இரச்சில்பாற
தூவானம்
ஆட்டுக்காட்
ரிப்பிள்
அரிப்பாற

<table>
<tr><td>

அரீக்கல்
சின்னக்கானல்
அதிரப்பள்ளி
மாங்குளம்
அரிப்பாற
பெரும்பாங்குத்து
பாலருவி
ம்லாமல.
துஷாரகிரி
மழவில்சாட்டம்
ஈராட்டுமுக்கு,

</td><td>

மங்கயம் அருவி
பாலொழுகும்பாற
கன்னியார்கயம்
பாலூர்க்கோட்டை
அருவிக்குழி
உருக்குழி

வடாட்டுப்பாற

அப்புண்ணிப்பாற

</td></tr>
</table>

ஆஃப்ரோடு:

காரதூரி
மின்னாம்பாற
மாங்குளம்
சைலன்ட்வேலி
ரோஸ்மல
சத்திரம்
உலுப்பூனி
மடம்மக்குளம்
கோயினிப்பாற
முனிப்பாற
உரும்பிக்கர
இலவீறாப்பூஞ்சிற
வட்டவட

கலை, வரலாறு, பிற

மிட்டாயித்தெருவு

சார்காலயாஆர்ட்ச்அண்ட்க்ரா∴ப்ட்வில்லேஜ்

இடக்கல்குகைகள்

செந்தூரணி கற்செதுக்கல்கள்

முனியறக்குகை

தீபாஞ்சலி விளக்கு மியூஸியம்

மண்டலக் கோளரங்கம்

INDIAN BUSINESS MUSEUM

PAZHASSIRAJA TOMB

களரிப்பயட்டு, கதக்களி ஆர்ட் தியேட்டர்

JEW TOWN

மாட்டஞ்சேரி பேலஸ்

Kerala Folklore Museum

Hill Palace Museum

குதிரமாலிக பேலஸ்

நேப்பியர் மியூஸியம்

ஜடாயு சிலை

கனகக்குன்னு பேலஸ்

ஆறான்முல போட் ரேஸ்

MARINE WORLD AQUARIUM

புன்னமட நேரு ட்ரா∴பி போட் ரேஸ்

வாகமன் பாராக்ளைடிங்

ஜடாயு எர்த்செண்டர்

வர்க்கல பாரா க்ளைடிங்

BEACHES

சேரங்கை பீச்

செம்பிரிக்கை பீச்

காசரகோட் பீச்

கப்பில் பீச்

பேகல் பீச்

பள்ளிக்கர பீச்

ரெட்மூன் பீச்

காஞ்ஞாங்காட் பீச்

தைக்கடப்புரம் பீச்

புளிமூட் பீச்

வலியப்பரம்ப பீச்

கவ்வாயி பீச்

எட்டிக்குளம் பீச்

சூட்டாட் பீச்

மட்டூல் பீச்

அழிக்கல் பீச்

சால் பீச்

பய்யம்பலம் பீச்

பேபி பீச்

தோட்டட பீச்

எழர பீச்

முழப்பிளங்காட்ட்ரைவ்இன் பீச்

தர்மதம் பீச்

தலச்சேரி பீச்

மாஹி பீச்

வடகர பீச்

கோட்டக்கல் பீச்

ஒட்டும்புரம் பீச்

உண்ணியால் பீச்

பரவண்ணவேலப்புரம் பீச்

கூட்டாயி பீச்

படிஞ்ஞாரக்கர பீச்

பொன்னானி பீச்

சாவக்காட் பீச்

முனக்கக்கடவ் பீச்

வடனப்பள்ளி பீச்

ஸ்னேஹதீரம் பீச்

வலப்பாட் பீச்

கழிம்ப்ரம் பீச்

வஞ்சிப்புர பீச்

பெரிஞ்ஞனம் பீச்

முனக்கல் பீச்

முனம்பம் பீச்

செராயி பீச்

ஆறாட்டுவழி பீச்

வைப்பின் பீச்

புத்தந்தோட் பீச்

செல்லானம் பீச்

அந்தக்கரனழி பீச்

தைக்கல் பீச்

மராரிக்குளம் பீச்

ஆலப்புழ பீச்

தோட்டப்பள்ளி பீச்

திருக்குன்னப்புழ பீச்

பய்யோலி பீச்
திக்கொடி பீச்
கொடிக்கால் பீச்
கப்பாட் பீச்
எலத்தூர் பீச்
வரக்கல் பீச்
கம்புரம் பீச்
தொப்பாயில் பீச்
கோழிக்கோட் பீச்
சார்லி பீச்
கோதீஸ்வரம் பீச்
பேப்பூர் பீச்
கடலுண்டி பீச்
பரப்பனங்காடி பீச்
கேட்டுங்கல் பீச்
தூவல்தீரம் பீச்
அழிமல பீச்
சங்குமுகம் பீச்

அழீக்கல் பீச்
திருமுல்லவரம் பீச்
தங்கசேரி பீச்
கொல்லம் பீச்
பொழிக்கர பீச்
பரவூர் பீச்
கப்பில் பீச்
வர்கல பீச்
ஓடயம் பீச்
பெருமாத்துற பீச்
புத்தந்தோப்பு பீச்
தும்பா பீச்
வெளி பீச்
வலியத்துற பீச்
கோவளம் பீச்
சோமதீரம் பீச்
பூவார்கோல்டன்சாண்ட் பீச்